RA KHƠI

TẬP 5

Tháng 1-2021

NHÀ XUẤT BẢN
HỘI NHÀ VĂN

LỜI NGỎ

Xuân Tân Sửu 2021, một mùa xuân mới lại về hứa hẹn nhiều điều thay đổi tốt đẹp, nhưng vẫn canh cánh trong lòng nhiều nỗi lo khi đất nước vừa trải qua một năm biến động bởi đại dịch Covid19 và thiên tai bão lũ khiến các tỉnh miền Trung gánh chịu hậu quả nặng nề...

Buồn nhiều hơn vui trong bối cảnh kinh tế còn đượm màu sắc ảm đạm, chỉ mới rục rịch trỗi dậy với những kế hoạch còn nhiều bất trắc. Ban chủ trương RA KHƠI cũng có những khó khăn nhất định trong mùa dịch, nhưng nhờ có sự đồng hành của bạn văn chương và các anh chị động viên nên ban chủ trương vẫn giữ vững tinh thần và niềm đam mê để tiếp tục thực hiện RA KHƠI số 5.

Phấn khởi và nhiều hứa hẹn vì sự góp mặt của nhiều tên tuổi đã thành danh trong nước và hải ngoại. Số tác giả góp mặt ngày đông, xuất hiện nhiều khuôn mặt mới lạ, bài vở phong phú với nhiều thể loại giúp cho ấn phẩm RA KHƠI có nội dung ngày càng chất lượng hơn.

Trong số này, chủ đề mùa xuân khá nhiều với các bài viết đủ thể loại như biên khảo, truyện ngắn, tản mạn, thơ... với nhiều tâm trạng vui buồn cho ta nhìn thấy nhiều mặt cuộc sống với nhiều sắc màu tạo nên một giá trị tinh thần nhất định, cốt lõi để ấn phẩm Ra Khơi tiếp tục phát triển...

Thay mặt Ban Chủ trương xin chân thành cảm ơn Quý anh chị em tác giả đã cộng tác bài vở cho ấn phẩm RA KHƠI. Kính chúc Quý anh chị em năm mới thật nhiều sức khỏe, an vui và sáng tác bền bỉ...

Nguyễn Thành

Trong số này:

VŨ TRỌNG QUANG
Thăm dịch giả NGUYỄN MINH HOÀNG

Tôi gõ cửa nhà anh.

Hôm nay Sài Gòn mưa lất phất, do ảnh hưởng bão lụt miền Trung. Tôi tìm nhà anh Nguyễn Minh Hoàng, ở đường hẹp Chu Văn An, Bình Thạnh. Tìm khó khăn, số nhà phải qua nhiều sẹc sẹc (sur). Hẻm nhỏ, chỉ vừa đủ một xe máy, có xe đi ngược lại phải tránh vào khoảng sân trống của một căn nhà khác và đợi một chút chờ xe qua. Lúc trước vợ chồng anh ở Ngô Đức Kế, cũng gần đó, nhưng nhà rộng hơn. Khi ấy còn khỏe, anh nuôi thỏ, chỉ hai con như đôi uyên ương. Con cái trong chuồng nhỏ, con đực thả rông, và chàng chỉ quanh quẩn bên nàng, anh nói nuôi như vậy cho nó khỏi đi xa. Còn bây giờ nhà nhỏ xíu, chỉ khoảng 7m vuông đủ cho hai người. Khi tôi tới gọi cửa, chị Hoàng ra mở, còn anh nằm trên nền đất, trông ốm yếu gầy gò. Tôi cúi xuống nắm hai tay anh đỡ dần, đưa lên chiếc ghế cao chừng 30 cm không có chỗ dựa. Giờ đây anh chỉ dựa vào sự thủy chung của chị, chị dựa vào vô thức của anh… Tôi nắm chặt tay để anh khỏi ngã, tôi hỏi anh Hoàng có nhớ tôi không, anh đẫn đờ nhìn tôi vẻ như không còn nhớ gì. Trông anh thật tiều tụy. Chị nói ổng vậy đó, đã mấy năm nay rồi, không đọc không viết gì cả. Tủ sách gần như tài sản của mình, anh đã tặng hết từ lâu. Tôi nhìn quanh căn nhà nhỏ không thấy bếp, chỉ giường sắt một người nằm trên chiếc chiếu cũ. Nói chung căn nhà sơ sài, còn sơ sài hơn cả phòng trọ bình dân. Không còn tủ sách, chỉ còn có chị là nhớ nhớ quên quên. Tôi hỏi anh chị cơm nước ra sao, chị cho biết hằng ngày có đứa cháu đem cơm qua, ngày chỉ dùng một bữa. Ngồi một chút tôi thấy người cháu đem cơm tới, từ bên Lý Chính Thắng, Q3, chị ấy khoảng 60.

Cách nay chưa lâu, Công ty sách Nhã Nam có đến với ý định thương lượng về tác quyền, nhưng nhìn thực trạng gia đình anh, Công ty chữ nghĩa thôi đặt vấn đề.

Anh Nguyễn Minh Hoàng, là người bạn rất thân với anh Huỳnh Phan Anh, cộng tác thường xuyên với Tập san Văn. Tôi hỏi chị Hoàng có biết anh Huỳnh Phan Anh mất không, chị trả lời biết. Tôi nói tiếp hôm nay là 49 ngày mất của anh, thì chị không biết. Cũng phải thôi, do suốt ngày bận chăm sóc chồng trong bạo bệnh, nào có giao tiếp với ai và có để ý đâu!

Tôi nhớ cách đây khoảng 20 năm, anh Nguyễn Minh Hoàng có mượn tôi một số báo Văn, để photocopy loạt bài Văn chương là gì? Do anh dịch từ Jean Paul Sartre, nhưng còn thiếu, anh nhờ tôi hỏi mượn Lê Ký Thương hoặc anh em nào khác, nhưng không ai có; chỉ tôi còn giữ số Văn trong đó có truyện Một kỷ niệm Giáng Sinh anh dịch từ Truman Capote. Anh gửi thư cám ơn chân tình: "Cảm ơn anh lắm lắm. NMH". Xin trích một đoạn anh dịch Văn chương là gì? từ Sartre: Nhưng nếu anh thi sĩ ngừng lại ở những chữ, cũng như anh họa sĩ ngừng lại ở những màu sắc và anh nhạc sĩ ở những âm thanh, thì cái đó không có nghĩa là đối với anh ta chữ đã mất hết mọi ý nghĩa, chính thật ra chỉ có cái ý nghĩa mới có thể khiến cho chữ có cái tính cách một đơn vị ngôn từ (donner aux mots leur verber); thiếu cái ý nghĩa chữ sẽ tản mát thành những âm thanh hoặc thành những nét bút ngoằn ngoèo. Có điều là lúc ấy, cái ý nghĩa, chính nó, cũng sẽ hóa tính cách thiên nhiên; nó không còn là cái mục đích lúc nào cũng thoát ngoài tầm với và lúc nào cũng bị nhắm bởi cái ước vọng được nhiều siêu việt của con người (la transcendence humaine), nó là đặc tính của mỗi chữ (Văn số 56). Trong cuốn Những lá thư viết từ cối xay gió (dịch của Alphonse Daudet), anh viết lời đề tặng như sau: "Bản tặng anh Vũ Trọng Quang vì tôi nghĩ rằng Les letter mon moulin là cuốn sách mà trẻ em 7 tuổi đọc cũng được mà người lớn 77 tuổi đọc cũng được. Bình Thạnh 02/11/2009. "Trước đó, 20/7/2004 anh tặng tôi cuốn Bức bình phong (dịch của William Somerset Maugham).

Anh Hoàng và anh Huỳnh Phan Anh là bạn rất thân từ hồi học chung trung học trường Tây, lúc anh Huỳnh chưa mất, sức khỏe tuy đã yếu vẫn nhắc nhở con gái giúp đỡ cho bác Hoàng. Tuy thân như vậy nhưng hai người vẫn không đứng chung trong một cuốn sách nào, mặc dù anh Huỳnh Phan Anh từng chung sách anh Nguyễn Đình Toàn và Nguyễn Nhật Duật.

Tôi xin phép chị ra về, để người cháu đút cơm cho anh. Anh nay đã 87 tuổi, ăn uống khó khăn. Tôi nắm tay, anh loạng choạng đứng dậy, chị vội đến đỡ. Đôi mắt và môi anh như lạc thần không biểu hiện chút buồn vui. Anh nhìn tôi bằng đôi mắt đã đi vào bóng tối và đôi mắt ấy đã không còn nhìn ra cuộc chữ... Thôi tôi về nghe chị, nghe anh.

Tôi rời khỏi nhà, trời mưa vẫn lất phất bay, nhớ Những ngày mưa của Huỳnh Phan Anh; trong đầu hiện ra trên chỗ nằm nền gạch lạnh một thân thể tiều tụy.

Tôi không chụp chân dung anh, để còn nhớ mãi hình ảnh nhỏ nhắn hiền lành của con thỏ trước đây. Một con thỏ cô độc.

Buồn!

Vũ Trọng Quang
17/10/2020

P/S: Ngày 04/11/ 2020 anh Nguyễn Minh Hoàng ra đi, cách đây hơn nửa tháng đến thăm anh. Vĩnh biệt.

NGUYỄN VY KHANH

TRIẾT-LÝ Việt Nam QUA TỤC-NGỮ

Trong kho tàng văn chương dân gian truyền khẩu Việt Nam, *tục-ngữ* - còn gọi là *ngạn-ngữ* (1), là những dấu vết còn lại của ngôn ngữ thường ngày của người Việt Nam. Tục ngữ, theo định nghĩa, là những câu nói ngắn gọn có ý nghĩa, do dân gian và người trí thức trong xã hội nói ra, lưu hành và truyền lại qua một hình thức cấu trúc cú pháp riêng, thường có nhịp điệu, có vần và có đối. Tục ngữ có khoảng năm ngàn câu, được dùng trong đời sống thường nhật, trong các đối thoại, lời nói. Nội dung có ý nghĩa, dùng để nói chuyện luân lý và giáo dục, chuyện sinh hoạt; tiện lợi và dễ nhớ vì dù ý tưởng dài dòng cao siêu đến đâu vẫn được gói trọn trong vài chữ, tối đa khoảng 14 chữ và bốn mệnh đề. Dù đơn giản, thường được nói đến thành quen thuộc và được truyền qua nhiều đời, do đó không còn biết tác giả là ai, nhưng nói chung, tục ngữ có tính thẩm mỹ và nghệ thuật, trở thành đề tài nghiên cứu về ngôn ngữ và văn bản học.

Khởi đầu là những ý tưởng, nhận xét đơn sơ, về những sự việc hay vật cụ thể, đơn giản, về sau trở nên sâu xa, triết lý, và thường lưỡng hoặc đa nghĩa. Nói khác đi, tục ngữ là toàn bộ những kiến thức và túi khôn người xưa đã để lại cho con cháu, một kho tàng tích lũy từ nhiều thế kỷ, một số thông điệp về nhân sinh, vũ trụ. Tổ tiên Việt Nam ta một mặt đã tranh đấu, chống chọi với thiên nhiên và thù địch (Hán, Hoa, Mông Cổ, Mãn Thanh, Chiêm, Xiêm, Pháp, v.v.) và để lại cho chúng ta hôm nay một giang sơn gấm vóc, mặt khác đã để lại một gia tài ngôn ngữ về cách ăn nói, lời nói, xử thế, về học làm người, luân lý, những hiểu biết và ký ức tập thể trên nhiều địa hạt như thiên văn, chiêm tinh, canh nông, lý số, phong tục, v.v.

Về thời tiết, thiên văn, canh nông (một số đa nghĩa có mục đích luân lý): *"được mùa lúa, úa mùa cau, được mùa cau đau mùa lúa"*; *"hóp Đông nhay nháy, gà gáy thì mưa"*; *"trăng mờ, tốt lúa nỏ; trăng tỏ, tốt lúa sâu"*; *"tháng Bảy heo may, chuồn chuồn bay thì bão"*; *"rau nào sâu ấy"*; *"nhai kỹ no lâu, cày sâu lúa tốt"*; *"không có lửa sao có khói"*; *"đêm tháng Năm, chưa nằm đã sáng"*, *" thiếu đất trồng dừa, thừa đất trồng cau"*, v.v.

Về kinh nghiệm sống và tâm lý con người: *"ở bầu thì tròn, ở ống thì dài"*; *"bố dòng lấy được gái tơ / đêm nằm mê mẩn như Ngô được vàng"*; *"trai tơ lấy phải nạ dòng / như nước mắm thối chấm lòng lợn thiu"*; *"nhất nước, nhì phân, ba cần, bốn giống"*; *"đàn bà cạn lòng như đĩa / đàn ông bạc nghĩa như vôi"*; *"thứ nhất đau đẻ, thứ nhì ngứa ghẻ, hờn ghen"*; *"gái chồng rẫy chẳng chứng nọ thì tật kia"*, v.v.

Trước hết, cần phân biệt tục ngữ với thành ngữ, câu đố và ca dao. *Thành Ngữ* là những cụm từ, lời để nói, có chức năng của *từ* (chứ không bao giờ là *câu*) để được sử dụng trong diễn văn, để nói lên một ý, một mục đích nhắm tới; cụm từ có sẵn nhưng ý và phát ngôn thì phải chờ người sử dụng chúng lồng vào, sáng tạo, như "anh hùng rơm", "khôn nhà dại chợ", "da ngựa bọc thây", v.v.. Trong khi đó, *tục ngữ* là những câu nói hoặc *cụm từ* tự phát ngôn với đầy đủ ý nghĩa đã có sẵn, như... cỗ đã dọn, diễn văn đã soạn, dù về hình thức có khi cũng giống như thành ngữ, những cụm danh từ, động từ (tấc đất, tấc vàng). Còn *Câu Đố* thì nhắm cuộc chơi hơn thua, giải trí, sinh hoạt tập thể; và cũng như tục ngữ., câu đố thuộc phần trí tuệ, dựa vào quan sát, thông minh. Có một số câu đố xuất phát từ tục ngữ nhưng ngược lại, không hề có tục ngữ gốc từ câu đố!

Với *Ca Dao* (và *phong-dao*), sự so sánh đôi khi khó hơn, nhưng có thể nói một cách tổng quát, ca dao thường trữ tình, kể lể dài dòng, trong khi tục ngữ thiên về lý trí, dạy khôn, có nội dung triết lý, tư tưởng. Tục ngữ khởi đầu là những cụm từ có nghĩa, những câu, nhưng rồi với thời gian truyền tụng và ảnh hưởng của ca dao đã dùng hình thức câu lục bát và thay đổi kết cấu, như *"bầu ơi thương lấy bí cùng / tuy rằng khác giống nhưng chung một giàn"*, *"mấy đời bánh đúc có xương / mấy đời dì ghẻ mà thương con chồng"*, v.v. Một số nhà biên khảo đã nhập chung tục ngữ với câu đố, thành ngữ, thiển nghĩ là không đúng đắn, khiến đánh giá sai giá trị và nội dung đặc thù của tục ngữ.

Một số tục ngữ xuất phát từ các tác phẩm văn học hoặc dân gian như truyện Kiều, Lục Vân Tiên…và ngược lại, tục ngữ được đem vào văn thơ cũng như ca dao và ngôn ngữ nói. *"Thoa này bắt được hư không / Biết đâu Hợp Phố mà mong Châu về"* và *"Ở đây tai vách mạch rừng"* là Nguyễn Du đem tục ngữ vào truyện *Kiều* trong khi câu *"thương người như thể thương thân"* vốn xuất phát từ tập *Gia Huấn Ca*.

Về ngôn ngữ học, tục ngữ là những lời ăn tiếng nói, những câu nói thường có ý nghĩa, tức là câu mà cũng có thể được xem như là những *"tác-phẩm"*, những thông điệp nghệ thuật. Tức là tục ngữ có những đặc điểm về cấu trúc, về nghệ thuật và có những diễn văn đa nghĩa.

Tục ngữ hàm chứa triết lý dân tộc, phản ánh tâm thức Việt Nam, và được lưu truyền từ đời này sang đời khác, miền đất này sang miền khác. Nếu *huyền thoại, truyền thuyết* tạo nên tâm điểm căn bản văn hóa dân tộc và hồn con người Việt Nam, thì toàn thể tục ngữ là cẩm nang bí quyết, là một *"cuốn từ-điển"* tiền nhân đã tích lũy theo thời gian và để lại cho con cháu. Ở đây, chúng tôi xin bàn về nền tảng và nội dung triết lý dân tộc qua tục ngữ với hai phần chính: triết lý văn hóa và triết lý sống, hai triết lý nòng cốt Việt Nam.

1. Triết-lý văn-hóa

1. Trước hết, tục ngữ là kho tang tinh hoa kiến thức về lẽ Trời, về dịch lý, đạo làm người… Người ta vẫn hay nói đến chuyện *khôn dại* như là phần chính của toàn bộ tục ngữ. Cái khôn thường trực trong tục ngữ: *"đi một ngày đàng, học một sàng khôn"* và *"khôn ngoan chẳng đọ thật thà"* là cái nên, còn *"khôn nhà dại chợ"* thì không nên. Rồi *"khôn sống, bống chết"*, *"khôn ra miệng, dại ra tay"* hay *"làm*

đầy tớ người khôn, hơn thầy người dại", "khôn cho người ta vái, dại cho người ta thương / dở dở ương ương tổ cho người ta ghét", "lớn đầu thì dại, lớn vái thì khôn", v.v. Chuyện khôn dại tức nói đến cái *biết sống*. Khi biết sống, biết suy xét, phán đoán thì ra tay, hành động mới hiệu quả. Từ đó có nhiều tục ngữ về đề tài khuyến học như: "*dao có mài có sắc, người có học mới khôn*".

Khôn ngoan và hiểu biết là lý tưởng, là chuyện nên, nhưng có những hoàn cảnh, con người ta phải biết nhún nhường - như hoàn cảnh nước Việt Nam nhỏ bên cạnh đại quốc như Trung Hoa: "*ai nhất thì tôi thứ nhì / ai mà hơn nữa tôi thì thứ ba; "sông sâu, sào ngắn khôn dò / người khôn ít nói, khôn đo tắc lòng*". Cái khôn còn có khôn thật lòng với khôn để trục lợi hay gian xảo: "*khôn ngoan chẳng đọ thật thà / lửa thưng, tráo đấu chẳng qua đong đầy*".

Nhưng cuộc đời có những hoàn cảnh khó khăn thì lúc đó, cái khôn trở thành đáng tiếc, "cái khó bó cái khôn" và hiển nhiên còn có định mệnh: "chẻ vỏ vẫn thua vận đỏ", "chạy trời không khỏi nắng"! Nói định mệnh để... hy vọng, vì "ai giầu ba họ, ai khó ba đời"!

2. Tục ngữ là cả một kho tàng *lý sự* đương nhiên, chân lý từ kinh-nghiệm: "mạnh được, yếu thua", "một sự nhịn, chín sự lành". Muốn khôn ngoan, thì phải *ôn cố tri tân*; có hiểu rõ nguyên do gốc ngọn, liên hệ việc này việc khác thì mới nhận chân, biết được việc hôm nay phải đương đầu!

3. Vì "đất có *lề*, quê có *thói*", nên lại có lời khuyên khôn khéo trong việc làng: "*lệnh làng nào làng ấy đánh / thánh làng nào làng ấy thờ*". Hơn nữa, "*phép vua thua lệ làng*" - nói lên tinh thần xã thôn tự trị. Làng là một tổ chức tự trị, một đơn vị cơ bản của xã hội Việt Nam, trên có vua nhưng dưới phải đến làng - chứ không bao giờ trực tiếp đến dân đinh, cá nhân! Nội bộ tổ chức xã hội thì: "sống lâu lên lão làng",... Hôn nhân cũng nhắm người cùng làng: "*ruộng giữa đồng, chồng giữa làng*". Nhưng trai tráng thì có lúc cũng phải nhắm xa hơn, "*sống ở làng, sang ở nước*". Tục ngữ như vậy còn cho ta biết về phong tục Việt Nam, có hay mà cũng có dở: "*cao nấm, ấm mồ*", "*một miếng giữa làng, bằng một sàng xó bếp*", hay về phép tắc ở đời "*ăn trông nồi, ngồi trông hướng*"!

4. Tục ngữ còn có một nội dung *lịch-sử*, cho biết về một số hiện tượng lịch sử và xã hội: "*con dại cái mang*", "*miếng trầu là đầu câu chuyện*", "*ăn lông ở lỗ*", "*con đóng khố, bố ở truồng*", v.v. Cả ghi lại dấu vết chế độ mẫu hệ: "*lệnh ông không bằng cồng bà*". Chuyện tang thương và chịu đựng của người dân thì cũng không mới lạ gì. Người dân xưa cũng như nay, thường là nạn nhân của mọi tranh hùng, chiến tranh, thay đổi triều đại hoặc lãnh đạo: "*trâu bò húc nhau, ruồi muỗi chết*"! Tục ngữ còn ghi lại những nơi địa linh nhân kiệt hay nổi tiếng về trai cách mạng gái đảm đang: "*trai Cầu Vồng, Yên Thế; gái Nội Duệ, Cầu Lim*", hay những sản phẩm đặc biệt địa phương: "*dưa La, cà Láng, nem Báng, tương Bần; nước mắm Vạn Vân, cá rô Đầm Sét*", v.v.

5. Triết lý làm người, đóng góp trong việc xây dựng *nhân cách con người Việt Nam,* trong đó dựng nhà giữ nước là chính: "*đã sinh ra kiếp đàn ông / đèo cao núi thẳm sông cùng quản chi*", "*chớ thấy sóng cả mà ngã tay chèo*". Phải biết tạo thời cơ, vượt trở ngại: "*nương gió phất cờ*", "*theo gió phất cờ*"và "*sống đục sao bằng thác trong*"! Tục ngữ, khi cần, khích lệ tinh thần chiến đấu, dù trong hoàn cảnh "*trứng chọi với đá*" vì nếu đá là xâm lược thì "*trời không dung đất không tha*". Vả lại, ta "*không đội trời chung*" với kẻ thù, kẻ xâm lược!

Tục ngữ dạy con người phải luôn ăn ở *phúc đức:* "*làm phúc cũng như làm giàu*", "*đời trước đắp nấm, đời sau ấm mồ*", đời cha làm việc phúc đức thì đời sau con cháu sẽ được sướng, "*thật thà là cha quỷ quái*". Sống thì siêng năng, cần kiệm, "*làm khi lành để dành khi đau*" và làm lành gặp lành, làm ác gặp ác, "*oan oan tương báo*"!

Tục ngữ còn rèn dạy tính tình, chí khí, vạch đường đi cho con người: "*đây ta như cây giữa rừng / ai lay không chuyển ai rung không dời*". Làm sao để "*chín người yêu hơn mười người ghét*", và đã là người quân tử thì "*cát bay vàng lại ra vàng, những người quân tử dạ càng đinh ninh*" cũng như không nên đặt nặng chuyện vật chất mà mất tư cách: "*đói cho sạch, rách cho thơm*" và "*giấy rách giữ lấy lề*"!

Phải liều mình, can đảm, phải ra tay, đừng quá chần chừ "*được ăn cả ngã về không*", vì "*được làm vua thua làm giặc*", và "*thua keo này bày keo khác*". Ở đời người ta quý phục những kẻ tự sức mà thành công gầy dựng cơ nghiệp "*nước lã mà vã nên hồ, tay không mà nổi cơ đồ mới ngoan*"!

Con người là sáng tạo, là đầu mối. Con người đáng quý vì lẽ "người sống, đống vàng", "người làm ra của, của không làm ra người", "người là vàng, của là ngãi". Con người quý hơn của cải vật chất dù cần để sống, nhưng đến một trình độ nào đó hoặc giai đoạn cuộc đời, thì vật chất trở trành phù du!

6. *Tình yêu tổ quốc* luôn đặt nặng, đừng vì một lý do gì mà "cõng rắn cắn gà nhà", mà mê đồ ngoại, vì "gánh vàng đi đổ sông Ngô, đêm nằm tơ tưởng đi mò sông Thương",... hay phản trắc "nối giáo cho giặc", chạy theo kẻ thù hôm trước "ăn một miếng, tiếng muôn đời" những kẻ này "thăm ván, bán thuyền", trước "chống Cộng" đi chụp nón cối cho người, sau chỉ là xu thời chạy theo để kiếm ăn hoặc vì lợi riêng, nhiều khi rồi ra cũng chỉ là "theo voi hít bã mía"! Thật vậy, "thức lâu mới biết đêm dài, ở lâu mới biết là người có nhân" và cũng nhờ thế mới biết "tốt gỗ hơn tốt nước sơn" ngay trong việc… yêu nước!

Lòng ái quốc, yêu quê hương đất tổ rất quan trọng, trong hoàn cảnh một dân tộc luôn bị xâm lăng như Việt Nam, nếu vì hoàn cảnh phải ly hương, người Việt luôn sống trong tình huống "chim Việt cành Nam","ngựa Hồ gió bắc", hướng về quê mẹ mà lòng trăm nỗi!

Tục ngữ dạy thương yêu đồng bào, người cùng giống nòi, vì *"máu chảy ruột mềm"*, vì *"môi hở răng lạnh"*, rồi khi có trắc trở thì *"một con ngựa đau, cả tàu chê cỏ"*,... Nếu vì nước vì dân mà vua phải chết "trẫm chết thì trạng cũng già", do đó người chung cảnh ngộ, số phận thì phải chung chịu phần số, đừng trách móc hoặc... phản thùng, quen thói "áo cứ tràng, làng cứ xã" không dám tự nhận tôi cũng có trách nhiệm làm tôi mất nước!

7. Trong xã hội xưa, chuyện học là con đường duy nhất để tiến thân, hành thế, do đó nhiều câu tục ngữ *khuyến học*. "Khôn dại" là đề tài hay trở lại nhất (như đã trình bày ở trên) và tục ngữ thường đề cao giới *sĩ* : "một kho tàng không bằng một nan chữ" và chữ nghĩa thánh hiền được thời xưa trân quý: "một chữ thánh, một gánh vàng". Phải tu tập để có căn bản, nếu hãy còn "cắn cơm không vỡ" thì phải tiếp tục, đừng ra đời vội! Phải luôn cố gắng "hữu chí cánh thành", đừng nản chí, và "học bất như hành" cũng như không nên có thói "ăn thật làm giả". Ngoài chuyện luyện kinh sử, học văn, luân lý bình dân

còn dạy thanh niên "văn ôn, võ luyện" để thành con người toàn vẹn rường cột cho nước nhà, và nếu "học tài thi phận", học chữ không thành thì học nghề khác, "ruộng bề bề không bằng nghề trong tay", vì sau *sĩ* còn *nông công thương* là những ngành thiết yếu cho xã hội, đất nước!

2. Triết-lý sống

Tục ngữ là một tổng kết những kinh nghiệm sống, là một *triết lý nhân sinh* về sống ở đời, giữa những con người khác, một nghệ thuật xử thế và làm người. Một kho luân lý dân gian, qua đó phản chiếu tinh thần của cả một dân tộc. Luân lý, triết lý nhân sinh này song hành với tư tưởng luân lý Nho giáo chính thức của triều đình, chính trường.

1. Kho tàng *luân lý* của tục-ngữ căn bản dạy con người đức tính cần cù, *lạc quan*: "còn nước, còn tát"; "có công mài sắt có ngày nên kim". Phải luyện tập để *"chân cứng đá mềm"* đối chọi với mọi hoàn cảnh. Tục ngữ đề cao đức *thanh liêm*: "tốt danh hơn lành áo"; "đói cho sạch, rách cho thơm", đừng "bán gia tài mua danh phận", vì miếng ăn dễ thành miếng nhục và cũng dễ thay đổi con người, "no nên bụt, đói nên ma" v.v.

Thứ nữa, luyện tinh thần *thực tế*: "có thực mới vực được đạo"; "nhất sĩ nhì nông / hết gạo chạy rông, nhất nông nhì sĩ". Nói thực tế có khi để an ủi: "con vua thì lại làm vua..." hay "cá lớn nuốt cá bé", v.v. Nếu làm ăn, hợp tác thì luôn nhớ phải "buôn tàu buôn bè không bằng dè miệng", để tránh những thái độ chỉ gây thiệt hại cho mình vốn phận thua thấp như "buôn chung với đức Ông" vậy!

2. *Luân lý gia đình, gia tộc*: Người Việt sống trước hết là sống trong gia đình, gia tộc. Cá nhân không thật sự hiện hữu vì đã hòa tan trong gia tộc, cá nhân vô nghĩa nếu không là thành phần của một gia tộc, đơn vị cơ bản của đất nước - tên họ cũng phát xuất từ căn bản gia tộc! Do đó người ta phải luôn nhớ công ơn tổ tiên hy sinh gầy dựng mới có ngày hôm nay "ăn quả nhớ kẻ trồng cây", "uống nước nhớ nguồn"... Không chỉ riêng tổ một gia đình, mà của cả tập thể dân tộc "chim tìm tổ, người tìm tông" - một khía cạnh văn hóa mà cộng đồng hải ngoại vì hoàn cảnh lịch sử và chính trị, xã hội "sẩy đàn tan nghé"

sẽ phải đối đầu trong nhiều thập niên tới, khi mà các thế hệ con cháu sống hội nhập với xã hội mới, xa dần cộng đồng và đất nước. Tục-ngữ đã có câu đoán trước "ở đâu âu đấy" hay "bồi ở, lở đi", và không ai có thể đoán được các thế hệ sau này có còn khuynh hướng "ta về ta tắm ao ta"?

Nền tảng của xã hội Việt Nam là *gia đình*, tục ngữ nhắc nhở đạo lý làm người qua công ơn cha mẹ sinh thành, dưỡng dục: *"công cha như núi Thái Sơn / nghĩa mẹ như nước trong nguồn chảy ra"*, *"mẹ con, một lần da đến ruột"* v.v. Người trên lúc nào cũng thương yêu và hy sinh cho người dưới, cha mẹ cũng vậy với con cái, còn ngược lại chuyện con cái và người dưới thương cha mẹ và người trên thì ít hơn, đó là lý do người ta nói "nước mắt chảy xuôi". "Tu đâu cho bằng tu nhà, thờ cha kính mẹ mới là chân tu". Đấy là đạo lý Việt Nam trước khi đón nhận luân lý Nho giáo về tu thân trị quốc bình thiên hạ! Riêng câu tục ngữ này còn nhắm chống mê tín dị đoan, chống những thầy pháp, thầy số.

Nhưng muốn có nền nếp như vậy, phải bắt đầu dạy trẻ ngay từ thuở bé và liên tục đến trưởng thành vì "bé không vin, cả gẫy cành" và "đánh cho chết cái nết không chừa"! Dạy con dù vậy không phải là chuyện dễ, nên tục ngữ cũng có những phán đoán: *"Con hư tại mẹ / cháu hư tại bà"*; *"cha nào / con nấy"*; *"trứng mà đòi khôn hơn vịt"*. Rồi mình đối xử với cha mẹ mình ra sao, thì con cái mình sẽ đối xử với mình như vậy: "bắc cầu mà noi, ai bắc cầu mà lội"!

Tục ngữ dạy ta quý trọng họ hàng và phải có tinh thần gia tộc "bà con vì tổ tiên, không phải vì tiền vì gạo", nhưng tránh lạm dụng, ỷ lại, kiểu "một người làm quan, cả họ được nhờ" đưa đến hủ hóa, tham nhũng và mất... tất cả! Ngược lại, phải hiếu thuận, thương yêu đùm bọc người thân "chị ngã, em nâng", "máu mô thâm thịt nấy", dù có họ xa, vì "máu loãng còn hơn nước lã", "một giọt máu đào hơn ao nước lã" và "họ chín đời còn hơn người dưng", nhất là ở vào những tình huống khó khăn hay hoạn nạn thì "tay đứt ruột xót", tay hay ruột đều cùng một chi thể!

3. *Tình huynh đệ* cùng chung máu mủ phải biết yêu thương, đùm bọc, giúp đỡ lẫn nhau, *"anh em như chân như tay"*, *"anh em hiền thật là hiền / bởi một đồng tiền nên mất lòng nhau"*, cho nên mới

có lời khuyên "*anh em chém nhau bằng sống, không ai chém nhau bằng lưỡi*" - người xưa dạy anh em có bất bình với nhau thì dùng lưng con dao mà chém lấy lệ cho đã tức, chứ đừng dùng lưỡi dao mà giết nhau thật; lời khuyên còn tính thời sự có thể áp dụng cho người Việt ở hải ngoại. Vì "*anh em khinh trước, làng nước khinh sau*" - lời khuyên còn áp dụng được cho ngoài nước anh em đồng nhóm, đồng đảng phái và cả người đồng hương với nhau tha hồ ẩu đả cho người người cười chê!

Như vậy, so với người Trung Hoa, con người Việt Nam nặng tình gia đình hơn là gia tộc, đại-gia-đình kiểu các *bang*, và cũng nhẹ trọng nam khinh nữ hơn!

4. Từ giáo dục gia đình đi ra *triết lý xã hội* :

Tình bằng hữu rất quan trọng và cần thiết cho con người. Do đó nên "ăn bớt bát, nói bớt lời" để giữ tình huynh đệ, tình đồng bào và giữ đoàn kết, nên "ăn có nhai, nói có nghĩ", tránh tranh luận bôi bẩn nhau trên báo chí, truyền thông, và "ăn cây nào rào cây ấy" chớ đừng "ăn cây táo rào cây soan đào".

Tục-ngữ dạy *đoàn kết* để còn lo chuyện chung bảo vệ đất nước: "một cây làm chẳng lên non, ba cây chụm lại nên hòn núi cao",... Người xưa đã răn dạy "chim không đánh chim cùng một tổ / trâu một chuồng, đâu có húc nhau" và "khôn ngoan đối đáp người ngoài / gà cùng một mẹ chớ hoài đá nhau... ". Ngay trong gia đình mà đã "thuận vợ thuận chồng, tát bể đông cũng cạn" - dĩ nhiên vẫn hơn là "việc người thì sáng, việc nhà thì quáng"! Cũng như tránh những thói xấu ích kỷ "ăn tìm đến, đánh nhau tìm đi", hay gian xảo "gió chiều nào che chiều ấy" (khác với "nương gió phất cờ").

5. Làm việc *cộng đồng*, tập thể, nếu đã là thiện nguyện, "*ăn cơm nhà vác ngà voi*", "*ăn cơm nhà thổi tù và hàng tổng*" là chuyện hy sinh, thì phải biết tránh những cảnh "ăn trên ngồi trốc","bắt cá hai tay", "ăn xổi ở thì". Đừng háo danh hoặc tham quyền cố vị vì miếng đỉnh chung, vì muốn được gọi là ông này ông nọ - thường là hão huyền, vớt vát, "một miếng giữa làng, bằng một sàng xó bếp", và có khi mất tiền vì danh hư vốn phù du, "mua danh ba vạn, bán danh ba đồng"! Mà đã dấn thân thì phải biết quyền biến, biết "cờ đến tay ai người nấy phất". Cũng đừng tị nạnh nhau "giữ nhau từng miếng" mà

không làm tới nơi tới chốn hay bỏ lơi chuyện làng nước lấy cớ "cha chung không ai khóc" hay "lắm sãi không ai đóng cửa chùa". Thay vào đó, phải tìm cách ra tay, đóng góp phần của mỗi người dù nhỏ bé vì "góp gió thành bão", "kiến tha lâu đầy tổ"! Như vậy những thái độ "vạch áo cho người xem lưng", "xui nguyên giục bị", "đánh trống bỏ dùi" hoặc "đánh trống lảng" là phải tránh. Khi chuyện chung gặp biến, đừng "ba chân bốn cẳng" chạy trốn, chê đám người "cá mè một lứa" hay có thói "cả vú lấp miệng em" để tránh gánh việc chung, vì biết đâu "cháy thành vạ lây", có chết thì cũng chết... chùm! Vậy làm việc chung là tiếp thừa công trình, thành công của người trước, "người trước bắc cầu, kẻ sau theo dõi" mà đi, nhưng nếu có thất bại thì cũng phải biết học kinh nghiệm "cái trước đau, cái sau rái"!

6. Đã làm việc chung tức phải tránh chuyện nói suông, "mẹ hát con khen hay", "ông nói gà bà nói vịt" và già miệng "đa ngôn đa quả", mà không hề ra tay hoặc làm lợi cho việc nước hay hy sinh cho tập thể! Cũng không nên ác độc "khẩu Phật tâm xà", "tiếng bấc tiếng chì", "bới bèo ra bọ". Thật vậy, "quá mù ra mưa" và "lắm thầy thối ma, lắm cha con khó lấy chồng". Người léo lận thì lưỡi tàn độc: "lưỡi mềm độc quá đuôi ong" hoặc "lưỡi không xương nhiều đường lắt léo". Mà một lời nói công chính bao giờ cũng được welcome đón nhận: "một câu nói ngay bằng làm chay cả tháng"; "khôn chẳng qua lẽ, khỏe chẳng qua lời", một lời tốt được trân quý vì "lời nói, đọi máu" cơ mà, và ai lại chẳng biết "yêu nhau lắm cắn nhau đau"!

Tránh chuyện "*nồi da xáo thịt*", gây gỗ, phá phách nhau bất kể việc chung, tránh thói "nhờ gió bẻ măng" lợi dụng cơ hội hoặc tình thế lộn xộn, chia rẽ (ví dụ cụ thể ở nhiều cộng đồng người Việt ngoài nước), cũng như không được có thói bất trung, phản trắc "ăn cháo đái bát", "ăn mật trả gừng" hay ngu ngơ "trỏ đường cho hươu chạy", "dạy khỉ leo cây", hay tệ bạc "cầm khoán bẻ măng", "đem con bỏ chợ", "chưa qua cầu đã cất nhịp" hoặc "ăn cướp cơm chim" của giới trẻ hơn - bị "tránh vỏ dưa gặp vỏ dừa"; mà phải nhớ luật tự nhiên "*tre già, măng mọc*" nên biết lúc rút lui hoặc nhường ... micro cho người trẻ, và tránh những chuyện "trống đánh xuôi, kèn thổi ngược", tự ái, mà hỏng chuyện chung! Nói thật, thì cổ nhân lại đã nhắc nhở "trung ngôn nghịch nhĩ", biết làm sao giờ? Tránh làm xấu tập thể cộng đồng vì "con sâu làm rầu nồi canh, một người làm đĩ xấu danh đàn bà", mà phải biết tự giác, tự sửa, làm gương cho người khác, vì nếu "chân mình thì lấm mê mê, đi cầm bó đuốc mà rê chân người" làm sao được!

Khi tranh luận "ăn miếng trả miếng" hoặc cả khi chống nhau, nên tránh những thái độ và lời nói không cao thượng, không tương xứng: "Chửi cha không bằng pha tiếng"; "ăn đây nói đó"; "ăn ốc nói mò", cả chửi bới nhiều, lâu, vì "ăn lắm thì hết miếng ngon, nói lắm thì hết lời khôn, hóa rồ" dù có hậu ý... bán báo, kiếm lợi nhuận riêng.

Ngược lại, sống là phải biết hội nhập, tức biết "nhập gia tùy tục, đáo giang tùy khúc", "liệu cơm mà gắp mắm"! Có hội nhập chính trị, xã hội như đối với cộng đồng người Việt hải ngoại chẳng hạn, thì chuyện tập thể mới dễ thành công, được chính quyền bản xứ nghe và cả phục vụ, đáp ứng!

6. Sống ở đời, phải biết ơn, đừng "được chim bẻ ná, được cá quên nơm". Đoàn kết hoặc cư xử tốt với mọi người, kể cả người dưới, tránh cảnh "cạn tàu ráo máng" mà tố nhau, đem cả chuyện đời tư hoặc lúc còn "tâm đầu ý hợp" ra để bêu xấu... "bạn"! Thầy học ngày xưa được tôn trọng, kính mến, biết ơn: "không thầy đố mày làm nên", "thờ thầy mới được làm thầy", "muốn con hay chữ thì yêu lấy thầy" v.v.

Tư cách, danh dự là những mối lo của người xưa: "trâu chết để da, người ta chết để tiếng"; "cá lên khỏi nước cá khô, làm thân con gái lõa lồ ai khen?", vì "tốt gỗ còn hơn tốt sơn, xấu người đẹp nết, còn hơn đẹp người" và "chuông kêu khẽ đánh bên thành cũng kêu". Và tục ngữ cũng khuyên không nên thề độc kiểu "chết đuối đọi đèn"v.v.

*

Như vậy, tục ngữ là một chức năng sinh hoạt trí thức, tiêu biểu cho tư duy của dân tộc. Một loại triết lý công dân, một nền luân lý dân gian, một nền đạo lý làm người, một kim chỉ nam cho mọi người về nền tảng xã hội, gia đình, trong đó tình tự dân tộc cũng như gia tộc được chú trọng; tất cả để gầy dựng, xây đắp, nhắm lâu dài, tích cực. Tục ngữ như phương tiện để sống còn của dân tộc Việt Nam. Do đó những khôn ngoan, kiến thức truyền đạt ở tục ngữ có tính thực tế, cụ thể và cần thiết hơn là ca dao và các truyền khẩu bình dân khác. Nếu có tình cảm thì cũng đã được lý luận phối trí lại, thành thử lý ở tục ngữ rốt cùng không cứng ngắc như kinh điển Nho học. Ngược lại, các huyền thoại và truyền kỳ thì lại cho một chân dung khác về gia tài văn hóa của người Việt, về hình nhi thượng, về lập quốc,... - chúng tôi có thể trở lại trong một dịp khác.

Tục-ngữ là một *thể loại thuần túy Việt Nam* - Trung Quốc có hai thể loại tương đương nhưng ít phổ thông: *Minh* tức lời ghi trên chỗ ngồi để dạy bảo, khuyên răn, thường 4, 5 chữ (2); và *Trâm* thường 4 chữ, dùng để răn dạy. Cách gieo vận ở tục ngữ ta không cần thiết, nhưng nếu có, thì khác hẳn thi ca ảnh hưởng thơ chữ Hán: tục ngữ thường dùng cước vận tức vần ở cuối câu trên, để có thể vần với câu dưới ở trong hoặc giữa câu (yêu vận). Âm vận dù đa dạng hay đơn giản, đều là đặc biệt của ngôn ngữ Việt Nam. Về nội dung, tục ngữ cũng là của riêng dân tộc Việt Nam. Do đó muốn tìm hiểu hồn dân tộc không thể bỏ qua kho tàng này được, qua đó chứng tỏ tiền nhân ta đã có một khối hiểu biết và kinh nghiệm và luân lý khác với luân lý và triết lý chính thức Nho giáo, không khắc nghiệt, hình thức - theo nghĩa ước lệ và khuôn mẫu! Nhờ vậy mà đất nước và dân tộc ta sống còn và sống mạnh cho đến hôm nay sau những chiến tranh, xâm lược, từ ngoài và phân tranh, chia rẽ ngay trong nội bộ.

Yêu nước không nhất thiết phải làm những chuyện cao siêu, ngoại hạng, chỉ cần đơn giản và thực tế sử dụng tục ngữ trong lời ăn tiếng nói hằng ngày - trong cũng như ngoài nước, một mặt sống như người Việt, và mặt khác làm sống và truyền thừa văn hóa Việt Nam cho người khác và cho các thế hệ sau!

Chú-thích

1- Ngạn ngữ: lời nói của người xưa
2- Một thí dụ: Bài ghi trên chỗ ngồi của Thôi Tử Ngọc:
«Người xấu chớ nên nói
Mình hay chớ nên khen
Làm ân chớ nên nhớ
Chịu ân chớ nên quên...»
(Phan Kế Bính, dịch theo nguyên điệu. *Việt Hán Văn Khảo* (Sài Gòn: Mặc Lâm tb, 1970), tr. 38).

NGUYỄN THIẾU DŨNG
ÁN OAN CỦA MỘT CÔNG THẦN

Thoại Ngọc Hầu, một công thần suốt đời tận tụy hy sinh vì cơ đồ của nhà Nguyễn. Sinh thời ông rất được các vua Gia Long, Minh Mệnh trọng dụng nhưng khi mất đi chưa được bao lâu thì cũng chính Minh Mệnh đã hài tội ông, còn các sử quan nhà Nguyễn thì trong Đại Nam Chính biên liệt truyện, theo lối viết Xuân Thu đã xếp ông vào nhóm công thần trọng tội: Lê văn Quân, Nguyễn Văn Thoại, Lưu Phước Tường, Đặng Trần Thường, Đỗ Thành Nhân (ĐNLT, T2, tr 511, nxb Thuận Hoá 2006).

Đối với chế độ quân chủ phong kiến, vua là người duy nhất có uy quyền, không một ai khác có thể tạo ảnh hưởng đối với nhân dân lẫn át ảnh hưởng vua, nhất là đối với nhà Nguyễn, ngay trong hoàng gia và triều đình những mầm họa lấn lướt ảnh hưởng vua cũng đã bị chận đứng không để tạo thành phôi: không phong Hoàng hậu, không lập Thái tử, không ban Tể tướng, không lấy Trạng nguyên. Vì thế đối với đình thần, nhà Nguyễn càng cảnh giác rất cao, những ai có công trạng càng phải đề phòng. Gia Long diệt Đỗ Thành Nhân ngay khi còn đang bôn ba khôi phục sự nghiệp vì cái thế của vị tướng Đông Sơn này có triệu lấn lướt Nguyễn Vương, Gia Long bức tử Nguyễn văn Thành khi vị Tiền quân Tổng trấn Bắc thành này muốn can dự vào việc lập người kế vị. Khi đã lên ngôi, Minh Mệnh tạo ra vụ án loạn luân để dìm chết Tống Thị Quyên vợ Đông cung Cảnh và loại Mỹ Đường, con của Đông cung Cảnh ra khỏi hoàng gia để phòng biến loạn, tranh chấp ngai vàng. Đối với đình thần, nhà Nguyễn thường dùng chiêu "cây gậy và nắm xôi" để chế ngự họ. Một Nguyễn Công Trứ lên voi xuống chó, khi làm tới Đại tướng lúc bị cách tuột xuống làm lính thú ở biên thuỳ mà vẫn cúc cung tận tụy với nhà Nguyễn là một điển hình của chính sách này.

Trường hợp Thoại Ngọc Hầu cũng không nằm ngoài chính sách vắt chanh bỏ vỏ của Minh Mệnh, ngày nay càng ôn lại cuộc đời của ông chúng ta càng cảm thấy đau lòng, xót xa cho những oan khuất mà Hầu phải gánh chịu.

Sinh thời Thoại Ngọc Hầu rất được các vua nhà Nguyễn trọng vọng, nếu có sóng gió chỉ là những gợn sóng lăn tăn, chứ không phải những đợt ba đào vùi dập như Nguyễn Công Trứ, nhưng khi ông nằm xuống thì bão táp mới ập đến. Vì sao vậy?

Thoại Ngọc Hầu không phải là trường hợp đơn lẻ, sau khi chết rồi mới bị hài tội, mà hiện tượng này được lặp lại một cách có hệ thống dưới thời Minh Mệnh, sau ông còn có Lê Văn Duyệt, Lê Chất v.v… Khi còn đương quyền, Lê Văn Duyệt và Lê Chất rất được Minh Mệnh trọng vọng. Lê Văn Duyệt được Minh Mệnh thưởng công trung thành tận tụy ban cho đai ngọc, một vinh dự lớn lao mà các hoàng tử tước công cũng chưa từng được hưởng, còn Lê Chất chết, Minh Mệnh thương xót nghỉ chầu 3 ngày. Vậy mà sau khi họ chết chẳng bao lâu Minh Mệnh đã hài tội:

"Lê Văn Duyệt lúc còn sống mạo danh nghĩa, tự cho mình là công bằng, trung trực đối với nước, nhưng xét đến việc làm điều gì

cũng ngông cuồng bội nghịch" (ĐNTL, XVIII, 221) *"Trước đây tên hoạn quan chuyên quyền là Lê Văn Duyệt lấy oai ức hiếp, kẻ ngu tự cho hắn là chủ soái một phương, không biết đến triều đình"*... (ĐNTL, XVIII, 291)

Còn Lê Chất thì vua phán: *"Chất tính vẫn sài lang, nết cũng quỷ quái, làm tôi thì bất trung, bất chính, xử sự thì đại ác, đại gian, việc gì cũng làm bậy, ai ai cũng phải nghiến răng"* (ĐNLT, T2, tr 481, nxb Thuận Hoá).

"Lê Chất cùng Lê Văn Duyệt dựa nhau làm gian, tội ác to nặng, cái tóc cái tội, bổ quan tài ra mà chém xác cũng không quá đáng" (ĐNLT, T2, tr 483, nxb Thuận Hoá 2006).

Thoại Ngọc Hầu lúc sinh thời được liệt vào hàng ngũ công thần có công phò giá Gia Long khi còn bôn ba ở Thái Lan gọi là công thần Vọng Các, là người cần mẫn siêng năng, thanh liêm, có trách nhiệm như lời tâu của quan chức ở trấn thành Gia Định: *"Án thủ bảo Châu Đốc, Thống chế Nguyễn Văn Thoại trước mộ dân dời đến ở đất biên thuỳ, đặt ra 20 xã thôn, vay của công 1900 quan tiền và 1500 phương gạo, đã hoãn cho nhiều năm, dân vẫn không trả được. Đến nay Thoại đem của nhà trả bù cho dân"*. Vua nói:

"Thoại làm như thế là tôn trọng của nhà nước đấy. Nhưng nghĩ dân ấy mới chiêu tập đến, sinh lý chưa thừa, nay bắt Thoại đền, lòng trẫm không nỡ như thế. Hơn nữa Thoại ở biên thuỳ lâu ngày, dân tình thoả hiệp, tiền gạo trả bồi ấy thì đúng số trả lại cho, có thể xem như trẫm khen đấy" (ĐNTL, VIII, Tr 179, năm 1827).

Thế mà chẳng bao lâu sau khi Thoại Ngọc Hầu không còn nữa Minh Mệnh đã đổi giọng:

"Nguyễn Văn Thoại đã được uỷ cho trọng trách bảo vệ biên cương, thế mà không biết tuyên dương đức hoá, vỗ yên dân chúng ngoài biên, lại dám sinh sự nhiễu dân, gây nhiều suối tệ! Huống chi Thoại lại cùng kẻ bị trảm quyết là Trần Nhật Vĩnh dối trá giấu giếm mọi việc, dựa nhau làm điều gian, tội ác rất nặng, nếu con người ấy còn sống thì ta cũng cứ giữ lòng chí công làm đúng hình pháp, chém đầu để bêu cho mọi người biết." (ĐNTL, XI, 88, 1832).

Khi cần Nguyễn Văn Thoại ở cương vị bảo vệ Cao Miên, Minh Mệnh hết lời động viên ông:

"Vua nghe tin bảo hộ Nguyễn Văn Thoại cùng vua Phiên không hợp ý muốn xin giải chức, dụ rằng: *"Vỗ về nước Phiên thuộc, trị yên nơi biên cương, cần phải được người mới có thể tuyên bố oai đức triều đình để giữ vững bờ cõi ta. Ngươi đối với các nước man Xiêm, Lạp, nhân vật phong tục, núi sông chỗ hiểm, chỗ bằng, đã quen thuộc lắm, cho nên giao cho ấn bảo hộ Chân Lạp, coi việc ngoài biên, từ lâu đến nay thực cũng xứng chức. Thế mà vua Phiên tính vốn ngu tối, xưa vì còn ít tuổi ưa nghe người xấu nên cùng ngươi từng có khi không hợp ý. Trẫm biết lòng ngươi không yên, lấy cớ tuổi già mà cầu tránh trách nhiệm. Song nghĩ vua Phiên nay đã trưởng thành, được ngươi là người ngay thẳng, không nghĩ đến ác cảm cũ, mà cùng nhau mài giũa thấm thía, hoặc giả biết tự hối mà sửa chữa lỗi trước, có thể khiến thành người tốt mà còn trông cậy được. Huống chi đại thế nước Phiên, tuy đã thanh bình, nhưng trong đó công việc liên miên phức tạp, chưa được đâu ra đấy. Ngươi nên trước hết lưu tâm về việc cần cấp của nước nhà, tuỳ nghi xếp đặt cho được ổn thoả, hà tất bận lòng vì sự hiềm nhỏ."* (ĐNTL, VI, 76, 1822).

Thế mà sau khi ông nằm xuống, công đã trở thành tội:

"Nay lũ ngươi Lê Đại Cương và Ngô Bá Nhân phàm những việc có quan hệ đến mềm dẻo để lấy lòng thuộc quốc, đề phòng chế ngự nước láng giềng thì nên cùng lòng bàn bạc làm cho đúng sự cơ, không nên khinh suất như thế. Nếu có điều gì nên làm, thì đừng chậm trễ lỡ việc. Lại nữa, trước kia, Nguyễn Văn Thoại và Bùi Đức Minh, rông rỡ làm liều, không giữ thể diện, đến nỗi tự chuốc lấy tội lỗi..."
(ĐNTL,XI,284,1832).

Khi viên Hình tào Võ Du cáo gian Bảo hộ Thoại lúc sinh thời ngày thường bắt dân Phiên đi lấy gỗ táu đem nộp mà không cấp tiền gạo, lại bắt dân Phiên làm việc tư, sửa đắp đường cái để đưa đám chôn cất vợ, Minh mệnh lập tức xuống chỉ:

"Nay Thoại đã chết rồi, lại nghĩ ngày trước hãy có chút công lao ở Vọng Các, lòng trẫm không nỡ, vậy gia ơn chỉ truy giáng Thoại xuống hàm chánh ngũ phẩm và đoạt lại chức tập ấm của con hắn, duy các sắc tặng phong cha mẹ thì được miễn cho. Còn tang vật mà Thoại đã sách nhiễu dân Phiên thì truy ra rồi lấy gia sản kẻ phạm tội ấy mà truy cấp cho dân Phiên." (ĐNTL, XI, 88, 1832).

Đến khi có biểu của vua Chân Lạp xác nhận:

"Năm trước có việc đi lấy gỗ táu đem nộp thì dân Phiên đã lãnh tiền và gạo của nhà nước cấp rồi".

Biết là Thoại Ngọc Hầu bị vu oan nhưng Minh Mệnh vẫn cố tình kết án:

"Nguyễn Văn Thoại dẫu không can vào việc này, nhưng sai dân Phiên làm việc riêng sửa mộ, đắp đường cũng là đáng tội, vậy cứ chuẩn y nguyên án" (ĐNTL, XI, 89).

Bộ Hình nghị, xử Võ Du tội đồ, nhưng Minh Mệnh lại nương nhẹ chỉ cho cách chức, phát đi Cam Lộ gắng sức làm việc để chuộc tội.

Một người không có tội bị làm cho ra tội, ô uế danh tiết, tan cửa nát nhà, một kẻ vu oan đáng trị tội đến mức nặng nhất thì Minh Mệnh lại nương tay, cho thấy rõ việc làm của nhà vua không phải là vô tình, mà có chủ đích.

Ngao ngán trước trò đời bạc bẽo, Nguyễn Văn Hầu khi viết về cuộc đời Thoại Ngọc Hầu đã dẫn lời Ngạc Xuyên viết năm 1943 để bày tỏ nỗi bất bình của mình:

"Đọc đoạn cuối cùng trong tiểu sử, chúng ta bắt đau lòng trông thấy vết lọ mà kẻ nha thuộc bôi lên danh dự của ngài. Chúng ta bắt ngậm ngùi hồi tưởng lại công nghiệp vĩ đại của ngài, mà khi quá cố không được đấng chí tôn soi xét, rồi tự hỏi: "Oan hồn Ngài có ngậm tủi tự chốn tuyền đài chăng?" (NVH, Thoại Ngọc Hầu và những cuộc khai phá miền Hậu giang, NXB Trẻ, tr 302).

Than thở như thế là chỉ thấy tội của Võ Du mà không thấy đòn phép của Minh Mệnh, không phải đấng chí tôn không soi xét đến vụ án, cũng không phải đấng chí tôn dùng ngọn đèn tù mù để soi xét mà ngài dùng ý đồ của mình để xét vụ án. Thoại Ngọc Hầu bị xử oan như thế không phải vì ông có lỗi, chuyện bịa đặt của Võ Du chỉ là cái cớ để Minh Mệnh triệt tiêu ảnh hưởng của Thoại Ngọc Hầu, ông có tội chỉ vì công nghiệp của ông quá lớn, ảnh hưởng của ông quá sâu ở cõi biên thuỳ, đó mới là điều Minh Mệnh quan tâm. Đọc đoạn tấu sau đây ta sẽ thấy rõ chân tướng đố kỵ của Minh Mệnh và triều đình nhà Nguyễn với Nguyễn Văn Thoại: "Quốc vương Chân Lạp là Nặc Chân đưa thư đến quan Bảo hộ Nguyễn Văn Thoại nói rằng: *"Nước ấy ông cháu cha con đời đời làm phiên thuộc, trên nhờ triều đình bồi đắp, giữ được nhân dân, dưới có Thoại trước sau bảo hộ, trừ nạn nước Xiêm, dẹp yên giặc Kế, kể công gấp mười Mạc Thiên Tứ, xin cắt đất ba phủ Lợi ỷ bát, Chân sâm, Mật luật để báo đức của Thoại, cũng như việc cũ báo Mạc Thiên Tứ."*.

Thoại đem thư ấy báo cho thành Gia Định biết. Thành thần đem việc tâu lên. Vua hạ lệnh cho đình thần đều lấy ý riêng mình mà bàn kỹ tâu lên. Bọn Nguyễn Đức Xuyên, Nguyễn Hữu Thận cho rằng: *"Đất đai Chân Lạp là bờ cõi của triều đình, Thoại dẫu có hiền tài và khó nhọc cũng là phận sự người bầy tôi mà thôi. Sao được cắt đất để đền ơn riêng. Thoại sao được tự lấy làm công của mình mà nhận báo ơn."* (TL,VII, tr.40).

Mặc dầu Thoại Ngọc Hầu chết đã ba năm, nhưng ảnh hưởng của Thoại Ngọc Hầu đối với An Giang, Châu Đốc, Hà Tiên càng ngày càng đậm. Tận đáy lòng dân, người ta nhớ những con kênh ông đào, những ngôi làng ông lập, những ngôi chùa ông dựng. Ảnh hưởng của ông không chỉ dừng lại nơi những cánh đồng xanh tốt, những ngôi chợ đông đúc mà còn bàng bạc nơi cõi tâm linh. Đó là một lãnh địa đáng sợ mà Minh Mệnh với trực giác của người muốn bảo vệ cơ đồ, không muốn để di hoạ làm nơi béo tốt cho con cháu Thoại Ngọc Hầu khai thác, khởi nghiệp. Cho nên bằng mọi cách Minh Mệnh phải thi hành chính sách triệt hậu *"thà phụ người chứ không để người phụ mình"*.

Nguyễn Thiếu Dũng

CHÂU YẾN LOAN
KÝ ỨC NGÀY XUÂN

Mẹ tôi là con gái duy nhất trong một gia đình có năm người con trai, mẹ là chị cả hiền lành, đảm đang, là cánh tay mặt của bà ngoại trong việc chăm sóc, nuôi dạy các cậu tôi. Vì thế từ khi mẹ lấy chồng, bà ngoại không muốn cho mẹ tôi ra ở riêng. Thương mẹ tôi, ba tôi đành ở rể với ngoại suốt mười chín năm trời, do đó mà khi tôi còn nhỏ bà ngoại đi đâu cũng dắt tôi theo, bà con, hàng xóm gọi tôi là cái đuôi của ngoại.

Đà Nẵng quê tôi, một vùng đất xưa kia của người Chăm được sáp nhập vào lãnh thổ Đại Việt từ năm 1306 khi Chế Mân dâng hai châu Ô và Rí làm sính lễ cưới cô công chúa Huyền Trân. Cho đến giữa thế kỷ XVI, Nguyễn Hoàng vào trấn thủ Thuận Hóa, Quảng Nam - Đà Nẵng vẫn là vùng Ô châu ác địa, cư dân phức tạp gồm nhiều thành phần ô hợp. Những di dân người Việt từ Nghệ An, Thanh Hóa phải xa rời nơi chôn nhau cắt rốn của mình đến Quảng Nam lập nghiệp thường sống thành từng nhóm nhỏ trên vùng đất còn mang đậm dấu ấn của văn hóa Chăm. Từ âm nhạc, y phục cho đến những ngôi tháp với cách kiến trúc độc đáo khiến họ không khỏi cảm thấy văn hóa Chăm vừa có những nét đẹp riêng đầy quyến rũ nhưng lại vừa xa lạ, huyền bí khiến họ phải e dè, bất an. Để có một cuộc sống bình yên nơi xứ lạ quê người, ngoài việc bảo tồn những thuần phong mỹ tục của dân tộc, những di dân phải kiêng kỵ nhiều thứ để tránh những rủi ro bất trắc đang rình rập quanh mình. Những điều đó được lưu truyền từ đời này sang đời khác, lâu dần trở thành những phong tục, tập quán khó phai. Hơn 7 thế kỷ đã trôi qua, người dân quê tôi vẫn không quên ơn những người Chăm, chủ nhân cũ của mảnh đất họ đang sinh sống nên bên cạnh các phong tục của dân tộc Việt, người Quảng Nam - Đà Nẵng còn có những nghi lễ theo tập tục của người Chăm như mâm cơm cúng đất ngoài sân trong lễ rước ông bà, tổ tiên về ăn Tết, ngoài những lễ vật còn phải có đĩa rau luộc, chén mắm cái. Cúng xong, người chủ lễ lấy mỗi thứ đồ cúng một ít bỏ vào chiếc xà lét làm bằng bẹ chuối gấp lại, đem treo trước hàng rào hay ngã ba đường để mời những vong hồn người Chăm về hưởng Tết.

Tôi sinh ra và lớn lên tại thành phố Đà Nẵng, hơn 75 mùa xuân trôi qua trên mảnh đất chôn nhau cắt rốn, tôi đã chứng kiến nhiều sự đổi thay của quê hương. Ngày nay, cuộc sống hối hả thời hội nhập làm cho cái Tết cổ truyền không còn như trước. Nhiều lễ nghi, phong tục đã rơi vào quên lãng khiến cho tôi lắm lúc thấy tiếc nuối, buâng khuâng mỗi khi nhớ lại những cái Tết năm xưa, khi tôi hãy còn là một cô bé lẽo đẽo theo bà ngoại xem hát bội ở đình làng. Hay ngồi bên bà trong rạp bài chòi, lắng nghe anh hiệu cất giọng mùi mẫn hò câu ca giới thiệu quân bài tới mà lòng tràn đầy hồi hộp, nôn nao.

Ngày Tết ở quê tôi thuở ấy có nhiều nghi lễ và hội hè lắm, nhưng tôi khoái nhất là được bà ngoại dẫn đi đánh bài chòi.

Bài chòi là một kiểu đánh bài ngồi trên chòi mà đánh, nhưng nó không chỉ là một trò chơi bài mà nó còn gắn liền với nghệ thuật diễn xướng với các nghệ nhân chính là anh hiệu, chị hiệu - những người quản trò dẫn dắt cuộc chơi. Bài chòi là món ăn tinh thần không thể thiếu đối với người dân lao động sau một năm làm lụng vất vả. Những ngày Tết là dịp để họ nghỉ ngơi thư giãn, thưởng thức thú vui, lấy sức để tạo đà làm việc ở năm tới. Tập tục đánh bài chòi trong Tết xưa của người Việt là một trong những hoạt động văn hóa cộng đồng đầy giá trị mà không mang nặng tính đỏ đen, cờ bạc. Thông qua trò chơi này, người ta được nghe những câu hát ý nghĩa về quê hương, đất nước lưu truyền trong dân gian, bên cạnh đó là được gặp gỡ, giao lưu và còn có những phần thưởng may mắn để mang đến niềm vui ngày đầu xuân.

Nhà ngoại tôi ở gần miếu bà, nơi đây có một khuôn viên bao la, bát ngát, chung quanh là khu dân cư đông đúc thích hợp để lôi cuốn những người đến vui chơi. Vì vậy làng, xóm thường hay chọn địa điểm này để tổ chức các lễ hội ngày xuân như hát bội, bài chòi.

Gọi là bài chòi vì người ta dựng 9 hoặc 11 chòi, chia thành hai bên, mỗi chòi cao độ 2-3m, rộng đủ vài ba người ngồi chơi bài và một chòi trung tâm (chòi mẹ) ở giữa dành cho các vị chức sắc địa phương.

Bộ bài để đánh bài chòi là bộ bài tam cúc cải tiến, gồm 33 lá, với những tên được chuyển thành nôm na như: Nhứt nọc, nhì nghèo, ông ầm, thằng bí, lá liễu v.v… vẽ trên giấy, dán vào thẻ tre.

Trò chơi bắt đầu khi anh hiệu (trong trang phục áo dài khăn đóng chỉnh tề) cất tiếng hò một bài lục bát hoặc song thất lục bát bằng chất giọng "rặt" phương ngữ địa phương. Rồi tiếng trống chầu nổi lên tạo không khí rộn ràng lôi cuốn, thúc giục biết bao người hòa mình vào cuộc chơi cùng với những tiếng hô vang dội hào hứng. Anh hiệu (tức người hô thai) xóc ống bài, rút ra một con nhưng anh không vội xướng tên ngay mà để gây thêm sự hồi hộp và bắt người chơi phải suy đoán. Sau đó anh hiệu hô lên một câu thai hoặc một câu ca dao có tên con bài. Ví dụ:

Chầu rày đã có trăng non,
Để anh lên xuống có con em bồng.

Là con bát bồng.

Bên trên các chòi tre, người chơi vừa hồi hộp lắng nghe tên con bài xem có trúng con bài của mình không vừa thưởng thức các điệu hò, vè, các trò diễn của các anh, chị hiệu.

Chòi nào trúng tên con bài thì gõ mõ để anh hiệu mang con bài đến. Trúng 3 con bài là chòi đó "tới", xổ một hồi mõ dài. Khi đó anh hiệu cầm lá cờ nhỏ, bưng khay rượu đến trao phần thưởng cho người trúng và cắm lên chòi lá cờ đuôi nheo bằng giấy để đánh dấu một lần thắng.

Lễ hội bài chòi tuy là một hội đánh bài nhưng đây là một loại hình sinh hoạt giải trí dân gian, một hình thức chơi bài không có tính sát phạt, không cốt ở chỗ ăn thua mà chỉ để vui xuân, giải trí. Người dân đánh bài chòi vào dịp đầu xuân vừa là để cùng gia đình, làng xóm vui chơi, vừa để cầu may, cầu lộc đầu năm:

"Đầu năm bói toán đâu xa,
Bài chòi một hội biết là rủi may"...

Một hội bài chòi có thể gồm nhiều ván (thông thường là ba ván) và ban tổ chức thu được số tiền bán các thẻ bài cái (gọi là tiền xâu). Tiền xâu này dùng để chi cho các anh, chị hiệu, dàn nhạc và những người trong ban tổ chức. Nếu còn thừa thì chuyển sang cho hội chơi năm sau, thiếu thì trích quỹ làng phụ chi cho hội. Tiền thưởng cho người thắng cuộc chỉ mang tính chất tượng trưng, được quan niệm như là lộc đầu xuân, mang lại may mắn cho người chơi trong năm mới. Ngoài việc thử thời vận hên xui vào dịp đầu năm, người ta tìm đến bài chòi còn để thưởng thức giọng hô, tài ứng đối và lối diễn trò của anh, chị hiệu

Để giúp vui cho cuộc chơi còn có một ban nhạc cổ gồm đờn cò, kèn, sanh, trống... hòa tấu lên khi có chòi "tới".

Nét độc đáo của trò chơi bài chòi là ở việc xướng những câu ca dao, tục ngữ, hò, vè, hoặc kể những câu chuyện trong dân gian có nội dung ý nghĩa tương ứng với tên gọi của mỗi con bài được rút ra, như:

Nửa đêm gà gáy le te
Muốn đi rón rén đụng nghe cái ầm. *(ông ầm)*
Lưng choàng áo đỏ
Đầu đội khăn đen
Chân đi lèng quèng
Là ông chân gãy. *(tử cẳng)*
Lội suối trèo non

Tìm con chim nhỏ
Về treo trước ngõ
Nó gáy cúc cu. *(chín cu)*
Chầu rày đã có trăng non
Để anh lên xuống có con em bồng. *(bát bồng)*

Thành công của hội bài chòi phụ thuộc phần lớn vào tài năng của các anh, chị hiệu, họ vốn là những người lao động bình thường, thích ca hát, được trời ban cho chất giọng tốt, biết nắm vững lề lối hô và diễn, có khả năng sáng tác, có thể ứng khẩu thành thơ và cải biến nhanh lời hô tại chỗ, đặc biệt phải thuộc lòng rất nhiều tục ngữ, ca dao, bài vè để vận dụng vào tình huống thực tế. Rồi sau Tết, khi cuộc chơi đã tàn họ lại trở về với cuộc sống vất vả của người lao động chân tay như cũ.

Lễ hội bài chòi là nét văn hóa độc đáo của người miền Trung nhưng càng ngày càng mai một. Hiện nay lễ hội này đang được vực dậy ở Hội An và ở một số vùng quê Quảng Nam, còn ở Thành phố Đà Nẵng nó đã vắng bóng hơn nửa thế kỷ nay rồi.

Riêng đối với tôi, dù ngoại tôi đã vĩnh viễn ra đi gần 60 năm nhưng mỗi khi Xuân đến, Tết về thì ký ức ngày xưa lại sống dậy trong tôi như ngày nào hai bà cháu đang ngồi trên chòi cao, lắng nghegiọng ca mùi mẫn của anh, chị hiệu hô tên quân bài mà lòng nôn nao, hồi hộp, vui buồn lẫn lộn.

Châu Yến Loan

TỪ PHẠM HỒNG HIÊN
XUÂN KHÓ VƯỜN XƯA

Giờ được bung mở ra với đủ đường ngang lối dọc rộng lớn, nên người ta gọi Thành phố. Chớ mấy chục năm trước đây là Thị xã nhỏ như bụm tay, chỉ có ít đường nhựa, đạp xe chừng mươi phút đã trở về nơi xuất phát... Để dễ hình dung, bạn cứ đo khoảng cách chiều Bắc Nam từ cổng chào ở đầu công viên Đồng Khởi xuống cầu Bến Tre và chiều Đông Tây từ rạch Cá Lóc cho tới rạch Cái Cá. Chỉ vậy là xong. Dạ thưa, đó là phần giới hạn Thị xã tuổi thơ nhiều khốn khó của tôi, là tiền thân và cũng là một phần của Thành phố Bến Tre huy nga tráng lệ bây giờ.

Dù không ưa rạch ròi một cách cơ giới, nhưng chẳng lẽ lại không ngó ngàng gì đến điều tối thiểu, là vị trí địa lý của nơi mình đang định nói về nó. Bởi cũng chính từ không gian hạn hẹp này, đã mở ra vô hạn tầm nhìn cho những bước chân định và vô định để từ đó ra đi và trở về của bao phận người...

Ngày một lớn khôn, tôi lại càng yêu bài thơ Hồ Trường của tác gia Nguyễn Bá Trạc, người chí sĩ thất cơ lỡ vận "học không thành công chẳng lập", được thể hiện qua bài thơ nhiều cảm xúc và đầy tâm trạng:... "Rót về Nam phương, trời Nam nghìn dặm thẳm, mây nước một màu sương...".

Cái thị xã nhỏ nhoi ấy gần hai mươi năm nay người ta quyết định mở rộng nó ra, lấy mũi chủ lực là hướng Nam. Phía Nam Thành phố, qua sông Bến Tre chỉ một quãng đường ngắn chừng bốn trăm mét là mảnh vườn truyền đời của bao thế hệ từ ông bà tôi. Nhưng khi vừa lên năm tuổi, ba má tôi phải vội bán rẻ căn nhà vừa dựng lên ở đó chưa được bao lâu để tản cư, và cũng để bắt đầu nhiều năm dài cho cuộc sống tản cư.

Qua sông vào thời đó người ta sử dụng phà. Trong ký ức nhạt nhòa của tuổi thơ được lưu giữ, thằng bé còn nhớ láng mángmình cũng từng đi phà được một đôi lần. Khi phà không còn hoạt động nữa, người ta mới sử dụng đò ngang chèo tay. Và cũng từ ký ức lờ mờ ấy nó còn thấy xa xa thấp thoáng bóng của cánh buồm đen xao xác đơn độc ở trên sông. Con phà còn sót lại đâu từ thời đệ nhị thế chiến, và xác nó nằm dầu dãi nắng mưa trên bãi sông cạn trước Ty Công chánh lâu lắm. Mải đến sau Tết Mậu Thân mới thực sự được hóa kiếp, và cũng vì vậy không ai còn nhìn thấy nó thêm lần nào nữa.

Ở đầu bến phía Cái Cối, một sáng sau Tết Canh Tý năm 1960 không bao lâu, đã bất ngờ xảy ra một vụ giết người bằng súng làm chấn động cả xóm làng. Những tiếng súng ấy, so với âm thanh nẹt pô xe của đám thanh niên bây giờ quả thật chẳng ăn thua gì. Nhưng vào thời đó, những tiếng đùng đoàng kia đã khuấy động không gian vốn an bình tĩnh lặng của làng quê. Đường thôn ngõ xóm bỗng lặng ngắt như tờ, khi nhà nhà đều nhất loạt then cài cửa đóng im ỉm. Người lính Bảo an bị giết kia có liên quan gì tới chú, tới bác của đứa trẻ không. Nhàcác chú các bác con của ông Năm, ông Bảy ở trong sâu hơn nữa, mãi đâu tận Phú Nhuận, Nhơn Thạnh. Mấy hôm trước thằng bé còn nghe má nó lào thào với vài người hàng xóm rằng đâu trong mạn Cầu Vĩ, Mỹ An còn xảy ra cướp do dư đảng của băng cướp Mây Mưa vừa nhen nhóm hành sự trở lại. Ba nó xa nhà, nên sau nhiều sự kiện, mà vụ người lính Bảo an bị bắn chết ở bến phà vừa nói như giọt nước làm tràn ly, khiến bà càng lo sợ hơn bội phần. Là phụ nữ quê mùa, tay yếu chân mềm với một nách ba con nhỏ, thử hỏi trong tình cảnh ấy ai lại không hãi hùng khiếp đảm.

Và bắt đầu từ hôm đó, cứ xế chiều là bà vội vàng kê kích bàn ghế, soong nồi... chống chắn bên trong cửa sau, khóa trái cửa trước rồi ẵm bồng dắt díu ba đứa nhỏ qua bên kia sông tản cư lánh nạn. Nào có xa xôi gì đó, cũng chỉ là khoảng rộng của con sông chừng trăm rưởi thước, nhưng ở đó còn có cha mẹ chồng và nhiều người thân, tạo cho bà sự vững tin và an tâm hơn. Hóa ra cô đơn cũng là nỗi sợ hãi lớn lao của con người. Bởi với tầm đó hay xa hơn nữa súng đạn có từ ai bao giờ… Và không lâu sau cứ đêm đêm, khi bờ bên kia khua vang tiếng trống mõ, thì bờ bên này theo chỉ thị của nhà đương cuộc - thực chất là theo lệnh của nhà tình báo thời đại Phạm Ngọc Thảo - những người dân phố cũng "đáp trả" bằng đủ thứ âm thanh từ thùng thiếc, bàn ghế… bằng bất cứ thứ gì miễn có phát ra tiếng kêu là được. Không khí Thị xã bỗng trở nên khác thường, còn hơn cả khi đang vào những cuộc hội hè đình đám. Chỉ có người lớn là không giấu được vẻ âu lo, chớ bọn nhóc như nó lại coi đó là thời khắc vui mừng khó tả. Thời khắc ấy đi theo người ta suốt cả cuộc đời.

Thật ra, một mình má tôi không dám tự quyết việc ra đi hay ở lại. Sau cả buổi chiều bàn thảo với ông Chín - Người gần như là lão bộc của gia đình tôi - má tôi mới đi đến quyết định gởi lại nhà cho ông dòm ngó, để bắt đầu cuộc sống tản cư, chiều nay đi sáng mai về. Con dắt mấy đứa nhỏ đi đi, cứ để nhà đây cậu coi chừng cho, chớ thời buổi bây giờ… thật khó nói. Nhà ông bà Chín ở phía sau nhà tôi, cách ngang chỉ một con mương rộng. Nhưng với tôi lúc đó nó xa lắm, bởi muốn qua nhà ông chơi phải có má dẫn đi vàđánh một vòng xa với hai ba cây cầu dừa. Mảnh vườn dừa một mẫu tây này khi xưa nữa là ruộng. Chính tay ông Chín và ông Bảy anh ruột của ông đã lên bờ thành vườn cho cố tôi. Ông bà Chín không con cái và cũng chẳng có đất đai gì cả. Bên căn nhà dừa nhỏ nhắn ấy, hàng ngày bà nhặt nhạnh chút ít củi đuốc từ các nhà vườn tốt bụng xung quanh cùng hoa lợi phụ ông bà tôi cho phép thu hoạch và độ nhật chủ yếu bằng nghề chèo đò ngang của ông tại bến Cái Cối.

Và cũng từ sau Tết Canh Tý năm đó, khi ngôi nhà của ba má tôi dỡ bán đi rồi, thì khu vườn này được ông bà chính thức cai quản cho đến ngày thống nhất đất nước. Tôi nhớ vào thời đó, thỉnh thoảng bà Chín mang tiền bán dừa qua cho nội tôi, góp tiền hụi của má và cho anh em tôi ít trái cam, trái ổi… Hơn nửa thế kỷ trước, phần nhiều những người làm chủ hụi lại là những người nghèo khó chớ không như bây giờ. Những cô bác khá giả hơn, vì thương người tính tình chân chất, làm ăn hiền hậu thật thà nên tham gia huê hụi chỉ với mục đích giúp đỡ họ hơn là để mưu lợi.

Mười lăm mùa xuân sau Tết Canh Tý ấy tôi mới trở về sống lại ở mảnh vườn này, dù thời gian chỉ chừng hai tháng ngắn ngủi - Để rồi sau đó tôi lại xuôi về phía Nam một lần nữa. Nhưng lần này xa hơn, tận quê ngoại dưới Thạnh Phú để đi dạy học. Ông bà Chín khi đó đã già yếu lắm rồi,và cũng không lâu sau, ông rồi đến bà lần lượt qua đời trong lặng lẽ cô đơn. Còn nhớ vào những ngày nghỉ dạy, có dịp vềnhà tôi cũng qua thăm ông bà. Nhưng thật đáng tiếc, bởi đó chỉ thuần là những lần thăm viếng hỏi han về tình trạng sức khỏe chung chung. Trong khi tôi lại… vô tâm, nhiệt tình hưởng ứng lời mời dùng cơm của ông bà! Đã là thằng thanh niên hơn hai mươi tuổi rồi chớ đâu còn nhỏ nhít gì nữa. Giữa thời buổi lúa cao gạo kém, lác đác có một số gia đình đã bắt đầu ăn độn. Được đi đây đi đó thấy nhiều, hơn ai hết tôi phải thừa hiểu giá trị của những bữa cơm chớ. Nhưng không hiểu sao lúc đó tôikhờ khạo dữ vậy!

Trong những ngày dài giãn cách xã hội do đại dịch Corona, nằm treo võng toòng teng sau vườn nhà, ngoài "người bạn" là cái smartphone các con vừa mới tặng trước đó chưa bao lâu, tôi lan man ngẫm ngợi đủ điều… Không ít lần tôi ngó qua bờ vườn phía bên kia, chỗ nền nhà cũ của ông bà Chín, mà nay nó đã thuộc vềchủ khác. Và cũng không ít lần tôi tự vấn bản thân, thấy mình hết sức có lỗi vì đã ăn ở quá bạc bẽo với ông bà. Đành là giữa lúc xung quanh mình ai ai cũng đầy cơ cực khó nghèo, nhưng với lương tháng năm mươi hai đồng bạc lúc bấy giờ, việc biểu tặng ông bà hai ba đồng hoặc ít gạo muối hoàn toàn nằm trong khả năng của tôi. Vậy mà tôi đã sống quá ích kỷ, chỉ nhăm nhăm nhìn vào cảnh nhà mình. Còn nhớ trước hôm tôi về thăm nhà ít ngày, mấy đứa em đòi ăn cháo vịt nhưng má tôi không cho, bởi đó là con vịt duy nhất, bà nói phải đợi đủ mặt các con mới làm thịt để đứa nào cũng được ăn.

Sau ngày Ba mươi tháng Tư năm một chín bảy lăm, đời sống của đa số thị dân hết sức bấp bênh. Cảnh nhà tôi cũng vô cùng bi đát. Lương bệnh binh của ba tôi không còn, việc mua bán lặt vặt bánh kẹo và báo chí của gia đình gần bến xe khách cũng bất lợi nên không thể nào chịu đựng nổi gánh nặng với tám miệng ăn, nên đứa em gái buộc phải nghỉ học sớm để hàng ngày gánh thêm gánh khoai lang nấu ra chợ bán. May mắn cho gia đình lúc bấy giờ là anh Hai tôi được Uỷ ban Quân quản lưu dụng, do anh làm trong ngành quân xa. Dù chỉ vậy thôi nhưng cả nhà cũng rất mừng rỡ. Biết gia cảnh mình không thuận hợp, nên sau giải phóng tôi cố bám lại Sài Gòn, những mong sẽ tự lập. Nhưng rồi mọi nỗ lực tung hoành của tôi cũng giống như dã tràng xe cát, chỉ đủ để tôi trụ lại được vỏn vẹn ba tháng. Học, không. Dạy, không… Cuối cùng tiền ăn cũng không có, và tôi cũng hết phương kế để xoay xở. Về thôi, dẫu biết về với gia đình bây giờ thật chẳng có gì đáng để hoan hỉ… Sau nhiều năm tản cư ở đậu, ở thuê, ngôi nhà ba má tôi mới được xây dựng lại trước giải phóng bốn năm- sau khi bị trọng pháo trong sân vận động tỉnhbắn hủy diệt hồi Xuân Mậu Thân - chưa hết mừng vui, đã miễn cưỡng đón tôi về sau những cánh cửa khép hờ buồn bã.

Nhưng thật bất ngờ, niềm vui lớn bỗng vụt đến với gia đình tôi khi ông bà Chín kêu trả lại mảnh vườn - mảnh vườn mà gần như cả đời ông bà gắn bó. Công lao hàng mấy chục năm dài của ông bà tan biến vào đâu, khi ông bà nói với ba má tôi rằng chỉ cần trả lại tiền ông mua hom giống, tiền công bồi mương, cuốc vồng khoai mì, khoai từ… hồi cuối năm là được rồi. Ôi, người nông dân chân chất thật thà với cái nhìn nhân sinh đơn giản, đạm bạc mà đầy nhân ái bao dung! Biết tìm đâu ra người như vậy giữa cuộc đời này. Vậy thì, sau đó cầm năm ba đồng bạc, một ít gạo mắm thơm thảo với ông bà, dù cuộc sống gia đình có cùng cực tới cỡ nào đi nữa tôi vẫn có thể biếu tặng cho ông bà được kia mà. Vậy mà thằng thanh niên như tôi lúc đó không hiểu sao lại hời hợt vô tâm!

Có lần hai ông cháu ngồi trò chuyện, cắc cớ ông chỉ vào cây cột cái nhà đã mục ruỗng rồi hỏi tôi, vậy chớ theo con giả như muốn thay cây cột đó con làm sao? Sau một hồi suy nghĩ tôi trình bày cách làm của mình. Một thoáng im lặng trôi qua ông gật gù khen, nói sau này dù con có làm gì đi nữa cũngkhông đến nỗi…Lời khen tặng của ông giữa buổi trưa buồn, chỉ có hai ông cháu cùng tiếng lá dừa nước khua xào xạc phía bờ rạch sau nhà. Hình như những gì đến với ta trong thinh lặng khiến ta dễ nhớ và lưu lại lâu dài hơn là giá trị của lời khen tiếng chê. Trước ngày trở lại trường tôi qua chào ông bà Chín. Ông chúc tôi đi mạnh giỏi, ráng mà lập thân. Nói rồi ông lấy đôi giày da vẫn còn mới đưa cho tôi. Thỉnh thoảng có đi đám ông mới xài, nhưng lâu nay ít xài lắm, ông cho con đem theo đi dạy học cho có với người ta… Bây giờ hồi nhớ về ông tới đâu nước mắt tôi chực rớt xuống tới đó. Tôi hiểu gia đình mình nợ ông nhiều lắm, và cũng may là lần đó tôi không nhận thêm món quà quí ông cho. Hơn nữa đem giày xuống xứ Thạnh Phong thời đó có khác gì đem hũ mắm vô phòng máy lạnh bây giờ. Bởi thầy cô giáo chỉ mặc cái áo sơ mi vạt bầu, mang đôi dép hơi cao chút thôi cũng đã phiền lụy lắm rồi; cả gan mang đôi giày ấy vô có khác nào đeo thêm cho nặng cổ cái tàn dư tiểu tư sản thành thị... Đâu ngu! Nhưng vấn đề có phải là như vậy không.

Với tôi, ông Chín có một điều không chính xác. Đó là thằng cháu mà ông cứ tưởng ngoan hiền dễ dạy, nhưng kỳ thực hoàn toàn không phải vậy. Rồi như ông thấy đó, chỉ sau hai niên khóa, thằng cháu của ông lại quay ngược trở về thớt vườn này như là tất yếu của một căn nghiệp! Và ngày nó về cũng là ngày ông vội bỏ nó đi xa…

Còn thêm một lần nữa, và có lẽ cũng là lần cuối cùng tôi quay về sống trên thửa vườn duyên nợ này… Sau khi cưới vợ ra riêng, tôi mua được căn nhà nhỏ ở hướng Bắc, nghe nói tưởng xa chớ thật ra chỉ cách chừng ba trăm mét, nhà nằm sát bờ Nam sông Bến Tre. Lần đó má tôi lộ rõ vẻ hài lòng. Có vậy chớ con, mày cứ đi hoài xuống miệt dưới không khá lên được đâu! Nhưng rồi tôi cũng không thể ở đó được trọn vẹn do chương trình giải tỏa để làm công viên tỉnh sau này. Loay hoay riết, cuối cùng tôi cũng trở về đúng nơi thửa vườn xưa. Và như đã nói có lẽ đây cũng là lần cuối cùng.

Bây giờ ngồi nơi đây, cũng Canh Tý, nhưng là Canh Tý của sáu mươi năm sau, sau ngày bà má đùm túm ba đứa con thơ bắt đầu cuộc sống tản cư. Thật bất ngờ làng quê ấy lại rơi vào tình trạng chẳng khác xưa là mấy. Đường phố lặng ngắt, không một bóng người, không âm thanh xe cộ dù đanggiữa lúc đáng ra nó phải sôi động đối với con người cho cuộc mưu sinh và vì nhiều lẽ khác nữa. Mười hai ngàn dân của xã bỗng nhiên biến mất, chẳng khác gì sự biến mất của hơn một ngàn người sau những phát súng của sáu mươi năm trước. Giữa trưa nắng chói chang, dừng xe trên đỉnh cầu Mỹ Hóa nhìn ra hướng vàm Hàm Luông hay ngược lại, ta thấy nước trong veo nhìn muốn thấu đáy và thăm thẳm một màu xanh của biển mặn không thể nhầm lẫn. Vâng, người Bến Tre chúng tôi năm nay còn chịu thêm một khổ nạn khác nữa rồi!

Giữa lòng Thành phố lại càng vắng hơn. Những dãy phố giờ như đang trong mô hình của một sa bàn được phóng lớn ra đang chờ ai đó cầm chiếc gậy chỉ vào để thuyết trình. Hình ảnh ấy khiến tôi liên tưởng đến những ngày khói lửa Xuân Mậu Thân. Vâng, nó cũng vắng tanh vắng ngắt như thế này. Có khác chăng là khi đó người dân tập trung vào những nơi thờ tự tôn nghiêm, chùa chiền, nhà thờ, thánh thất hoặc các trường học, bệnh viện.

Còn hôm nay nhà ai nấy ở. Và có khác chăng là năm xưa, đâu đó ở nơi này nơi kia vụt thấp thoáng vài ba gia đình với lỉnh kỉnh bòng bị chạy tìm đường tránh cuộc can qua, còn bây giờ lại là thùng bọng để kiếm chút nước ngọt về nấu ăn hay sang lắm là tắm táp cho con cháu nhỏ trong nhà. Trước cơn nguy khốn, hiểm nghèo mới thấy hết khả năng chịu đựng và ứng phó của người dân Việt. Nhìn cảnh đìu hiu hoang lạnh ngay trong lòng thành phố khiến tôi không khỏi nghĩ tới bầy gà che nhỏ xíu nhưng cực kỳ tinh khôn mình đang nuôi. Trước một tai họa đang chực chờ giáng xuống, chỉ sau tràng ré lên báo động của gà mẹ, trong tích tắc đàn con có đến hàng chục con vụt biến mất dưới thảm lá khô. Biến mất hút, im thin thít như trước đó chúng chưa hề tồn tại! Là người Việt Nam, là người Bến Tre tôi tự hào về dân tộc mình mỗi khi chẳng đặng đừng buộc phải chong mặt trước những thế lực đen tối nào đó. Trưa hôm qua, đang nằm võng liu thiu bỗng cái smartphone "ping" lên một phát… Té ra là thằng Quang con cô Bảy tôi nhắn về hỏi thăm tình hình bên nhà. Nó nói thấy cảnh người ta bên đó chết sợ quá đi, lại còn thêm cái nạn bị quấy nhiễu do một số người kỳ thị dân Châu Á, rồi là họ biểu tình tố cáo nhà cầm quyền vi phạm quyền tự do đi lại của họ, này khác đủ điều…

Chạy xe trên đường, thấy vài anh em đang rảo quanh làm nhiệm vụ nhắc nhở kiểm tra tôi khẽ cúi chào. Chào với những người tôi tin chắc mình chưa từng quen biết. Các anh vẫy tay chào lại, và hình như các anh còn chào với cả cái gen-di-truyền-xã-hội mà chỉ riêng người Bến Tre mới có. Gần gũi thân ái là vậy, nhưng nếu bị gọi vào kiểm tra chớ có cao giọng ta đây thế này thế khác. Toàn con cháu cụ Đồ, cụ Phan, họ không ngán đâu mà chỉ nể trọng những gì thực sự đáng cho họ nể trọng. Cái thùng nhựa ba chục lít sau xe với vài cái nhỏ hơn lủng lẳng phía trước cùng sự đe dọa bởi con Coronavirus hay cái bòng vải của người dân chưa quá năm ký lô, từng bị bủa vây bởi súng đạn năm xưa đã thay cho tất cả các loại giấy thông hành! Tôi đi giữa lòng Thành phố trong sự vắng lặng khác thường.

Giữa hai niên hiệu Canh Tý có niên hiệu Mậu Thân! Giữa hai mùa Xuân Canh Tý có mùa xuân mang tên Mậu Thân. Xuân Mậu Thân!

Hai tiếng ấy của thời đoạn ấy ảnh hưởng tuổi hoa niên và ám ảnh tôi khôn nguôi. Sau Tết Mậu Thân ba năm ba má tôi mới dành dụm được chút tiền để xây lại nhà ở. Còn nhớ, sáng mùng ba Tết Mậu Thân, từ chỗ lánh nạn ở khu Mỹ Hòa Chay cả nhà tôi chứng kiến những khẩu đại bác 105 ly trong sân vận động tỉnh hạ nòng san bằng mặt tường phía Đông. Nhà của gia đình tôi nằm trong tầm pháo đó!

Má tôi khóc. Thấy má khóc tôi cũng khóc theo chớ ở cái tuổi vừa quá mười hai tôi không sao hình dung được thảm cảnh nhà cửa tan hoang, cơ nghiệp khánh tận là như thế nào. Tôi chỉ thấy sợ khi thấy pháo bắn và nổ quá lớn ngay xóm nhà mình ở. Tới mùng bảy trở về, trước đống hoang tàn của cả xóm tôi mừng rơn khi thấy con gà mái bà ngoại cho hôm trước vẫn còn kia. Nó cũng vô tư như tôi, đang bươi quào kiếm trùng dế gì đó. Trừ bòng bị mang theo hôm tản cư, con gà mái ấy là tài sản duy nhất của gia đình tôi còn sót lại.

Cả nhà tôi lại phải ở đậu nhà cô dượng hai. Tính cả bà nội, năm người con của cô dượng và gia đình tôi nữa, ngôi nhà ở chợ chỉ hơn bốn mươi mét vuông phải dung chứa cả thảy mười bốn con người.

Sau khi tự tay mình đóng sập cánh cửa sư phạm, tôi lại quay về. Tất nhiên lại là ngôi nhà trên mảnh vườn ở phía Nam Thị xã! Má tôi lặng thinh không nói, nhưng tôi biết bà buồn lắm. Ba tôi chỉ an ủi bà đúng một câu, thôi con nó cũng lớn rồi cứ để tự nó. Có lẽ trước những bất trắc của con cái dường như chỉ bà mẹ mới thấu cảm và sớm nhận ra trọn vẹn. Trời ơi, con mình từ nhỏ tới giờ chỉ biếtsách vở học hành, đây rồi mai mốt làm gì để sống hở con. Làm gì… làm gì? Thật tình tôi hoàn toàn không có chút dự định rồi đây mình sẽ làm gì. Nhưng tôi biết chắc chắn một điều là dù muốn làm gì đi nữa trước hết mình phải học. Và tôi đã học, đã làm việc. Tôi đã sống và tôi đang sống.

Đời người chắc không ai tránh khỏi việc quấy quá, làm phiền lòng cha mẹ, nếu không muốn nói có khi lại còn hơn thế nữa. Với tôi, còn thêm một lần nữalàm cho má tôi buồn, đó là lần tôi chuẩn bị lập gia đình. Khi nghe con dâu tương lai nhà đâu tận dưới miệt Bến Tranh, Cái Mít gì đó bà nén tiếng thở dài ngao ngán. Hình như thăm sâu trong tâm tưởng, bà chưa bao giờ dám tin vào sự phồn vinh sẽ nở hoa ở vùng đất phương Nam, miền quê xưa khó nghèo của mình. Dù lúc ấy không bộc lộ ra, nhưng sau này cứ hễ nghe tôi có dự định làm ăn gì đó ở miệt dưới là má tôi lại than thở, sao con cứ nhè cái hướng Nam mà xuống hoài vậy con… Có phải vì không nghe lời má mà mình mãi lận đận, hay bởi cái số nó đã vậy rồi? Nào ai biết. "Nào ai tỉnh nào ai say. Chí ta ta biết lòng ta hay"…

Trai trẻ gì nữa, sáu mươi lăm rồi… Đồng lứa, đồng khoa bao nhiêu người tài nghệ giỏi giang giờ đang rộn ràng xe pháo chớ đâu như mình. Ngay trong ngày đầu giãn cách xã hội, công ty bảo hiểm nơi tôi làm việc phát đi thông báo, kể từ ngày mai nhân viên không được đến văn phòng mà phải làm việc trực tuyến trên mạng máy tính. Lại máy tính, máy tính! Lại công nghệ, công nghệ! Sau nhiều lần cự tuyệt với các con khi chúng ngỏ ý sắm cho cái điện thoại thông minh, nhưng rồi ba tháng trước tôi không thể nào thoái thác được nữa khi chúng gần như nhét thẳng cái Samsung Galaxy A20s vào túi nên đành chịu phép.

Với ba, chừng này phương tiện đã đủ làm việc, đừng mua sắm thêm chi cho tốn kém. Trước đó, nhiều lần tôi nói với chúng như vậy, khi đứa đòi mua xe mới, đứa đòi sắm điện thoại. Nhưng trước các diễn biến quá đột ngột quả không còn cách nào khác. Dù không thích, đã cố tránh né nhưng cuối cùng mình cũng có thoát được cái lưới công nghệ của thời đại đang bủa vây đâu! Hậu sinh khả úy, tuổi trẻ mới đáng sợ. Lời dạy của ông bà xưa thật khó sai. Thôi, chống cự gì chống cự, tiết kiệm gì tiết kiệm, chớ tình cảnh này phải xếp giáp qui hàng thôi, nếu không muốn bị đào thải, nếu không muốn bị nghỉ việc. Nói là làm, tôi a lô cho người quen bên viễn thông VNPT để khẩn cấp vô mạng Wifi. Từ đầu bên kia thằng cháu tôi cười khùng khục, nay cậu chịu phép rồi hả cậu… Trong tiếng cười của nó tôi còn mường tượng hình ảnh hai đứa cháu hôm nào che miệng thì thầm, ổng cực đoan lắm, chê những thứ mình bày cho bất quá cũng chỉ thuộc về hình nhi hạ! Còn thượng hạ gì đây nữa trời, giờ không vô lấy gì tải các ứng dụng số hóa CMI, Cisco Webex Mettings, M Office, M Sales… theo yêu cầu của công ty để làm việc với người ta?! Sau hơn một tiếng đồng hồ kéo dây, lắp đặt… anh công nhân vào đến những thao tác cuối cùng. Chú chọn mật khẩu của nhà mình là gì đây chú? Không chút đắn đo, tôi phán ngay cachlyxahoi, chữ ly y dài nhe anh…

Tiễn anh công nhân ra cổng, tôi nói lời cảm ơn và thật lòng mời, có dịp công tác bên này ghé nhà chơi. Những ngày gần đây tâm lý tôi mâu thuẫn lạ lùng. Vừa không muốn lại vừa mong cho có ai đó ghé nhà. Có người ghé mừng lắm và cũng… lo sợ lắm! Như anh bạn đồng nghiệp ở An Giang hay thằng em dưới Thạnh Phú Đông mới tới chơi cách nay mấy ngày… Ôi, như một thiên sứ hủy diệt của tự nhiên, tuy chỉ là loài vi-rút siêu nhỏ nhưng đang giữ cho mình cái quyền nghiêng thiên hạ. Cái "con" quái quỉ - thực ra chỉ là một sinh vật nhân sơ cực kỳ bé mọn, chưa đáng để được gọi là con - có tên Coronavirus! Bên cạnh khả năng buộc biến dạng, đảo lộn các thang giá trị về kinh tế; làm chênh vênh, méo mó nhiều hệ hình chính trị và định chế xã hội to tát, nó vẫn không quên nhắn nhe về Cái Cối vài lời hăm dọa khiến bao người yếu bóng vía như tôi không khỏi xính vính! Đúng là đồ ôn dịch!

Vừa trở gót quay vô, bỗng có chiếc xe đạp trờ tới cùng tiếng kêu ông ngoại, ông ngoại… Thì ra là thằng cháu ngoại của tôi, nay học lớp mười. Từ sau Tết nghỉ học suốt cho đến giờ. Trời ơi, con đi đâu đây, thôi vô nhà đi con. Nó từ chối thật lòng, nói ba má dặn về ngay không được phép la cà. Trời ơi, vô nhà ngoại chơi mà la cà gì con. Nghĩ vậy, nhưng rồi tôi cũng vội xoa đầu nó, thôi con về riết đi kẻo bị rầy.

Tôi đứng ở cổng rào, hết nhìn theo bóng thằng cháu ngoại đang xa dần lại cúi nhìn con cá lóc với trái bầu nó đem về cho xen lẫn nỗi vui buồn khó tả. Những mùa xuân viên mãn, no đủ hẳn người ta sẽ mau quên. Nhưng trước mùa xuân khốn khó, tin rằng nó sẽ mang đến cho con cháu mình điều gì đó vang dội tiếng yêu thương để mãi hằn sâu trong ký ức. Bởi hình như từ đâu đó trong mang mang thinh lặng lại hàm chứa tiếng gọi vô thanh vụt tỉnh thức tâm hồn khiến chúng dễ nên người hơn.

Một chục trứng vịt hôm trước hay con cá lóc cùng với trái bầu nhỏ hôm nay, sau vài ba ngày sẽ biến mất. Nhưng tôi tin hình ảnh của chúng và những gì nảy nở, hình thành trong tâm tưởng trên chặng đường đạp xe đi-về hơn bốn cây số để đến với ông bà ngoại, dù chỉ trong giây lát, sẽ đi theo cùng với nó trong suốt cả cuộc đời này.

Cái Cối, những ngày nới lỏng giãn cách xã hội.
Từ Phạm Hồng Hiên

BÙI THANH MINH
LÀM VỢ LÍNH

Khắc Giao thừa vừa đi qua. Ngoài con phố nhỏ, tiếng cười nói rộn ràng của mọi người đi chùa hái lộc đón xuân sang đang trên đường trở về xông nhà. Trên trời cao phía xa xa tận cuối sông Hồng một chiếc đèn trời chơi vơi, chập chờn đi về hướng cuối làn gió bấc.

Thao từ trên sân thượng thập thững xuống phòng. Gió xuân lành lạnh ướp không gian, thấm vào da tịt khiến Thao có cảm như ngoại vi làn da co lại. Các con đã lên giường. Giờ này năm ngoái khi còn mẹ, bọn chúng còn líu ríu chuyện trò, đấm bóp cho mẹ, có khi đến gần sáng mới ngủ. Nhìn lên ban thờ vợ, Thao thấy tuần hương cũng vừa hết, ngọn nến hình chấm than lắt lay lúc mờ lúc tỏ. Thao thay tuần hương vòng để giữ lửa cho đêm Giao thừa. Phía trong bát nhang, Mai ngồi đấy, mái tóc dày óng mượt ôm lấy khuôn mặt bầu bĩnh, đôi mắt hiền hậu âu yếm nhìn Thao. Nổi bật hơn tất cả là hàm răng trắng đều tăm tắp. Hàm răng mà ngày xưa khi mới quen nhau, nụ cười đẹp ấy khiến Thao mê mẩn đến nỗi lặn cả vào giấc mơ.

Không khí trong nhà lặng phắc, buồn tẻ khiến lòng Thao tê tái. Thao nằm xuống giường, xoay chiếc gối sao cho mắt anh vẫn nhìn được tấm hình của Mai trên ban thờ. Người đàn bà đầu gối tay ấp suốt bao năm trời; người đàn bà đã cùng anh gánh chung gánh nặng cuộc đời, sướng khổ buồn vui đều có nhau…

Thao thiêm thiếp. Từ trong tâm thức, anh thấy Mai đang bay trong gian phòng thân thuộc. Người anh rung nhè nhẹ, hình như mọi hình ảnh cuộc đời của anh và Mai đang tái hiện trong vỏ não của mình. Ngày ấy Thao chưa biết bộ răng thật của Mai đã rụng gần hết, thay vào đó là bộ răng giả.Nhiều năm sau này, vợ chồng bó bện bên nhau Mai vẫn cố dấu. Mãi gần đây, trước khi Mai sắp đi vào cõi vĩnh hằng, trong lúc chăm sóc vợ trên giường bệnh, Thao mới phát hiện ra Mai chỉ còn mấy chiếc răng thật.

Xa xa, âm thanh của một loạt pháo nổ dội về. Ai đó bên hàng xóm vút lên trời cao một loạt pháo cây, tiếng nổ lụp bụp xòe ra những bông hoa xanh đỏ như đóa hoa bung tan giữa trời làm cho sắc đêm của mùa xuân thêm lung linh huyền ảo. Một tàn hương trên bát nhang rụng xuống giống những bông pháo sau khi đã xé tan thân mình cho trời đất. Khí trời lành lạnh. Phố xá đã bắt đầu nhuốm màu vàng của ánh điện đường vắng lặng.

Câu chuyện hàm răng giả mà Thao vô tâm không biết đến gần nửa đời vợ chồng, có lẽ chỉ có gia đình vợ lính mới có.

*

Tết năm ấy Thao từ mặt trận Campuchia trở về vào đúng 27 tháng Chạp. Hai đứa con nhỏ hốt hoảng chạy vào bếp, thằng nhỏ chạy vào nhà hoảng sợ, thằng lớn níu lấy cánh tay mẹ líu ríu:

- Mẹ! Cái ông gì…

Con mực không sủa nổi một tiếng, chỉ gừ, rồi cụp đuôi chạy biến ra vườn.

Mai buông con dao đang làm bếp nhìn ra. Trời! Một hình nhân, vai khoác ba lô mọc giữa nhà. Đầu trọc lốc lồi lõm, da mặt vàng bủng như con giun chết ngâm nước, đôi môi đen sì như hai miếng tiết luộc, đôi mắt trắng dã. Tự dưng gân cốt Mai như bị đứt, cơ thể thõng thượt, ngừng chuyển động, chỉ có dòng nước mắt thì tuôn chảy. Hình nhân cười mếu máo:

- Mẹ, con không nhận ra bố nữa à?

Thì ra, cách đây gần một năm Thao cùng một chiến sỹ công an nước bạn hoạt động ngoại tuyến gần biên giới Thái Lan. Ở một cái phum hẻo lánh bên dãy núi Pai Lin, Thao bị sốt rét ác tính. Cơn sốt ập đến khiến toàn thân Thao run lên bần bật, hai hàm răng nghiến kêu ken két. Người bạn phải lấy chiếc thìa nhôm găm vào miệng để Thao không cắn phải lưỡi. Bao nhiêu chăn, chiếu chất lên người mà cái rét vẫn từ bên trong cơ thể ngấm ra khiến Thao nhức đến cả từng khớp xương. Thuốc không có, các phương tiện cấp cứu cho người sốt rét ác tính cũng không. Mọi người bất lực ngồi chờ thần chết đến.

Ông trưởng phum cởi trần, quấn chiếc khăn croma quanh bụng, áp tai vào ngực Thao nghe một lúc rồi ngẩng lên nói:

- Công an Việt Nam nó chết rồi, lấy xe bò đưa nó lên huyện đi, để họ cho nó về nước, cho cái hồn về với cha mẹ anh em nó.

Họ khiêng anh đặt vào trong chiếc xe trâu, phủ rơm lên, đề phòng qua rừng gặp địch. Nửa đường thấy một trận địa chốt của quân tình nguyện, dừng lại nghỉ.Mấy anh bộ đội ra xe, bới rơm coi xem cái xác của anh như thế nào? Họ thấy ngón tay anh cử động… và thế là mọi phương pháp cấp cứu của quân y trận địa được áp dụng. Thao được cứu sống và đưa về bệnh viện thành phố.

Trận sốt ấy làm tóc Thao rụng hết, lá lách bị sa, hình như máu anh không còn hồng cầu, nên khi trích máu làm xét nghiệm trông đen xì như máu đỉa. Thao chẳng còn gì, ngoài cái xác trông như hình nhân mang về cho vợ con. Thao lấy ra hai gói kẹo dừa mua ở Huế cứng và dẻo đưa cho hai con và một mảnh vải phíp đen tặng vợ. Mai cầm tấm vải nói:

- Anh về được với mẹ con em là quí nhất đời rồi.

Tết năm ấy là Tết đầu tiên từ ngày họ lấy nhau Thao được ăn Tết ở nhà, nên không khí gia đình tưng bừng suốt ba ngày Tết. Thằng lớn cứ ôm cổ bố bi bô hát. Thằng bé lấy chiếc kẹo dừa hỏi bố:

- Cái này bác sỹ cho bố để nhổ răng ạ? Sao răng bố vẫn còn nhiều thế?

Thao bảo:

- Mút mới được lâu con ạ, chớ có nhai gẫy răng đấy.

Ngày mồng Một, cả nhà dắt díu nhau đi chúc Tết nội, ngoại và bà con xóm làng. Thằng nhỏ ngồi trên cổ bố cười nói bi bô. Thằng lớn vừa đi vừa bắt bướm, rồi lại hát véo von có vẻ tự hào với bạn bè. Mai thì tươi như bông hoa mới nở.

Ngày mồng hai, Thao mời ông bà nội về nhà làm cơm đón cái tết đầu tiên anh được ăn tết cùng vợ con, cũng là để mừng anh sống sót trở về. Ngày hôm đó giống như ngày Thao và Mai làm đám cưới.

Chưa bao giờ Mai mong ngày là ngày tháng 5, mà đêm là đêm tháng 10 đến thế. Cả nhà tận dụng đến từng phút để sống trọn vẹn bên nhau. Mới mồng ba tết, thằng lớn trèo lên cây táo trước sân nhìn ra đường thấy người ta đi lại nhộn nhịp, thì thở dài than thở:

- Không biết bao giờ đến Tết… bố lại về…

Mồng bốn Tết gió heo may ở về. Thân thể Thao tỏa hơi ấm trong chiếc chăn bông phủ lên Mai, thì thầm:

- Anh sốt rét nặng, cơ thể teo tóp hết, chả còn gì, nên không cần phải tránh thai đâu em ạ.

Mai nghĩ cũng phải, người từ cõi chết trở về… hơn nữa Thao chẳng nói thì Mai cũng thả hết cho anh… vợ lính bao nhiêu đêm gần chồng là bấy nhiêu đêm tân hôn… Chả mấy nữa Thao lại sang nước bạn hoạt động ngoại tuyến… cầu trời đêm nay không phải là đêm cuối cùng của vợ chồng.

Ra xuân Thao lại khoác ba lô ra chiến trường. Không đủ tiền mua vé tàu, Mai mang bán mảnh vải phíp Thao tặng bù thêm tiền cho anh đi đường. Tựa vào vai chồng, Mai hỏi:

- Bao giờ anh về với mẹ con em?

Thao tư lự:

- Nước bạn mới giải phóng, lực lượng ngoại tuyến bạn còn non yếu lắm. Chờ cho bạn đủ sức thì bọn anh sẽ rút về nước.

Thao nắm tay Mai dặn:

- Chắc là không. Nhưng nhỡ có thai thì giải quyết em nhé. Một mình em nuôi hai con còn nhỏ là quá sức rồi.

Mai nhìn vào đôi mắt ươn ướt của chồng cười gượng:

- Anh yên tâm… không có đâu.

Thao đi rồi, Mai vào giường vục mặt chan nước mắt xuống chiếc gối mềm. Mai cũng không biết rằng mình còn hay mất. Một nửa thân thể Mai lại bay vào khói lửa chiến tranh. Cái còn lại chỉ là hình bóng, là chờ đợi, nhưng là sự chờ đợi mỏng manh. Chả có ai đi vào hòn tên mũi đạn mà lại chắc trăm phần trăm trở về, thế hóa ra chiến tranh là trận giả? Chiến thắng thì có thể có, nhưng mỗi người trở về thì chắc gì, hơn nữa trận chiến của chồng Mai là đơn tuyến, ngay cả cái chết có khi cũng phải lặng lẽ.

Mùa xuân năm ấy trôi đi mệt mỏi. Hoa đào rụng đỏ vườn nhà, hoa xoan bắt đầu nở trắng ngõ. Chim chích chòe về làm tổ trên ngọn cau. Mai cứ vời vợi nhìn lên trời xanh phía sau cây cau hướng mặt trời lặn, ở đó chồng Mai đang đi, hướng ấy là chiến trường mù xa cách trở.

Một tháng qua đi, Mai chờ mãi chả thấy kinh nguyệt gì, chẳng lẽ… Nhưng rồi cái chẳng lẽ ấy lại là sự thật. Mai quyết định đến bệnh viện theo lời chồng dặn. Nhưng than ôi! Một giọt máu của chồng mất đi, thì cả một lít máu của Mai rời bỏ cơ thể. Mai bị băng huyết, đến mức không cầm nổi. Bệnh viện bất lực. Mai nằm trên giường mê đi, sau này bác sỹ bảo lúc đó Mai đã chết lâm sàng, chỉ chờ rút bình ô xy là đi… Anh chồng Mai bảo:

- Có lẽ phải điện cho thằng Thao nó về, may còn kịp.

Bố đẻ Mai can:

- Thôi anh ạ. Em nó không thể qua khỏi cũng là số phận của nó. Lúc này có thể chồng nó chưa sang tới đơn vị, có điện cũng không thể nhận được. Nếu nó sang đến nơi rồi, nhận được điện cũng không thể về, lại thêm rối trí. Tôi cũng là người lính ngoại tuyến tôi biết, tính mạng nguy hiểm lắm. Nhiều khi còn phụ thuộc vào hậu phương nữa… Mình cứ mồ yên mả đẹp, khi nào chồng nó hoàn thành nhiệm vụ trở về an toàn … lúc ấy hãy…

Lời nói của người cao tuổi phải lẽ đầy sức thuyết phục. Mai được đưa về nhà trước khi hồn lìa khỏi xác. Nhưng may thay, cũng như Thao, Mai không chết, khi tỉnh dậy thấy mọi người đứng xung quanh, hai đứa con thơ ôm lấy mẹ đầm đìa nước mắt. Chưa bao giờ Mai có cảm giác thương con quá như lúc này. Chỉ một chút nữa là hai đứa con bơ vơ, chỉ một chút nữa là con Mai khổ. Mai ôm lấy hai mái đầu thơ mà thổn thức không sao khóc nổi.

Mai được cứu sống. Rồi mái tóc dày hồi nào, những sợi tóc đen mượt mà cứ sơ cứng dần và thay nhau rời bỏ mái đầu. Mỗi lần chải tóc, hàng búi Mai guộn lại cài vào mái nhà, chỉ mấy tháng sau mái tóc rụng không còn một sợi. Rụng hết tóc lại đến răng. Lúc đầu chiếc răng hàm lung lay, Mai cứ nghĩ cũng như mọi khi rồi răng lại chắc. Ai ngờ một hôm đang ăn cơm, chiếc răng rời hẳn ra lẫn vào thức ăn. Một chiếc, rồi nhiều chiếc cứ lần lượt vĩnh biệt, cuối cùng chỉ còn năm chiếc răng hàm thủy chung với lợi.

Bố Mai bảo:

- Người còn là quí con ạ. Khỏe lên rồi tóc lại mọc. Khỏe lên rồi bố cho tiền trồng lại hàm răng đẹp hơn.

Phải mất gần một năm sau tóc Mai mới mọc đủ trở lại, còn hàm răng giả thì giống hệt hàm răng thật, chỉ khác là trắng hơn, đều hơn. Hai năm sau sức khỏe mới trở lại bình thường, Mai soi gương không còn nhận ra dấu vết của cái hạn chết người nữa, bụng bảo dạ nhất định phải giấu chồng cho đến chết.

Sau này vợ chồng gần nhau Mai rất cẩn thận, mỗi buổi tối trước khi đi ngủ cô vào nhà vệ sinh tháo ra rửa sạch rồi lại lắp vào. Mai hiểu đàn ông gần gũi với người đàn bà mà biết hai hàm răng giả có khi triệt tiêu hết nhiệt huyết.

Làm vợ lính khổ lắm, chém cũng mình, vác cũng mình. Con ốm ôm con khoác áo mưa mò mẫm đi bệnh viện. Con hư, dạy không được, ngồi khóc. Cứ đến Tết nhà người ta vợ chồng con cái ríu rít tấp nập. Chồng vôi ve nhà cửa, vợ chợ búa chuẩn bị cỗ bàn, con cái quấn quýt bên nhau. Còn nhà Mai thui thủi ba mẹ con. Đêm nằm còi cõi một mình, hết ôm con rồi ôm gối. Nhiều đêm thèm chồng đến ứa nước mắt.

Đâu có dừng lại đó. Cái khổ nhất vẫn là nuôi dạy con cái. Mai không quên được, đứa con thứ hai bây giờ là thạc sỹ, cái thằng hồi nhỏ hư lắm. Chả mấy ngày là hàng xóm không đến bắt đền, nào là đánh bạn này, trêu ghẹo bạn kia, rồi lại còn trấn lột phấn của con người ta; vài tuần cô giáo lại đến phàn nàn vì cháu bỏ học, hoặc nghịch ngợm, trộm cắp. Mẹ dậy, mẹ phạt, rồi ông nội, bà nội răn đe đủ điều mà nó vẫn chứng nào tật ấy. Bất lực, Mai mới nghĩ ra một kế. Phải mất gần tháng trời Mai bí mật tập chèo thuyền để thực hiện một âm mưu.

Hôm ấy mùa thu, trời mát hơi se se lạnh. Cây soan đầu ngõ rụng hết lá, trơ ra những cành màu tím, cây bàng lá đỏ ối, thi thoảng một chiếc lá liệng xuống lúng liếng, ngoài đồng lúa bắt đầu chín, chim chèo bẻo về đỗ đen trên ngọn tre.

Sáng sớm Mai nấu xôi, thịt gà rồi gọi các con dậy cho chúng ăn. Cơm nước no nê xong Mai bảo:

- Các con mặc quần áo vào đi theo mẹ.

Khóa cửa, khóa cổng, ba mẹ con lếch thếch đi ra hồ. Chiếc hồ ngoài đồng nội rộng thênh thang, sâu thăm thẳm. Mặt nước màu xanh trong vắt, lăn tăn từng gợn sóng. Một chiếc thuyền con có mái chèo đã được Mai neo bên bờ. Tới nơi, Mai bảo các con:

- Xuống thuyền đi các con.

Thằng lớn theo mẹ xuống, còn thằng bé đứng trên bờ chần chừ. Mãi khi thằng anh giục, thằng em mới thận trọng bước xuống.

Chiếc thuyền chòng chành rồi rẽ nước lướt ra giữa hồ. Mai gác mái chèo, ngồi xuống, mặt lạnh tanh:

- Các con nghe mẹ nói đây. Bố các con đi chiến đấu, giao cho mẹ ở nhà nuôi dạy các con khôn lớn. Anh Thi thì không sao, nhưng em Long thì mẹ không dạy nổi. Đi học không nghe lời thày cô giáo, lại hay bỏ học, đánh bạn, lêu lổng chơi bời… ông bà, các cô các bác và mẹ dạy mãi mà em Long vẫn chứng nào tật nấy. Sau này bố về mẹ không còn mặt mũi nào nhìn bố nữa. Lúc đầu mẹ định chỉ mình mẹ chết thôi, nhưng như thế thì ai nuôi các con? Tính mãi, thôi thà vậy, cả ba mẹ con mình đều chết. Hôm nay mẹ cho các con ăn xôi thịt gà no đủ rồi, thắp hương cáo lỗi với tổ tiên rồi. Bây giờ mẹ sẽ đánh đắm thuyền để ba mẹ con mình cùng chết.

Thằng anh khóc òa lên, chắp tay xin mẹ đừng lật thuyền, thằng em lỳ chưa từng thấy, vẫn ngồi im nhìn xuống nước. Thấy thế thằng anh quát:

- Long! Chắp tay xin lỗi mẹ đi!

Cu cậu vẫn lầm lỳ, ì ra không nói. Mai chắp tay ngửa mặt lên trời than:

- Anh ơi! Anh tha lỗi cho em. Anh đi xa, ở nhà em không dạy nổi con, để con hư hỏng. Em không còn mặt mũi nào để nhìn anh nữa. Hôm nay ba mẹ con em đành phải chết thôi. Sau này trở về, anh nhớ hôm nay là ngày giỗ của ba mẹ con em nhé.

Nghe mẹ khấn xong, thằng anh càng khóc to:

- Con xin mẹ! Mẹ để cho anh em chúng con sống. Con sợ chết lắm mẹ ơi. Con hứa với mẹ sẽ bảo em Long hết hư mẹ ơi…

Chừng như nghe anh than khóc, cu cậu cũng thấy mủi lòng, lại được anh giục quyết liệt, nên cu cậu mới nói lý nhí:

- Con hứa… từ nay con không hư nữa…

Thằng anh:

- Mẹ ơi! Em Long hứa rồi. Mẹ đừng đánh đắm thuyền nữa mẹ ơi!

Mai dừng tay gỡ mái chèo, ngồi thừ nhìn xuống dòng nước. Một cơn gió lạnh thổi tới đưa theo hơi nước làm Mai nổi da gà. Dưới hồ bỗng có tiếng quẫy, rồi một con cá lớn phóng vút làm cho mặt nước sẻ làm hai. Cảm giác rùng rợn mang lại. Mai nói:

- Nếu Long đã hứa thì mẹ thôi không đánh đắm thuyền nữa.

Chiều đó Mai làm cơm cỗ thắp hương, rồi mời ông bà nội sang. Bắt Long đứng trước ban thờ tiên tổ hứa.

Sau này, lấy được cái bằng thạc sỹ rồi, mỗi lần Long về quê hay trêu mẹ:

- Mẹ tài thật, cứ như thật ấy.

Mai cười nói với con:

- Nếu bố mày không đi xa thì đâu đến thế.

Năm 1989, quân tình nguyện Việt Nam rút hết về nước. Nhưng chồng Mai cũng như một số anh em hoạt động ngoại tuyến vẫn chưa thể về được. Mãi hai năm sau, khi con lớn 12 tuổi Thao mới được về nước, rồi ra Hà Nội công tác. Cả nhà Mai chuyển về ngoại thành. Nếu tính từ ngày lấy nhau, đến lúc đó là 14 năm thì chỉ có 37 ngày, cộng thêm hai đêm Thao tranh thủ tạt qua nhà nữa là Mai được ở bên chồng. Cảm giác từng đêm ấy Mai còn nhớ như in, không thiếu một chi tiết.

Vợ chồng con cái hạnh phúc chưa được bao năm, thì Mai bị đột quỵ. Hôm ấy cũng lại là đêm Giao thừa. Các con đã lớn, chúng đi công tác xa nhà cả, Thao phải đi làm nhiệm vụ đặc biệt từ hôm 29 Tết, một mình Mai ở nhà đón Giao thừa. Giao thừa bây giờ không còn ai đốt pháo nữa. Hà Nội có bắn pháo hoa, nhưng chỉ mấy khu trung tâm nội thành. Mai leo lên sân thượng thử xem có nhìn thấy pháo hoa không. Khu trung tâm chỉ hồng rực lên bởi điện sáng. Nhìn sang những nhà bên, ai cũng một mâm cúng thiên địa, có hai vợ chồng cùng quì xuống khấn vái. Xa xa phía sông Hồng, có một chấm sáng, đó là chiếc đèn trời ai thả đang lang thang côi cút dạt về phương Nam. Tự nhiên Mai có cảm giác thân phận trôi dạt của đời người. Giờ này có lẽ Thao đang hoạt động ở nơi hẻm phố nào, hay đang vi vút truy bắt tội phạm trên đường xa... Ngậm ngùi liên tưởng thân phận người đàn bà vợ lính gần như thui thủi một mình suốt một đời. Một cơn gió bắc lạnh táp vào mặt làm Mai dùng mình, hình như động mạch ngoại vi bị co thắt. Mai kéo chiếc khăn che kín đôi tai, định leo xuống trở vào nhà thì chiếc điện thoại trong túi bỗng reo lên. Có lẽ Thao đã hoàn thành nhiệm vụ, gọi điện về chúc Tết? Đưa chiếc điện thoại áp vào tai, Mai nói:

- A lô...

Tiếng một người đàn bà rất vội vàng hấp tấp:

- Nó tai nạn chết rồi! Đến đây ngay!

Chiếc điện thoại văng ra tách khỏi vỏ. Mai cảm thấy hình như có gì vỡ toang trong đầu. Mai vật ngã trên sân thượng.

Mãi gần hai tiếng sau Thao mới hoàn thành nhiệm vụ trở về đưa Mai đi cấp cứu. Nhưng vì để quá lâu, nên máu trong não chảy ra nhiều. Mai không chết nhưng không hồi phục được nữa, phải chịu nằm liệt tại chỗ. Nhà neo người, Thao phải xin nghỉ hưu sớm để chăm sóc vợ.

Sau này bằng nghiệp vụ của mình, Thao điều tra từ số điện thoại gọi đến, hóa ra là một người đàn bà hấp tấp vô tâm, bấm nhầm những ba số, và cũng đều không hỏi trước khi thông báo tin chết người ấy.

Ngày ngày thấy Thao tắm rửa, thay quần áo, súc từng thìa cơm bón cho mình mà Mai thương chồng quá. Cả một đời lăn lộn ở chiến trường, đến khi về gần vợ con thì chả có Tết nào được đón Giao thừa ở nhà, về già lại làm ô sin phục vụ vợ. Thao làm việc cực nhọc để chăm sóc Mai mà không một lời kêu than, nét mặt vẫn bình thản, đôi lúc còn hài hước cốt để cho vợ khỏi mủi lòng, nhưng Mai thì không thể cầm lòng được.

Hai mùa xuân trôi đi trong cảnh nhà như cái bệnh viện. Tuy đầy đủ con cái vợ chồng, nhưng không khí gia đình nếu có vui thì cũng vui thì vui gượng kẻo mà. Có những đêm Giao thừa Thao bế Mai lên sân thượng để ngắm thành phố trong giờ phút chuyển giao cho vợ đỡ buồn, nhưng nào đỡ buồn được, khi mà nhìn Thao mỗi ngày một khọm đi vì tất bật vất vả chuyện bếp núc, chợ búa, chăm sóc lo lắng cho vợ.

Ăn Tết năm ấy xong, thì 3 chiếc trong 5 chiếc răng còn lại của Mai bỗng chào vĩnh biệt, buộc hai hàm răng giả rời ra. Mai nhớ mãi hình ảnh hôm ấy Thao phát hiện Mai chỉ còn mấy chiếc răng thật. Cầm hai hàm răng giả mà tay Thao cứ run run… và câu chuyện Mai phá thai, rồi băng huyết ngày trước được Thao khám phá. Thao không nói một lời, trong lòng anh hối hận vì sự vô tâm vô tính của mình. Cũng từ đó, đến bữa Thao cặm cụi nghiền thức ăn để bón cho vợ.

Năm thứ năm, sau một trận cấp cứu nữa thì sức khỏe Mai suy sụp hẳn, cơ thể teo tóp, chân tay gần như không cử động nổi, nằm dán xuống giường như chiếc lá. Ngay cả nói cũng chỉ phát ra âm thanh yếu ớt.

Một hôm Thao đi chợ mua đồ ăn, ở nhà không hiểu sao một chiếc răng của Mai rụng ra rơi vào cổ họng. Mai không làm sao đẩy nó ra được. Mai cố hết sức dùng lưỡi chặn lại không để trôi vào họng, nhưng chiếc lưỡi dường như cũng không đủ sức. Mai khạc, nhưng luồng hơi từ trong phát ra quá yếu không thể khạc nổi. Mai chụm môi, đảo đáy lưỡi, mọi cử động chỉ làm Mai thêm kiệt sức. Chiếc răng mỗi lúc nhích dần trôi vào thực quản. Mai đã nghĩ đến cái chết.

Đi chợ về, Thao nhìn thấy miệng Mai đùn một đống bọt trắng, hốt hoảng chạy đến nâng đầu vợ rồi lau chùi và móc miệng. Móc mãi, cuối cùng cũng tìm được thủ phạm đó là chiếc răng. Thao ngồi thừ, tóa hết mồ hôi như chính bản thân anh vừa thoát nạn. Từ đó, Thao không bao giờ đi khỏi nhà quá 15 phút.

Mai nằm dán trên chiếc giường chờ đến ngày từ giã cõi đời, chia ly chồng và con. Mấy năm đầu khi mới nằm tại chỗ Mai còn nghĩ ngợi nhiều điều, bây giờ thì Mai không thiết nghĩ điều gì nữa, giống như người đang nằm trong cái ranh giới giữa âm và dương, mọi chuyển động, tiếng nói của người thân trong nhà chỉ loáng thoáng. Tuy vậy nếu trong nhà không có bóng người thì Mai có cảm giác sợ. Biết được tâm lý của vợ, hàng ngày Thao dành một thời gian nhất định, lúc buổi sáng, khi buổi chiều ngồi bên giường rì rầm kể lại những câu chuyện quá khứ hạnh phúc của vợ chồng cho Mai nghe. Những lúc đó Mai có cảm giác ấm áp, rồi dần dần những lời kể của Thao cũng giống như mọi âm thanh trong nhà, ý nghĩa của câu chuyện không còn mấy tác động vào trí não Mai nữa.

Sau 5 năm nằm liệt giường, cũng vào một mùa xuân, sau Tết Mai từ giã chồng và con. Trước khi Mai trút hơi thở cuối cùng, Thao lấy hai hàm răng giả lắp vào miệng vợ, rồi nằm ôm, tiễn Mai đi vào cõi vĩnh hằng cho đến những giây phút cuối cùng.

*

Trời đã sáng. Tiết của ngày mồng Một đầu xuân tinh khiết tràn ngập phố phường. Cây hoa Hải Đường trên sân thượng trổ những búp lá màu nâu tím, nõn nà rung rinh đón những sợi sương sớm của ngày đầu xuân mới. Thao đang lụi cụi tưới cho những cây hoa xuân. Những cây hoa mà mấy năm qua, thường sáng mồng Một Tết, Thao bế Mai lên sân thượng, thoát xa một chút bụi trần, để Mai tịnh thân ngắm những bông hoa đẹp. Có lẽ mấy hôm nữa Thao sẽ mang cây hoa Hải Đường này ra trồng trên ngôi mộ của Mai, ngôi mộ của người vợ lính.

Bùi Thanh Minh

TIỂU LỤC THẦN PHONG

LÃO BANG, ĐÁM YÊU QUÁI VÀ CHUYỆN TÌNH CỔ TÍCH

1.

Nhà lão trên nền đất cao, nằm trong một khu vườn khá rộng chừng năm sào. Trông ra bốn bề đều được trồng các loại cây theo mùa vụ, phù hợp với thời tiết và thổ nhưỡng. Thường thì cây bắp chiếm đến ba mùa, mùa đông trồng khoai lang, loại rau ngắn ngày trồng chỉ để lấy lá luộc ăn chứ không lấy củ. Lụt có vào hái phần lá đem bán, bỏ phần thân cũng không tiếc. Xung quanh gần nhà, các loại cây ăn trái như ổi, mận, xoài… Nhờ *nhất nước, nhì phân, tam cần, tứ giống* mà cây cối sum sê, trĩu quả. Trên đường vào nhà, lão còn đào một cái ao thả cá, nên vừa đến ngõ đã nghe tiếng quẫy con chép, con tràu…

Những lúc nông nhàn, khi mùa nước lụt ào ạt chảy về, lão lo thu hoạch xong ao cá, rồi vác cào đi cào lạch từ trên nguồn đổ xuống, để vợ mang đi chợ bán, mua thức ăn, rượu và "mồi" nhắm. Vợ chồng lão không sinh con. Chẳng biết do ai! Lão sống bình dị như bao nông dân trong làng, chỉ phải cái tội rượu vào là lời ra, chiều chiều chửi nói bâng quơ, hàng xóm nghe quen, coi đó là chuyện bình thường. Lúc nào không nghe thấy tiếng lão, hàng xóm cảm thấy thiêu thiếu một cái chi đó. Có người dựa vào khi trời trở sáng, lão ho lên mấy tiếng là đến giờ thức dậy sớm để nấu cơm nước mang ra đồng. Khi đó họ cũng đoán được là lão đã rời khỏi nhà. Có những lúc ốm đau nằm xẹp dí ở trong nhà tiếng lão ho sù sụ từng cơn...

Thường thường chẳng biết lão chửi vợ không chịu đẻ thằng cu, cái hĩm để vui cửa, vui nhà hay đám trẻ ranh nào đó thèm của chua lẻn vào vườn, vặt sạch các quả chin chín chưa kịp hái, bắt trộm con gà hay cắm thỏ bắt đi mấy con cá lớn, mà mới hôm qua khi cho chúng ăn, lão còn nhìn thấy. Xung quanh nhà lão là xóm đầy con nít. Nhà nào cũng dăm ba đứa là ít, chúng lấy vườn nhà lão làm mục tiêu quấy phá. Chực hờ lựa lúc lão đi vắng thì nhanh chân nhảy rào vào bứt quả cà chua chín, trái ổi, trái mận… Chẳng biết chúng làm thế nào mà con Vàng nhà lão chẳng một tiếng sủa. Nghe đâu xóm con nít yêu quái đó đã cho con Vàng ăn bả chúng nó từ khi mới lọt lòng mẹ. Lúc con ị… các bà mẹ kêu: "Ơi! Vàng ơi!, Ơi! Vàng ơi!...", con Vàng có mặt ngay. Bọn trẻ bị ghẻ lở, con Vàng lại làm thầy lang… Lớn lên, chúng hay chơi với con Vàng, khi khúc xương đã gặm, lúc miếng bánh thừa, nên con Vàng cứ như là bạn thân, quấn quít lấy chúng.

Một dạo anh em nhà thằng Hải, thằng Lượm, lựa lúc vợ chồng lão đi vắng, đứa trèo lên cây mận, đứa núp dưới canh chừng. Bất thần, lão vạch ngõ sau đi về, thằng Lượm hoảng quá bỏ chạy một mạch. Lão lấy cây roi tre to tướng giấu đằng sau đít, đi tới cây mận lúc nào thằng Hải chẳng hay. Lão nhỏ nhẹ: "Xuống đi con! Bác cho con đó... Từ từ xuống nghe, từ từ...". Thằng nhóc thở phào nhẹ nhõm, từ từ tụt xuống, vừa đến gốc, lão phang cái roi tre liên hồi vào đít. Hắn đau quá thét lên to tướng, bỏ lại cả bọc trái cây, tuôn chạy như bị ma đuổi. Từ phía bên kia hàng rào dâm bụt, tiếng mẹ nó chõ miệng sang: "Thằng Hải, thằng Lượm đâu rồi? Tổ cha tụi bây đi phá xóm, chọc người ta chửi phải không?". Khi biết chuyện, cha mẹ hắn còn cám ơn lão. Nghe đâu từ đó về sau, hắn từ bỏ "lũ yêu quái" mà lo chuyện học hành.

Lão có cuộc sống sung túc hơn những gia đình đông con xung quanh. Nhiều lúc cao hứng, lão bốc phét: "Con là nợ, vợ là oan gia, cửa nhà là tội báo. Sống như ta, sướng như tiên!" để phản pháo mụ Béo bán thịt gần nhà ác miệng, độc mồm: "Cây độc không trái, gái độc không con!", khi con mụ đi bẻ mía trộm nhà lão, bị lão quết roi vào đít chạy về nhà méc mụ. Nhưng càng về sau, những gia đình chung quanh nhà lão, đám trẻ ranh cũng đã lớn lên, chúng nó trở thành những lao động chính để giúp đỡ gia đình. Vợ chồng nhà lão bây giờ sức đã yếu, cái chi cũng tự làm. Một bận lão mang hũ xuống ao lấy nước lên dùng, đến nửa chừng lão trượt chân ngã lăn cù xuống ao. Vợ lão chỉ còn biết la làng, lũ ranh con quanh xóm được một phen mừng rơn. Chúng í ới gọi nhau đến coi "ông tiên tắm!". Riêng thằng Hái, dạo rày đã là một thanh niên vạm vỡ, nó lao nhanh xuống ao bồng lão lên, đem vào nhà xoa dầu cù là cho đến khi lão tỉnh mới về nhà.

2.

Sau đó mấy năm vợ lão bị bệnh rồi mất, lão buồn thiu thỉu thấy rõ. Bây chừ, lão chỉ biết bầu bạn cùng rượu, nhưng chẳng còn chửi bới ai. Lão sống thui thủi một mình. Hằng đêm, lúc trời không mưa gió, dẫu đã khuya lắm rồi, những người hàng xóm vẫn còn nghe tiếng bước chân, với đôi guốc mộc to bè, lạo xạo trong vườn nhà và tiếng ho khàn khàn, không lẫn vào đâu được. Có lẽ lão đang nghĩ ngợi về thân phận một đời người. Rồi lão cũng có ngày phải theo vợ thôi! Bất chợt, khi nghe tiếng phèng la một nơi nào đó trong làng, báo hiệu người nhà ai "quy tiên", lão bươn bả đến ngay. Sau khi gia chủ coi ngày giờ tẩn liệm là nhờ lão giúp cho, mà cũng chẳng biết, trong lúc tang gia bối rối, có nhờ lão giúp hay lão tự nhận cái công việc quan trọng ấy, chỉ biết lão làm việc nhiệt tình và chu đáo.

Từ đó về sau, trong làng nhà ai có đám ma là có mặt lão. Có lúc trong làng có hai, ba đám, lão cũng chẳng nề hà. Tiếng lành đồn xa, nhà nào rồi cũng có chuyện hậu sự của một đời người, được lão giúp đỡ đến nơi đến chốn, nên mọi người đều quý lão, quan tâm đến lão lúc trái gió trở trời. Khi giúp đỡ cho gia đình họ, lão chỉ nhận chai rượu gạo mang về lai rai, mặc cho gia chủ nài nỉ lão nhận cho vài ba chục đồng. Rứa mà không tránh được con mắt của đám trẻ ranh, chúng nó chõ mắt vào trong chỗ tẩn liệm người chết, rồi ra ngoài kháo nhau: "Tau thấy lão uống vào thì nhiều, còn phun ra chỉ có tí tẹo!"

Lão phải làm tất cả mọi chuyện cho cuộc sống. Họ hàng nhà lão thấy chuyện, đưa đứa cháu gái, con của một người em chú bác trong họ, nhà nghèo, đến ở với lão để giúp đỡ chuyện chợ búa, cơm nước, một phần nữa là bớt miệng ăn trong nhà chú em. Con Xuân, từ một đứa bé đen đủi, gầy còm vì thiếu ăn, thiếu mặc, khi đến ở nhà lão được dăm năm, trở thành cô thôn nữ mượt mà sắc xuân, được học hành tử tế. Bây giờ, lão không lo lũ trẻ ranh như ngày xưa đến ăn trộm nữa, mà đám trai làng cứ ngấp nghé quanh nhà.

Thằng Hái nay đã thi đậu vào đại học, hắn học ở một trường trên thành phố rồi ở trọ trên đó, thỉnh thoảng về nhà tạt qua thăm lão.

Chẳng hiểu hắn thương lão vì nhờ trận đòn năm xưa mà nên người, vì lão già yếu lại cô đơn, hay vì con Xuân đã thành một thiếu nữ dậy thì mơn mởn, gương mặt thanh tú, nụ cười tươi như hoa nở hút hồn hắn. Lần nào về thăm nhà, hắn cũng đến thăm, lão mừng đến ứa nước mắt, nhắc lại chuyện cũ chắc cũng để thanh minh. Hắn xua tay, bảo bây giờ nhận thức của hắn đã khác xưa rồi, hắn thương và mang ơn lão. Lão rất cảm động. Lão chỉ cho phép thằng Hái được đến nhà chơi, nói chuyện với lão và con Xuân, đứa nào khác bén mảng, lão bảo con Xuân đi tránh không tiếp. Đám "yêu quái" còn lại ức lắm. Tuy nhiên thằng Hái trước đây là đồng bọn, đẹp trai, lại học giỏi nữa, nên bọn chúng cho là phải, không tranh chấp làm gì.

Một buổi tối mùa hè, khi ánh trăng chiếu vành vạnh xuống cầu ao, những cơn gió nồm từ rừng dừa nước thổi đến mát rượi, thằng Hái rủ con Xuân ra hàng dừa gáo cạnh bờ ao tình tự dưới tán lá. Trong không gian yên ắng, tiếng chuyện trò rì rầm và nhịp thở gấp gáp của đôi trai gái yêu nhau, hòa vào tiếng kêu của nhiều loài côn trùng đang trong mùa động tình. Thỉnh thoảng chen vào là tiếng quẫy con chép, con tràu, ếch, nhái, ễnh ương... Ánh trăng mười sáu tròn vành vạnh, treo tòn teng trên ngọn dừa. Từ dưới đất nhìn lên, cứ tưởng buồng dừa thêm một quả đặc biệt, tỏa ánh sáng màu trắng sữa mênh mang...

Sau một hồi quấn riết nhau, thằng Hái lục tìm cúc áo trên của con Xuân, hắn mở ra từng chiếc một... Trên khuôn ngực trắng như trứng gà bóc, cặp vú căng phồng như hai trái dưa của cô thôn nữ đang lộ thiên. Ánh trăng thòm thèm ghé lại đậu trên ngực trinh nữ, hai cái vú phập phồng hấp thụ ánh sáng màu trắng sữa và lan tỏa. Hắn mơn man, miên man... vầng trăng không ở trên trời! Mùi thơm da thịt quyện chặt trong mùi hương bồ kết, tỏa ra từ mái tóc con Xuân, làm cho thằng Hái có cái cảm giác đê mê không thể tả thành lời.

Lần đầu tiên trong đời hắn nhận biết, khi được ngụp lặn trên cơ thể người con gái. Khi thằng Hái di chuyển vào một vùng kín, con Xuân giật bắn người, thót mông lên, hai tay bấu chặt vào hai vai hắn, hai chân nhảy cẫng lên, nấc thành những tiếng rên phát ra khỏi cổ họng... Hái cảm nhận đầy đủ cái cảm giác của sự kích thích tột cùng, khi làm cho người yêu sung sướng ngất ngây. Chỉ riêng với vị giác và khứu giác, đã cho hắn ngẩn người với mùi hương ngào ngạt nguyên trinh đầy bí ẩn. Bởi nó ẩn chứa sự giao thoa, hòa quyện đầy mê hoặc giữa vị mặn mà, từ tuyến mồ hôi và tuyến nước bọt, giữa hương sắc và đam mê, giữa hiện thực và hư ảo… Bàn tay dịu dàng sờ soạng, như con ong hút nhụy, con bướm vờn cánh hoa mùa xuân đang rạng rỡ, đánh thức khứu giác mạnh mẽ và lưu giữ lâu dài vị sôcôla ngọt ngào, yêu thích và đầy hương vị lãng mạn tình yêu!

Con Xuân cũng đắm đuối với tình yêu đầu đời, hai mắt nhắm nghiền, ngửa mặt lên nhìn trời, rướn dài cái cổ, tận hưởng niềm khoái lạc mà thần ái tình ban tặng. Lần đầu tiên con Xuân cảm nhận được sự sung sướng đến lạ kỳ, mê say, những bí mật tình yêu đã được khám phá mà không thể diễn tả thành lời. Càng về khuya, hơi sương phủ càng dày, hai đứa vẫn bịn rịn không rời nhau.

Cứ như vậy, hai đứa cứ lãng đãng mùa thu với niềm hạnh phúc tột cùng…

Chợt có tiếng ho sù sụ từ trong nhà vang ra.

Lão Bang không ngủ được.

Thằng Hái không muốn dừng cuộc mây mưa, nhưng không thể nào kéo dài thời gian được nữa, đành tạm biệt người yêu trước một chuyến đi thực tập dài ngày. Hắn kề miệng vào tai con Xuân như để lại một lời thề: "Anh mà không yêu em được, anh chết mất!". Con Xuân đáp lại: "Em mà không yêu được anh, em cũng chết!". Từ bụi rậm gần đó, vang lên những tiếng hét, kéo theo những tràng cười khanh khách. Tiếng chân nhiều người chạy thình thịch bỏ lại đằng sau: "Á đù! Bọn tao mà ị... không ra, hai đứa bay cũng chết!". Đám "yêu quái" đã rủ nhau phục sẵn từ lâu. Chúng chứng kiến từ màn đầu đến cảnh cuối, buổi ái ân mặn nồng giữa thằng Hái và con Xuân, cho đến lúc cao trào "bữa tiệc trăng"! Những trai làng vạm vỡ, một nắng hai sương căng đầy nhựa sống, cuồn cuộn những ước ao cháy bỏng, sự quyến rũ về tình yêu đôi lứa của những gã đàn ông đang khát yêu…

Trái tim chúng tê dại khi chứng kiến cảnh ái ân nồng nàn và nóng bỏng mà không khỏi thèm thuồng. Chúng nó băng nhanh ra bến sông quê, rồi ùm xuống nước, làm náo động cả một vùng trời sông nước hồi lâu, rồi bơi qua cồn dưa ở giữa dòng, leo lên chòi rớ cá, thằng cu Lì đã hạ lưới xuống đáy nước từ mới tờ mờ tối rồi cất rớ lên. Mẻ lưới đầy nhóc những con đối, con hanh, con dìa… Chúng nó lựa những con ngon nhất, lấy những cây bói khô trên cồn làm củi để nướng. Mùi cá tươi rói nướng lên thơm phức! Ước chi có thêm vài xị rượu gạo, bữa nhậu sẽ thêm phần hấp dẫn. Nhưng chúng không chuẩn bị trước, nên đành bứt những trái dưa đã đến mùa hái, nhai ngấu nghiến, hưởng kết quả sau những tháng ngày vun trồng, để giải tỏa niềm ham muốn đang cháy khát trong lòng…

Khi tốt nghiệp đại học ra trường thằng Hái trình bày với lão về chuyện yêu thương của hắn với con Xuân và xin phép lão cho được cưới hỏi. Lão biết trước kết cục rồi sẽ như rứa, nhưng không ngờ sự việc lại diễn ra nhanh chóng. Lão bàng hoàng nghĩ, lão sẽ trở lại cái thời như khi vợ mất. Tay lão run run, miệng không nói thành lời, nét mặt nhợt nhạt… Thằng Hái vịn vào vai lão, tìm lời an ủi và hứa hẹn. Lão nén cảm xúc vào lòng, bình tâm trở lại.

Ở cái làng này, thời lão Bang, việc hôn nhân là do sắp đặt, "cha mẹ đặt đâu con ngồi đó!". Vợ là vơ vào chớ không bỏ ra, nên tình trạng đàn ông nhiều vợ là phổ biến. Có bà không đẻ được con, hoặc đẻ toàn con gái, không có con trai nối dõi tông đường nhà chồng, cũng phải đi cưới vợ hai, vợ ba… cho chồng. Mặc cho các bà cũng tức anh ách cái chuyện *Chém cha cái kiếp lấy chồng chung*. Có bà tính tình mạnh mẽ, giữ vai trò quyết định về kinh tế trong gia đình nói thẳng: "Già mà sòn sòn năm một, con trai hay con gái không quan trọng, quan trọng hắn có hiếu thảo hay không!", có bà điên tiết cuồng nộ lên, lôi chuyện phòng the ra quát: "Tôi không sợ mệt, không sợ mỏi, chỉ sợ ông mềm mà thôi!",… khi chồng đòi có vợ nhỏ.

Còn các ông nói xấu vợ cũng kín đáo, chiều chiều lại nhớ chiều chiều, làm lụng cực khổ mà bị vợ lột sạch, may đâu giấu được trong lai quần mấy chục, gọi nhau đàn đúm bên quán bờ sông, gọi là tổ hợp tác, các ông cũng tức cái… cửa miệng nên vừa rủa, vừa đố: "Con gì ăn lắm, nói nhiều; mau già, lâu chết, miệng kêu tiền tiền?". Nhưng tài tình nhất là chuyện nói lái rất đặc trưng "Quảng Nôm"! Ngay cái tên gọi của mình cũng "lái dỏm", Chín Đó nói với đồng bọn: Lươn nấu với rau dền mới ngon, kêu món "lươn dền" nghe!, Bốn Lù kêu món khác: Mực xào với ngò thơm ngon phải biết, kêu món "mực ngò!", Bảy Khá tuy nghèo rớt mùng tơi nhưng cũng nhảy vào: Dưa leo phải loại "leo đá", phải "thái dọc" ăn mới ngon!". Bảy Chà phang một câu: Thịt rừng nhưng phải loại "rừng nướng"… ăn mới đúng… khẩu vị Quảng Nôm". Bước vào cuộc nhậu, sau khi cụng ly đầu một trăm phần trăm, Trực Đâu nổi hứng đọc thơ: *Yêu em từ độ "méo trời"/ Khi nào "méo đất" mới rời em ra*, Tư tò tò đáp trả: *Ban ngày "lặt cỏ" tối "công phu"/ "Đậu ủ" lâu ngày hóa "đậu lu"/ Ngày ta "địa chủ", đêm "tu đạo"/ Đạo chi lạ rứa: "Đạo ù ù"*...

Cứ rứa, rượu đã cạn, mồi đã hết mà chuyện chưa xong.

Chuyện vợ chồng nhà lão là tiến bộ nhất. Ở cái làng này, từ tình yêu thời trẻ cho đến khi nên vợ nên chồng, có con có cái, rồi lên ông lên bà, tình cảm vợ chồng không lý thuyết dài dòng, cứ noi theo ông bà, cha mẹ, hiến dâng cho nhau, luôn luôn vì nhau, sống có trách nhiệm với gia đình, con cháu và dòng tộc, truyền lưu và phát triển giống nòi. Khó có thể tìm ra được một vụ ly thân, ly dị. Việc ly dị nhau được xem là điều mang tiếng xấu cho cả hai bên, nên chỉ có đi nơi khác mà tìm vợ, tìm chồng trở lại. Không như những trang tiểu thuyết diễm tình, rối rắm, mê cung như trận đồ bát quái về tình cảm: có thắt, có mở, có dở dang, có đoàn tụ... càng thắt mở nhiều, càng lâm ly bi đát càng hay.

Chuyện tình yêu của thằng Hái, con Xuân cũng như phần lớn chuyện tình yêu các đôi trai gái khác trong làng, bắt đầu từ tình làng, nghĩa xóm, từ thuở "bắt bướm cạnh cầu ao"… nên tính tình con người hồn hậu. Trong cuộc sống không ai gian dối nhau làm chi, nên cũng chẳng phải đề phòng nhau. Về kinh tế ai ai cũng sàn sàn như nhau. Mỗi gia đình một vuông vườn, một miếng ruộng. Sông, biển, đầm, đìa… là của chung, ai có sức, có vốn bỏ ra thì cứ khai thác, tài nguyên trời cho, nhưng không ai được chiếm hữu. Phần lớn ai cũng siêng năng cần mẫn, nên điều kiện không môn đăng hộ đối không có cơ hội phát triển. *Ai ơi đừng bỏ ruộng hoang/ Bao nhiêu tấc đất tấc vàng bấy nhiêu...* Ca dao, dân ca, hò, vè… cũng từ những sinh hoạt đời sống bình thường như rứa mà ra đời.

3.

Sau khi cưới hỏi con Xuân, thằng Hái về nhà lão ở rể, mặc cho lề thói nhà quê *Thà ở chuồng heo hơn theo quê vợ!*. Lão vui lắm, nhà có thêm một thanh niên trai tráng đi về, lão coi hắn như con ruột. Khi thằng Hái đi làm về, tối đến, người ta thấy lão và hắn nhậu lai rai trước cửa nhà. Sống chung với lão, hắn mới thấy trong con người lão, không như lão thể hiện bình thường bên ngoài: lý sự, ác ý, có chút hung dữ...

mà lại đầy tính hài hước, thích chuyện tiếu lâm, thích nói lái như đặc trưng những lão nông, trẻ rông trong làng, tìm niềm vui để khuây khỏa sau công việc nặng nhọc. Chẳng hạn, khi con Xuân làm gà để lão và hắn đánh chén, cầm đùi gà trên tay, lão lên tiếng: "Thịt gà, xôi nếp, đàn bà / Cả ba thứ đó đều là dùng tay!". Hay khi ăn món đuôi bò um, lão bảo: "Ăn cái đuôi đằng sau, bổ cái đuôi đằng trước!"...

Trong cuộc nhậu với hắn, lão say sưa nói về chữ nghĩa. Lão bỗ bã: "Ông bà mình, ngó như rứa mà độc đáo thật, cái chi mà động đậy được thì gọi bằng con, tỉ như con người, con cóc, con cu, con c.! Còn cái chi mà ở yên một chỗ, xẹp dí, có muốn nhích cũng chẳng chịu lên, thì gọi bằng cái, tỉ như là cái nhà, cái mả, cái lu, cái lờ, cái lon!". Thằng Hái liên tưởng nhiều chuyện, tức cười quá, hắn phá lên cười ngặt nghẽo, phun thức ăn ra tùm lum tà la. Còn lão tỉnh queo, nâng chén rượu gạo lên: "Nào, dô một trăm phần trăm!".

Lão ghiền và thuộc làu các làn điệu dân ca xứ Quảng Nam, nhưng lão cho là ít có điệu hò nào lại đàn đúm như điệu hò khoan. Cái tính cách mạnh mẽ, cương trực, hết sức chân chất, mộc mạc và giàu tình cảm của người dân xứ Quảng đã sản sinh ra điệu hò chan chứa ân tình. Khi hò trên sông nước, thường là hò chèo ghe mềm mại, sâu lắng như những chuyến đò ngang đi dọc đời người. Hò trên cạn thì có các điệu hò giã vôi, hò giã gạo, hò tát nước, hò giã đậu, hò đi cấy, hò xay lúa, hò khoan đối đáp thì có lúc trên cạn, có khi trên ghe…

Các nam thanh nữ tú trao tình, gửi ý cho nhau bằng lối hát tự do, trực tiếp đối đáp rất tài tình và độc đáo, phù hợp với cảnh vật và tình cảm con người. Cuối cùng là những câu hát chứa chan tình cảm, có khi kết thúc bằng những câu hát "xạo" một cách trào lộng. Lão nói, hò khoan chỉ là cái cớ, là cơ hội để trai gái dối cha, lừa mẹ, trốn nhà để gặp nhau gửi ý, trao tình nhưng cha mẹ cũng đã qua thời thanh xuân nên biết hết, chỉ làm lơ mà thôi, như kiểu đối: *"Đêm trường vắng tiếng đàn Kiều/ Trăm năm chén rượu nguyên tiêu còn nồng / Khoan, hố hợi hò khoan,…"* Hỏi: *"Gặp anh Ba đẫy (mới) hỏi anh Ba/ Lâu nay làm ăn khấm khá hay vẫn sát da như bọn mình. Khoan hố hợi hò khoan…".* Đáp: *"Thời buổi bây chừ công việc còn sớt sưa/ dư không dư, thiếu không thiếu vẫn đung đưa như cái con... cu già... Khoan hố hợi hò khoan…".*

Thằng Hái được một trận cười lăn lóc.

Giọng lão khàn khàn cất lên mần răng mà nghe hắn gần gũi, mộc mạc, chân phương như tiếng ru thấm đượm tình đất, tình người, chất chứa nghĩa tình mộc mạc chân quê. Có lần khi đã uống say mềm, đôi mắt lão đỏ hoe, muốn khóc. Thằng Hái cũng cảm động lây. Với tâm trạng hoài nhớ về một kỷ niệm sâu sắc thời hoa niên. Lão kể chuyện ngày xưa có một thằng nông dân cày thuê, cuốc mướn cho nhà một phú hộ. Sáng dẫn đàn bò ra ruộng thả trên triền đê, để nó tự đi kiếm cỏ mà ăn, rồi tiếp tục công việc đồng áng và một người con gái làm thuê, ở mướn cho một gia đình giàu có trong làng:

Khi chiều về, ánh hoàng hôn nhuộm tím cả một góc sông, hắn dẫn đàn bò về bến sông quê uống nước, trước khi dẫn về chuồng nhà chủ. Dưới con sông vắng vẻ, có một cô gái đang dầm mình tắm tiên. Hồi đó hoàn cảnh như cô, đâu có bộ quần áo khác để thay, nên đành cởi ra giặt xong vắt cạn nước, rồi phơi trên cây tra cạnh bờ. Thằng chăn bò là một thanh niên vạm vỡ, nhuộm màu sương gió, thấy rứa hứng chí, chui vào bụi lau nhìn trộm. Sau một hồi nhìn cô gái lặn ngụp, trồi lên, sụp xuống, thân thể trinh nguyên trắng nõn nà, khuôn mặt mặn mà, đúng là "cha mẹ cú đẻ con tiên!"… Lửa yêu trong lòng hắn cháy lên ngùn ngụt. Không chịu đựng nổi được nữa, hắn thò tay lấy bộ quần áo đang vắt trên cây tra. Bước ra khỏi bụi rậm…

Cô gái nhìn thấy giật nảy mình, mặt đỏ gay như gà đá uống rượu, khi biết mình gặp "yêu râu xanh!". Chẳng còn cách nào khác đối phó, cô đành đi ra phía sâu hơn để giấu mình, rồi hét: "Mi đưa bộ quần áo lại cho tau, rồi biến đi, không tau sẽ la làng!". Hắn cũng chẳng vừa, thách: "Á đù! Tau đang nắm bộ quần áo của mi, chừ chỉ mình tau thấy, mi la làng lên, tau bỏ chạy, còn cả làng chạy đến thấy hết à!". Cô gái suy đi, nghĩ lại, nghe cũng có lí, đang bế tắc, bằng giọng đe dọa, hắn bảo: "Á đù! Mi đi dô cạn một chút, cho tau nhìn bộ ngực chút thôi!".

Cô nghĩ, đường cùng rồi, thôi cho nó nhìn chút cũng chẳng sao. Cô đi vào bờ vài bước, cái ngực trồi lên, lộ cặp vú săn chắc, căng phồng, trắng bóc, đầy mê hoặc của cô thôn nữ, đang mời mọc tính tò mò mê gái của hắn. Không dừng lại ở đó. Hắn bảo: "Á đù! Mi đi dô chút nữa đi, tau sẽ trả lại bộ đồ, rồi cho thêm mi một con bò!". Cứ như rứa, mỗi bước đi vào bờ là cô được thêm một con bò. Cô ngẫm: "Đằng mô mình cũng chẳng mất chi hết mà được thay đổi cuộc đời…".

Tấm thân trinh trắng cô gái quê bây chừ đã lõa lồ trọn vẹn, trần truồng như nhộng trước mặt hắn. Rứa mà hắn vẫn giữ chặt lấy bộ quần áo và chưa chịu dừng lại ở đó. Hắn cởi cái quần đùi mốc thếch, loang lổ mồ hôi và bụi đất đóng lại thành từng lớp, rồi đưa cái của nợ cứng ngắc ra, đôi tai hắn đỏ bừng, cặp mắt hắn nhìn trân trân vào chỗ đó... Hắn phì phò: "Á đù! Mi cho tau đưa cái của nợ ni vô một chút, một chút thôi, một con bò nữa sẽ là của mi!". Đến nước này là hết chịu đựng nổi, cô gái đã nổi cơn tam bành, đưa nắm tay về phía trước, rồi hét tướng lên: "Á đù! Cái mả cha thằng mất dạy, rồi mày sẽ biết tay bà!".

Còn hắn tỉnh bơ, đưa hàm răng vàng chành ra cười hố hố: "Mi cứ đem ông cố nội tau ra chửi cũng được, miễn là mi cho cái của nợ của tau vô đó một chút thôi!". Suy nghĩ một chặp, điên tiết, cũng không tìm được cách chi thoát thân. Không khéo nó nắm tay mình lại rồi la làng lên, càng chết! Mà đâu phải có phép thuật để bay lên trời hay trốn xuống dưới đất? Mần răng đây, "Hỡi trời ơi, là trời!". Cuối cùng cô quyết định: "Thôi để hắn làm chi cho biết, một chút cũng không ăn thua chi!".

Hắn cứ thụt ra, thụt vào cái của nợ cứng ngắc của hắn. Chỉ một chút như đã hứa! Hai bàn tay cứng cáp và thô ráp, hắn tiếp xúc với phần da thịt mềm mại và nhạy cảm ngay dưới nách... Cô gái cảm thấy như bị khuất phục, bởi cái gì đó thật mạnh mẽ, thật diệu kỳ đang trào dâng trong lòng. Cứ như là một dòng điện, len lỏi, nung nóng một cách ấm áp, dần dần lan tỏa đến toàn thân thể cô. Hắn nhẹ nhàng vuốt tóc cô, nâng đầu lên, rồi hun lên môi, lên mắt. Cô nhắm mắt lại, lâng lâng với cái hun đầu tiên trong đời, quên đi mùi thuốc lá nặng phả vào mũi hôi rình! Hắn nhận biết được, toàn thân cô gái đã được kích thích đến tột cùng... Hắn ghì cô vào người, cảm nhận được hai đầu vú nhọn mềm, khi ngực cạ vào ngực. Trong khi hun, hai bàn tay hắn đã mạnh dạn bóp vú để thử xem phản ứng...

Hắn biết cô chỉ còn phản đối cho có lệ, nên ngay tức khắc, hắn bấu chặt lấy hai bầu vú nhào nặn, xoa bóp liên hồi. Hắn tận hưởng sự run rẩy trinh nữ lần đầu bị đàn ông xâm phạm thô bạo vào cơ thể. Làn da mát rượi, mềm mượt như nhung. Hai cái núm hồng tươi nổi lên trên hai bầu vú, tròn căng, hừng hực sức xuân thì con gái tuổi tròn trăng, khêu gợi, mời mọc hắn thêm. Lần xuống bên dưới, hai bàn tay thô nhám và cứng cáp của hắn phũ phàng nhào nặn, chà xát lên làn da non tơ, vuốt nhẹ những cọng cỏ mướt rượt, mềm mại như thảm nhung, đến nỗi cô phải bật ra những tiếng rên: "Ư ư ư…Ố ơ ơ…". Còn hắn: "Á đù, ngon thật!", rồi nhe hai hàm răng ghê tởm, thở ra cái mùi thuốc lá Cẩm Lệ hôi rình, cười khà khà đầy khoái chí!

Hắn cúi vục mặt xuống ngực cô, cả hàm râu dê xồm vào đó, hít lấy hít để mùi hương trinh nữ. Những sợi râu như kim châm, ngưa ngứa, tê tê, làm cô nhắm mắt đê mê… Lúc này, hai bầu vú đã dựng hẳn lên vì bị kích thích mạnh. Hắn le lưỡi liếm láp tới tấp khắp ngực cô, rồi đột nhiên ngoạm lấy hai đầu vú, nhẹ nhàng bú lấy, bú để. Người cô dẫy tê tê như bị điện giật. Cô nhón gót chân, ưỡn ngực lên như muốn dâng hiến tấm thân ngọc ngà thật trọn vẹn cho hắn. Hắn biết cô đã thấy sướng. Đàn bò chỉ còn một con. Lúc này hắn bỏ tiếng chửi thề, miệng hắn thì thầm vào tai cô: "Mi cho tau đẩy thêm dô một chút nữa, tất cả bầy bò sẽ là của mi. Tau sẽ dắt về nhà mi, rồi làm chuồng trại hẳn hoi. Mi sẽ đi cắt cỏ, chăn bò nhà mà sống với tau, khỏi phải làm thuê, ở mướn cái nhà lão Bá già mà dâm đãng nớ!".

Trời ơi, đất ơi! Đến nước này, thì cô chỉ còn một cách duy nhất là… buông! Ừ bừa cho xong. Rồi có ra mần răng hẵng hay! Hắn giữ đúng lời hứa. Hai phần ba cái của nợ cứng ngắc của hắn cứ thụt ra, thụt vào với tốc độ càng dồn dập hơn, mạnh bạo hơn, lại dai nhách nữa chớ… Đến nước này cô không còn làm chủ được xúc cảm. Cơn hứng tình tràn đầy bản năng giống cái, đầy mộng mơ và khát khao giống đực trỗi dậy trong người cô một cách kinh khủng! Toàn thân cô rung lên bần bật… Hai tay cô buông thõng, lúc trước thụ động, để hắn muốn làm chi thì làm, bây giờ lại chủ động, ôm vòng qua mông hắn, nhịp nhàng, buông lơi hay siết vào theo vòng tay hắn. Miệng cô cất lên những tiếng rên cuồng nhiệt, đờ đẫn, rồi thở dài, buông xuôi, chửi thẳng vào mặt hắn: "Á đù! Mả cha thằng chăn bò, mi đừng ác quá… Mi đẩy hết cái mả cha mi vô… Bà sẽ trả lại cho mi cả đàn bò… để mi về tế sống thằng cha mi!"…

Đó là khởi đầu cho một mối tình sau này. Không phải ông tơ, bà nguyệt se duyên kết tóc, nên vợ nên chồng, hay "cha mẹ đặt đâu con ngồi đó", mà chính là dòng sông này, bờ bến sông quê này, đã cuộn chặt hai con người với hai tâm hồn vào tận sâu thẳm, quay cuồng, cuốn trôi đi, mang theo những khát khao về tình yêu đôi lứa, không thể nào dứt ra được, cho đến khi đầu bạc răng long, dẫu qua bao nhiêu thăng trầm thế sự...

Thế mà, bà đã bỏ ông đi trước.

Buồn, không có nỗi buồn nào hơn!

Lão nhớ về vợ lão. Lão kể về mối tình của lão và vợ…

Từ khi ra trường, thằng Hái là kỹ sư ngành trắc địa. Dấu chân Hái và đồng nghiệp đã đi đến khắp mọi miền đất nước, từ cột cờ Lũng Cú, dạt xuống tận mũi Cà Mau, khi lên rừng, lúc xuống biển, đến các đảo xa… Hắn đo vẽ để xác định mốc giới đường biên, tìm hiểu về những chất đất, những khu rừng để cho ra những bản đồ quy hoạch chuyên ngành. Hắn nghiên cứu sự biến đổi của trái đất, đường nứt, hay vĩ mô hơn là sự "chạy" của các dãy núi, để có những kết quả phục vụ khoa học và đời sống. Những công trình lớn của đất nước, đều có sự góp mặt những kỹ sư trắc địa thực hành, đo đạc lập bản đồ quy hoạch. Hắn có dịp đi nhiều nơi, nhiều miền, biết thêm về văn hóa các vùng miền.

Thuở còn hoang sơ, con người đã coi quan hệ tính giao là một hoạt động tự nhiên. Trên trống đồng Ngọc Lũ có khắc hình các cặp nam nữ đang giao hợp với nhau. Ngay cả khi Phật giáo và Nho giáo phát triển mạnh ở nước ta, với các cấm kỵ khắt khe về quan hệ khác giới, thì một số nơi tại đồng bằng Bắc bộ vẫn duy trì tục lệ thờ sinh thực khí, những phiên chợ tình... Vào dịp lễ hội hàng năm, nam nữ trong làng được tự do quan hệ tình dục.

Đến khu đền tháp Mỹ Sơn, tỉnh Quảng Nam, sau này, là một di sản văn hóa thế giới. Nét độc đáo của Linga và Yoni, được xem là cội nguồn sáng tạo, không thể thiếu trong mỗi đền tháp Chămpa, Linga và Yoni - sinh thực khí của nam và nữ. Biểu tượng sự sinh tồn, sống động, thể hiện tín ngưỡng phồn thực người Chămpa từ rất xa xưa, là ước nguyện con người, nên họ phụng thờ để cầu mong vạn vật sinh sôi, nảy nở và truyền lưu mãi mãi. Hắn còn biết một số nơi, tình dục được khuyến khích vì được xem là hoạt động tự nhiên, cần thiết với hạnh phúc con người. Cha mẹ thường truyền dạy kinh nghiệm tình dục và tạo cơ hội cho thanh niên phát triển kỹ năng làm tình. Ngược lại có nơi tình dục bị phủ nhận, cho là điều tội lỗi, xấu xa, bị cấm đoán. Nhưng đã là một nhu cầu bản năng con người, xã hội càng phát triển, con người càng tìm cách vượt qua.

4.

Năm sau, một nhóc con ra đời, cả nhà tíu tít bên nó. Nhìn lão thấy trẻ ra. Những lúc con Xuân đi chợ, ở nhà lão cầm tao nôi ru kĩu kịt thằng cháu, hát những bài dân ca theo điệu bài chòi, bằng cái giọng khàn khàn, không lẫn vào đâu được: *Tiếc công bỏ mẩn cho cu/ Cu ăn, cu lớn, cu gù, cu bay/ Cu say mũ cả áo dài/ Cu chê nhà khó phụ hoài duyên em!...*Khi thằng bé đã lên năm, cũng là lúc Hái chuyển công tác đến một tỉnh xa, dăm ba tháng mới về thăm nhà một lần.

Lão miên man suy nghĩ...

Một bữa nhân thằng Hái tranh thủ chuyến công tác về thăm nhà, lão bảo con Xuân làm tiệc, mời chú em lão đến cùng dự. Khi vừa ăn xong, đến lúc cả nhà chuyển sang dùng trà và trò chuyện. Lão mang một tờ giấy đã viết sẵn ra, đề nghị mọi người yên lặng để cho lão đọc:"... Phần đất có cái nhà đang ở, chiếm diện tích một nửa thửa đất được giao cho chú em Nguyễn Văn Phải ở, làm nơi thờ tự ông bà. Phần còn lại, giao cho vợ chồng cháu Xuân toàn quyền sử dụng...".

Lão còn chu đáo hơn, khi viết thêm đôi dòng vào tờ giấy và nói luôn cho mọi người, "Để tạo điều kiện cho hai cháu ra riêng ổn định, trước mắt gia đình hai cháu Xuân, Hái được tạm ở cái nhà này trong ba năm, cố gắng tích cóp để khi làm nhà mới xong thì chuyển qua". Lão bảo, không thể để vợ chồng thằng Hái mỗi đứa một nơi chỉ vì lão. Lão đã từng sống thiếu vợ con, nên thấu hiểu nỗi khổ đó. Lão không muốn làm phiền con cháu nữa, quyết định vào viện dưỡng lão, sống những ngày còn lại cuối cuộc đời, để con cháu khỏi bận tâm. Thằng Hái, con Xuân luống cuống chẳng biết nói gì, tụi hắn quá sức cảm động, nước mắt đổ như mưa!

Có lẽ đã một đời chiêm nghiệm nhân tình thế thái, lão đã chọn cách buông bỏ. Thỉnh thoảng, vào những ngày lễ, ngày vía... lão vào chùa lễ Phật và đàm đạo với sư thầy trụ trì để tìm hiểu thêm về ý nghĩa của đạo Phật. Buông bỏ là một quan niệm mà con người khó rũ bỏ, bởi rất khó hiểu, nhưng nó không phải là một cái chi đó không thể. Khi lão tự nguyện tách mình khỏi tất cả mọi thứ vật chất trên đời, để trở nên yên bình hơn, khoan dung, thân thiện và thanh thản hơn. Lão muốn đến một nơi có thể hiểu tất cả mọi thứ mà không cần phải chịu đau khổ. Một trạng thái vượt ra ngoài ngôn từ, chỉ có thể dồn tâm trí cho việc tu tập.

Mấy năm sau lão mất tại viện dưỡng lão, được vợ chồng thằng Hái và họ hàng mang về nhà làm đám. Ngày đi chôn, trong đoàn người đưa tang đông đúc là thân nhân, họ hàng xa gần nhà lão, những người cùng làng, còn có "lũ yêu quái" ngày xưa, bây giờ đã là những người trưởng thành trong xã hội, đang làm ăn sinh sống nhiều nơi tề tựu về. Họ rất xúc động nhớ lại thời thơ ấu của mình cùng lão Bang, với bao kỷ niệm vui, buồn, hờn, giận và yêu thương. "Lũ yêu quái" và những ký ức làng Cẩm. Kể cho nhau nghe những kỷ niệm sâu thẳm trong lòng về làng Cẩm, về chuyện lão Bang. Một thời bên nhau với những trò chơi dân gian của lũ mục đồng trên gò mả làng. Cái thời *Tau đi đường ni có bông có hoa, mi đi đường nớ có ma đón đường!...*

Chuyện tình của thằng Hái, con Xuân và "bữa tiệc trăng" lũ yêu quái nhớ dai nhất. Lúc đó, có đứa nóng tính, định phá đám ngay từ đầu. Nhưng rồi bị những thằng khôn hơn, ranh ma hơn, bảo: "Để coi hai đứa hắn làm chi nữa cho biết!". Rứa là lũ yêu quái được xem toàn tập. Có những chuyện bây giờ mới dám kể, như chuyện cả bọn rủ nhau giả ma, nhát con Lan đẹp nhất làng trong một đêm tối, khi nó ngang qua lùm tre ông Ba Lòng. Nào ngờ nó bất tỉnh, sùi bọt mép, nằm sõng sượt trên đường. Cả bọn bí quá, cử thằng cu Lì đến nói dối để mời ông thầy Mật đi cấp cứu…

Ngày xưa khi gặp nhau lũ yêu quái cãi nhau ủm tỏi. Nay gặp lại, ai nấy đều có tuổi làm ông, làm cha, họ nói chuyện với nhau bằng những tình cảm lắng đọng mến yêu. Những kỷ niệm cứ ùa về dồn dập… Con đường từ nhà lão Bang đến nghĩa địa rất dài tưởng như ngắn lại. Họ hẹn nhau, sau khi chôn cất lão xong, buổi tối sẽ tụ tập lại ngay tại nhà lão ngày xưa. Kẻ xa, người gần, cùng uống với nhau một cuộc cho "đã đời ông địa!" và tiếp tục câu chuyện còn dang dở, đốt cháy cả một đêm dài bằng những kỷ niệm, tràn đầy ký ức tuổi thơ yêu và thương với cái làng quê dấu yêu.

Tiểu Lục Thần Phong

NHƯ KHÔNG

NHÀ THƠ NGUYỄN NHƯỢC PHÁP và bài thơ SƠN TINH THỦY TINH.

(Chân dung nhà thơ Nguyễn Nhược Pháp)

Nguyễn Nhược Pháp là một nhà thơ tài hoa yểu mệnh, ông qua đời khi mới 24 tuổi (1914 - 1938). Ông có bằng Tú Tài 2 (Pháp) và đang học Luật thì mất. Ông là con của học giả, văn hào Nguyễn Văn Vĩnh và bà Phan Thị Lựu, một cô gái người Lạng Sơn. Đây là một mối tình được dư luận chú ý nhiều vì thân phụ ông là một người cực kỳ giàu có, học thức và nổi tiếng. Nhà thơ Nguyễn Nhược Pháp là kết quả của mối tình rất đẹp và rất lãng mạn đó.

Vào năm 1913 ông Nguyễn Văn Vĩnh có một khách sạn tên là Trung Bắc ở nhà số 50 phố Hàng Trống, gần hồ Gươm - Hà Nội. Cô Lựu thường qua lại trọ ở khách sạn, nên quen biết ông Vĩnh. Rồi yêu vì sắc trọng vì tài trong một mối tình sét đánh, họ ăn ở với nhau không chính thức. Khách sạn Trung Bắc nằm trong khuôn viên rộng mấy nghìn mét vuông, mặt trước quay ra phố Hàng Trống, mặt sau ra phố Lý Quốc Sư. Cả hai mặt đều có cổng lớn, bên trong xung quanh có vườn, cây cối xanh tươi và cổ thụ. Giữa khuôn viên này là một biệt thự ba tầng, trang bị hiện đại để làm nhà ở.

Tại mảnh đất thơ mộng này, ngày 12-12-1914, Nguyễn Nhược Pháp ra đời, sau này tên tuổi ông được lưu lại trong cuốn "Thi nhân Việt Nam". Ông Vĩnh đi làm, đến trưa thì nghỉ lại khách sạn với người vợ hai, tối mới về phố Mã Mây với vợ cả và các con. Tưởng thế đã là yên ổn, nhưng duyên số của một người đa tài, đa tình như ông Vĩnh chưa dừng lại ở đó. Vừa tuổi lên 2 (năm 1916), Nguyễn Nhược Pháp đã mồ côi mẹ. Khi biết tin ông Vĩnh có thêm một người đàn bà khác - một cô đầm lai đẹp như thiên thần - bà Phan Thị Lựu đã tìm đến cái chết để giải thoát. Sau khi mẹ quyên sinh, Nguyễn Nhược Pháp được bà Đinh Thị Tính - vợ cả ông Vĩnh - đón về nuôi như con đẻ. Hai tuổi mồ côi mẹ, hưởng dương tròn hai giáp (24 năm), người con trai của học giả Nguyễn Văn Vĩnh là một người có những tài năng thiên bẩm đặc biệt. Nhà thơ Nguyễn Nhược Pháp là một chàng trai tuấn tú, đa tài mà tên tuổi gắn liền với các bài thơ nổi tiếng trong văn học sử Việt Nam. Trong tập "Thi nhân Việt Nam" có chọn thơ ông, như bài Chùa Hương (nhạc sĩ Trung Đức phổ nhạc) và bài thơ Sơn Tinh Thủy Tinh. Cả hai bài thơ này đều được in trong tập thơ "Ngày Xưa" xuất bản năm 1935 ở Hà Nội. Sau đó một năm, ông viết vở kịch "Người học vẽ". Trong bài viết này chỉ xin trích một bài thơ rất hay của ông, bài thơ Sơn Tinh Thủy Tinh và đôi lời nhận định về bài thơ này.

SƠN TINH THỦY TINH

Ngày xưa, khi rừng mây u ám
Sông núi còn vang um tiếng thần,
Con vua Hùng Vương thứ mười tám,
Mỵ Nương, xinh như tiên trên trần.

Tóc xanh viền má hây hây đỏ,
Miệng nàng hé thắm như san hô,
Tay ngà trắng nõn, hai chân nhỏ
Mê nàng, bao nhiêu người làm thơ.

Hùng Vương thường nhìn con yêu quá,
Chắp tay ngẩng lên trời tạ ân
Rồi cười bảo xứng ngôi phò mã,
Trừ có ai ngang vì thần nhân!

Hay đâu thần tiên đi lấy vợ
Sơn Tinh, Thuỷ Tinh lòng tơ vương,
Không quản rừng cao, sông cách trở,
Cùng đến Phong Châu xin Mỵ Nương.

Sơn Tinh có một mắt ở trán,
Thuỷ Tinh râu ria quăn xanh rì.
Một thần phi bạch hổ trên cạn,
Một thần cưỡi lưng rồng uy nghi.

Hai thần bên cửa thành thi lễ,
Hùng Vương âu yếm nhìn con yêu
Nhưng có một nàng mà hai rể,
Vua cho rằng thế cũng hơi nhiều!

Thuỷ Tinh khoe thần có phép lạ,
Dứt lời, tay hất chòm râu xanh,
Bắt quyết hò mây to nước cả,
Giậm chân rung khắp làng gần quanh.

Ào ào mưa đổ xuống như thác,
Cây xiêu, cầu gẫy, nước hò reo,
Lăn, cuốn, gầm, lay, tung sóng bạc,
Bò, lợn, và cột nhà trôi theo.

Mỵ Nương ôm Hùng Vương kinh hãi.
Sơn Tinh cười, xin nàng đừng lo,
Vung tay niệm chú núi từng dải
Nhà lớn, đồi con lổm ngổm bò

Chạy mưa. Vua tùy con kén chọn.
Mỵ Nương khép nép như cành hoa:
"Con đây phận đào tơ bé mọn,
Nhân duyên cúi để quyền mẹ cha!"

Vua nghĩ lâu hơn bàn việc nước,
Rồi bảo mai lửa hồng nhuốm sương,
Lễ vật thần nào mang đến trước,
Vui lòng vua gả nàng Mỵ Nương.

II

Bình minh má ửng đào phơn phớt,
Ngọc đỏ rung trên đầu lá xanh.
Ngọn liễu chim vàng ca thánh thót,
Ngự giá Hùng Vương lên mặt thành.

Mỵ Nương bên lầu son tựa cửa,
Rèm ngọc lơ thơ phủ áo hồng.
Cánh nhạn long lanh vờn ánh lửa,
Mê nàng, chim ngẩn lưng trời đông.

Rừng xanh thả mây đào man mác,
Sơn Tinh ngồi bạch hổ đi đầu
Mình phủ áo bào hồng ngọc dát,
Tay ghì cương hổ, tay cầm lau.

Theo sau năm chục con voi xám
Hục hặc, lưng cong phủ gấm điều,
Tải bạc, kim cương, vàng lấp loáng,
Sừng tê, ngà voi và sừng hươu.

Hùng Vương trên mặt thành liễu rũ
Hớn hở thần trông, thoáng nụ cười.
Thần suốt đêm sao dài không ngủ,
Mày ngài, mắt phượng vẫn còn tươi.

Sơn Tinh đến lạy chào bên cửa,
Vua thân ngự đón nàng Mỵ Nương.
Lầu son nàng ngoái trông lần lữa,
Mi xanh lệ ngọc mờ hơi sương.

Quỳ lạy cha già lên kiệu bạc,
Thương người, thương cảnh xót lòng đau.
Nhìn quanh, khói toả buồn man mác,
Nàng kêu: "Phụ vương ôi! Phong Châu!"

Kiệu nhỏ đưa nàng đi thoăn thoắt,
Hùng Vương mơ, vịn tay bờ thành.
Trông bụi hồng tuôn xa, xa lắc,
Mắt nhoà lệ ngọc ngấn đầm quanh...

Thoảng gió vù vù như gió bể,
Thuỷ Tinh ngồi trên lưng rồng vàng.

Yên gấm tung dài bay đỏ choé,
Mình khoác bào xanh da trời quang.

Theo sau cua đỏ và tôm cá,
Chia đội năm mươi hòm ngọc trai,
Khập khiễng bò lê trên đất lạ,
Trước thành tấp tểnh đi hàng hai.

Hùng Vương mặt rồng chau ủ rũ,
Chân trời còn phảng bóng người yêu,
Thuỷ Tinh thúc rồng đau kêu rú,
Vừa uất vì thương, vừa bởi kiêu.

Co hết gân, nghiến răng, thần quát:
"Giết! Giết Sơn Tinh hả hờn ta!"
Tức thời nước sủi reo như thác,
Tôm cá quăng ngọc trai và hoa.

III
Sơn Tinh đang kèm theo sau kiệu,
Áo bào phơ phất nụ cười bay.
(Vui chỉ mê ai xinh, mới hiểu)
Thần trông kiệu nhỏ, hồn thêm say.

Choàng nghe sóng vỗ, reo như sấm,
Bạch hổ dừng chân, lùi, vểnh tai.
Mỵ Nương tung bức rèm đỏ thắm,
Sơn Tinh trông thấy càng dương oai.

Sóng cả gầm reo lăn như chớp,
Thuỷ Tinh cưỡi lưng rồng hung hăng.
Cá voi ngoác mồm to muốn đớp,
Cá mập quẫy đuôi cuồng nhe răng.

Càng cua lởm chởm giơ như mác;
Tôm kềnh chạy quắp đuôi xôn xao.
Sơn Tinh hiểu thần ghen, tức khắc
Niệm chú, đất nẩy vù lên cao.

Hoa tay thần vẫy hùm, voi, báo.
Đuôi quắp, nhe nanh, giơ vuốt đồng,

Đạp long đất núi, gầm xông xáo,
Máu vọt phì reo muôn ngấn hồng.

Mây đen hăm hở bay mù mịt,
Sấm ran, sét động nổ loè xanh.
Tôm cá xưa nay im thin thít,
Mở ngoác mồm to kêu thất thanh.

Mỵ Nương kinh hãi ngồi trong kiệu,
Bỗng chợt nàng kêu, mắt lệ nhoà.
(Giọng kiều hay buồn không ai hiểu,
Nhưng thật dễ thương): "Ô! Vì ta!"

Thuỷ Tinh năm năm dâng nước bể,
Đục núi hò reo đòi Mỵ Nương.
Trần gian đâu có người dai thế,
Cũng bởi thần yêu nên khác thường!

4-1933
Nguyễn Nhược Pháp.

"Ngày xưa, khi rừng mây u ám
Sông núi còn vang um tiếng thần,
Con vua Hùng Vương thứ mười tám,
Mỵ Nương, xinh như tiên trên trần.

Tóc xanh viền má hây hây đỏ,
Miệng nàng hé thắm như san hô,
Tay ngà trắng nõn, hai chân nhỏ
Mê nàng, bao nhiêu người làm thơ."

Hai khổ thơ đầu như lời giới thiệu một không gian sống mà trong đó con người và thần thánh cùng cộng sinh với nhau. Mỗi một con sông, một ngọn núi đều có một vị thần. Sự phát triển của con người vừa bước qua giai đoạn bộ tộc săn bắn hái lượm để trở thành một cuộc sống quần cư, xã hội và chính trị phát triển theo mô thức phong kiến và đứng đầu là một vị vua. Mỵ Nương, cô công chúa và là người đẹp trong bài thơ sống vào thời kỳ đó, một giai đoạn hư hư thực thực giữa thần thánh và con người. Thời kỳ mà thần thánh… đi hỏi vợ nhưng vẫn có những quyền năng siêu nhiên mà loài người phải kính sợ. Cô xinh đẹp như tiên và nhan sắc của nàng làm hai ông thần phải điên đảo. Và không chỉ có thần, những người trần mắt thịt cũng bỗng nhiên trở thành thi sĩ.

"Mê nàng, bao nhiêu người làm thơ"

Thành thi sĩ quá đi ấy chứ! Thơ mà không ca tụng cái đẹp thì thơ để làm gì? Mà trong thế gian này từ ngàn xưa cho đến nay, có vẻ đẹp nào sánh được vẻ đẹp của phụ nữ? Sự tơ tưởng, mong nhớ đều bắt đầu từ đó và rất có thể, kết thúc trong… thảm kịch cũng từ đó. Tôi không nhớ rõ ai đó đã nói một câu rất hình tượng về vẻ đẹp của Cleopatra - nữ hoàng Ai Cập -. "Nếu cái mũi của Cleopatra ngắn hơn một chút có lẽ cục diện thế giới đã thay đổi". Quả đúng là như vậy! Nhan sắc của phụ nữ đã làm khuynh đảo các triều đại vua chúa từ trước đến nay từ Đông sang Tây, từ Âu sang Á. Lịch sử đã cho rất nhiều thí dụ về cái "vấn nạn" này. Và ông bố hạnh phúc, vua Hùng Vương thứ 18 ngắm nhìn cô con gái xinh đẹp của ngài và trong bụng nghĩ thầm rằng chỉ có thần tiên mới xứng đáng làm chồng cô con gái yêu của ông.

"Hùng Vương thường nhìn con yêu quá,
Chắp tay ngẩng lên Trời tạ ân
Rồi cười bảo xứng ngôi phò mã,
Trừ có ai ngang vì thần nhân!

Hay đâu thần tiên đi lấy vợ
Sơn Tinh, Thuỷ Tinh lòng tơ vương,
Không quản rừng cao, sông cách trở,
Cùng đến Phong Châu xin Mỵ Nương."

Ra vậy! Thần tiên mà còn "lòng tơ vương" nữa kia, nói gì đến người, đến mấy vị "mần thơ" người trần mắt thịt? Nhưng ở đây lại có rắc rối lớn rồi. Vì không phải chỉ có một ông thần mà có đến những hai ông. Xưa có chữ "Giai nhân nan tái đắc", đã gặp, đã yêu thì phải… nhanh nhanh hạ thủ, chớp thời cơ liền lập tức, lơ mơ là mất cơ hội ngay. Người phàm giành vợ còn đánh nhau phun máu đầu, huống hồ tình địch cũng là một ông thần hẳn hoi. Mà cô công chúa xinh đẹp kia vẫn là một ẩn số, cô trong trắng quá, thơ ngây quá và vì thế mà lòng cô không nghiêng về bên nào.

"Sơn Tinh có một mắt ở trán,
Thuỷ Tinh râu ria quăn xanh rì.

Một thần phi bạch hổ trên cạn,
Một thần cưỡi lưng rồng uy nghi.

Hai thần bên cửa thành thi lễ,
Hùng Vương âu yếm nhìn con yêu.
Nhưng có một nàng mà hai rể,
Vua cho rằng thế cũng hơi nhiều!”

Trời đất! Một ông chồng có hai ba bà vợ, nếu... khéo “thu xếp” để... ai cũng có phần thì còn có thể được, nhưng một bà vợ mà có đến những hai ông chồng một lần thì quả tình rất gay go. Vào thời kỳ mà thần tiên kề cận bên con người, chuyện ... “phải long” một giai nhân chẳng có gì là lạ. Và dung mạo của thần thì khác với người rõ lắm. Vì thế mà con mắt giữa trán của Sơn Tinh không làm ai ngạc nhiên và kinh sợ. Thần cưỡi con hổ trắng ung dung đến cửa thành thi lễ với vua cha. Thần Thủy Tinh cưỡi rồng, uy nghi và đường bệ. Rồng và hổ trắng, những linh vật cũng gần gũi với người như thần thánh. Thần tiên và thú dữ trong bài thơ cũng kề cận với con người trong một thế giới mông lung và huyền ảo, con người đang sống giữa thời kỳ mà “sông núi còn vang um tiếng thần”

“Thuỷ Tinh khoe thần có phép lạ,
Dứt lời, tay hất chòm râu xanh,
Bắt quyết hò mây to nước cả,
Giậm chân rung khắp làng gần quanh.

Ào ào mưa đổ xuống như thác,
Cây xiêu, cầu gẫy, nước hồ reo,
Lăn, cuốn, gầm, lay, tung sóng bạc,
Bò, lợn, và cột nhà trôi theo.

Mỵ Nương ôm Hùng Vương kinh hãi.
Sơn Tinh cười, xin nàng đừng lo,
Vung tay niệm chú. Núi từng dải,
Nhà lớn, đồi con lổm ngổm bò “

... Đến đây thì thần tiên cũng như người. Mỗi vị đều khoe tài nghệ và sở trường riêng của mình. Giống như thời nay, một ông bác sĩ - xương khớp chẳng hạn - thì khoe về chuyên môn hay khoe về... mảnh vườn lan của mình, một ông giáo thì khoe về học trò, trường lớp và…các nữ sinh của ông, ông "mần thơ" thì khoe về thơ. Sự mâu thuẫn giữa hai ông thần bắt đầu có những dấu hiệu đáng ngại vì những quyền năng của hai ông khắc chế lẫn nhau, đối lập với nhau. Ông này dùng phép hô phong hoán vũ tạo nên mưa gió ngập lụt thì ông kia đối lại bằng cách cho đất nâng lên để tránh lũ. Hai vị thần đã bắt đầu ra mặt kình địch vì cô công chúa Mỵ Nương xinh đẹp tuyệt trần.

> "Chạy mưa. Vua tùy con kén chọn.
> Mỵ Nương khép nép như cành hoa:
> "Con đây phận đào tơ bé mọn,
> Nhân duyên cúi để quyền mẹ cha!
>
> Vua nghĩ lâu hơn bàn việc nước,
> Rồi bảo mai lửa hồng nhuốm sương,
> Lễ vật thần nào mang đến trước,
> Vui lòng vua gả nàng Mỵ Nương."

Vua lấy làm khó nghĩ quá, khó nghĩ còn hơn cả tính việc nước. Cả hai vị thần đều tài ba và dĩ nhiên… là rất giàu có. Gả cho ông này thì mích lòng ông kia mà tai họa thì không biết đâu mà lường trước được. Mà cô con gái xinh đẹp của ông thì từ hồi nhỏ đến giờ không hề bước chân ra khỏi cung điện và dĩ nhiên cô cũng chẳng biết ai là ai. Thương con, vua sẵn sàng gả cô cho người mà cô thương nhưng khốn nỗi đây cũng là lần đầu tiên cô gặp họ. Rồi còn lễ giáo nữa. Cô làm sao chọn lựa theo ý riêng được mà cũng lúng túng không biết chọn ai. Nên cô đành phải nói với cha:

> "Con đây phận đào tơ bé mọn,
> Nhân duyên cúi để quyền mẹ cha"

Ôi chao, câu thơ tài hoa biết bao nhiêu! Thói trọng nam khinh nữ từ ngàn xưa đã như vậy. "Tại gia tòng phụ", phận đàn bà con gái cha mẹ đặt đâu ngồi đấy. Và cô cúi đầu cung kính dành cho cha quyền quyết định về cuộc đời của cô. Trước cả hai ông thần mà ông nào cũng đòi làm rể của vua, tài năng thì kẻ tám lạng người nửa cân, vua đành phải dành cho họ một cơ hội chung: Ông nào đến trước thì cưới được vợ, vua không bênh ai mà cũng chẳng bỏ ai. Hên xui may rủi do họ cả, ai lỡ…kẹt tàu kẹt xe thì ráng chịu. Trong sách "Lĩnh Nam Chích Quái" có câu chuyện kể về công chúa Tiên Dung con vua Hùng đời thứ ba. Thân là cành vàng lá ngọc nhưng cô lại ưa ngao du đây đó, một hôm trên đường đi gặp chỗ phong cảnh hữu tình, cô dừng lại và sai thị nữ quây bức màn Thúy Vi cho cô tắm, quân lính hộ vệ cầm gươm giáo đứng gác vòng ngoài. Nước dội trôi cát lộ ra một chàng thanh niên đang hoàn toàn trần truồng như chính cô. Qua cơn sợ hãi trong một tình huống bất ngờ và… vô cùng nên thơ như vậy, cô tra hỏi và được biết đó là Chữ Đồng Tử, một anh dân chài rất nghèo đến độ không có cả cái khố để mặc. Công chúa nghĩ rằng đó là duyên trời định nên quyết định lấy Chữ Đồng Tử làm chồng. Sợ vua cha không dám trở về cung, hai vợ chồng trôi giạt kiếm sống và do cơ duyên, họ đã học được phép thuật. Về sau khi vua sai quân lính đến bắt thì trong một đêm mưa gió, nơi ở của hai vợ chồng đột nhiên bay về trời, nơi ấy về sau được gọi là đầm Dạ Trạch. Trong bộ sách "Cô Gái Đồ Long" của nhà văn Kim Dung, một trong tứ đại cao thủ võ lâm là Đào Hoa đảo chúa Hoàng Dược Sư, ngoại hiệu là Đông Tà. Một cô cháu ngoại của ông tên là Quách Tường cũng có tính khí cổ quái như ông ngoại nên có ngoại hiệu là Tiểu Đông Tà. Cô thích ai là giao du chơi bời với người đó bất kể là Bạch Đạo hay Hắc Đạo, là tăng hay tục, là hảo hán hay đạo tặc. Tính tình cô phóng khoáng không câu nệ những lễ nghi tiểu tiết, cũng rượu chè, cờ quạt với các bạn hữu giang hồ nhưng thấy việc không phải là ra tay. Vì danh vọng quá lớn về gia thế của cô trong võ lâm nên anh hùng hảo hán trong thiên hạ có phần nể nang nên cô thoát chết nhiều lần, về sau nhờ cơ duyên nghe lỏm được một đoạn trong "Cửu Dương Chân Kinh", Tiểu Đông Tà Quách Tường đã thành lập võ phái Nga Mi lừng lẫy với những tuyệt chiêu trong kiếm pháp. Còn cô công chúa Mỵ Nương của nhà thơ Nguyễn Nhược Pháp thuộc loại "con nhà lành" hơn nhiều. Cô không giao hảo với ai, tối ngày ru rú trong cung cấm nên cha mẹ đặt đâu thì cô ngồi đấy.

"Con đây phận đào tơ bé mọn,
Nhân duyên cúi để quyền mẹ cha"

Rồi như đã ước hẹn cùng vua Hùng Vương thứ 18, Sơn Tinh may mắn là người đến sớm hơn vào buổi sáng hôm sau.

"Bình minh mây ửng đào phơn phớt,
Ngọc đỏ rung trên đầu lá xanh.
Ngọn liễu chim vàng ca thánh thót,

Ngự giá Hùng Vương lên mặt thành.

Mỵ Nương bên lầu son tựa cửa,
Rèm ngọc lơ thơ phủ áo hồng.
Cánh nhạn long lanh vờn ánh lửa,
Mê nàng, chim ngẩn lưng giời đông.

Rừng xanh thả mây đào man mác,
Sơn Tinh ngồi bạch hổ đi đầu
Mình phủ áo bào hồng ngọc dát,
Tay ghì cương hổ, tay cầm lau.

Theo sau năm chục con voi xám
Hục hặc, lưng cong phủ gấm điều,
Tải bạc, kim cương, vàng lấp lánh,
Sừng tê, ngà voi và sừng hươu.

Hùng Vương trên mặt thành liễu rũ,
Hớn hở thần trông, thoáng nụ cười.
Thần suốt đêm sao dài không ngủ,
Mày ngài, mắt phượng vẫn còn tươi.

Sơn Tinh đến lạy chào bên cửa,
Vua thân ngự đón nàng Mỵ Nương.
Lầu son nàng ngoái trông lần lữa,
Mi xanh lệ ngọc mờ hơi sương.

Quỳ lạy cha già lên kiệu bạc,
Thương người, thương cảnh xót lòng đau.
Nhìn quanh, khói toả buồn man mác,
Nàng kêu: "Phụ vương ôi! Phong Châu!"

Kiệu nhỏ đưa nàng đi thoăn thoắt,
Hùng Vương mơ, vịn tay bờ thành.
Trông bụi hồng tuôn xa, xa lắc,
Mắt nhoà lệ ngọc ngấn đầm quanh..."

Bài thơ đến đây mới có vài đoạn tả cảnh. Dưới ngòi bút tài hoa của chàng thi sĩ yểu mệnh Nguyễn Nhược Pháp, phong cảnh của một buổi sáng khi mặt trời vừa lên thật thanh bình và lộng lẫy:

"Bình minh mây ửng đào phơn phớt,

Ngọc đỏ rung trên đầu lá xanh.
Ngọn liễu chim vàng ca thánh thót,
Ngự giá Hùng Vương lên mặt thành.

Mỵ Nương bên lầu son tựa cửa,
Rèm ngọc lơ thơ phủ áo hồng.
Cánh nhạn long lanh vờn ánh lửa,
Mê nàng, chim ngẩn lưng trời đông.”

Hạt sương đêm qua còn đọng trên đầu ngọn cỏ, dưới tia nắng bình minh phản chiếu ánh mặt trời như một viên ngọc đỏ lung linh trên ngọn lá xanh. Vua ra đứng trên thành từ sớm để chờ đón một ngày trọng đại: Ngày cô con gái cưng của ngài về nhà chồng. Một cánh nhạn chao nghiêng trên những ngọn lửa đốt trên đầu thành bỗng nhiên chững lại, ngẩn ngơ giữa trời vì nhan sắc tuyệt trần của Mỵ Nương. Sơn Tinh may mắn là vị thần đến trước, oai vệ ngồi trên lưng con hổ trắng. Thần đến cùng cơ man bao nhiêu là lễ vật của rừng núi. Thần suốt đêm không ngủ được nhưng mặt mũi vẫn tươi hơn hớn vì biết mình đã cưới được vợ.

“Thần suốt đêm sao dài không ngủ,
Mày ngài, mắt phượng vẫn còn tươi.”

Mỵ Nương bây giờ đã là người của Sơn Tinh. Cô lạy cha mẹ từ biệt, từ biệt cả Phong Châu nơi cô đã lớn lên và đã trưởng thành.

“Sơn Tinh đến lạy chào bên cửa,
Vua thân ngự đón nàng Mỵ Nương.
Lầu son nàng ngoái trông lần lữa,
Mi xanh lệ ngọc mờ hơi sương.

Quỳ lạy cha già lên kiệu bạc,
Thương người, thương cảnh xót lòng đau.
Nhìn quanh, khói toả buồn man mác,
Nàng kêu: “Phụ vương ôi! Phong Châu!”

Cô thương cha thương mẹ, lòng lưu luyến cảnh cũ. Rời đất Phong Châu lần này biết đến bao giờ quay trở lại? “Tam tòng tứ đức”, cô xuất giá thì phải tòng phu, bao đời nay vẫn thế. Lòng cô buồn thảm khi nhìn cha già, nhìn cảnh cũ đầy sương khói và bất giác bật lên tiếng kêu buồn bã:

"Nhìn quanh, khói toả buồn man mác,
Nàng kêu: "Phụ vương ôi! Phong Châu!"

Vua Hùng quyến luyến nhìn con đi và một giọt lệ từ mặt rồng lặng lẽ chảy xuống. Vua thì cũng chỉ là người, Ngài chẳng tha thiết gì với những thứ châu ngọc, sừng tê ngà voi các thứ mà Sơn Tinh dâng lên cho ngài.

Kiệu nhỏ đưa nàng đi thoăn thoắt,
Hùng Vương mơ, vịn tay bờ thành.
Trông bụi hồng tuôn xa, xa lắc,
Mắt nhoà lệ ngọc ngấn đầm quanh..."

***

Nhưng mọi chuyện đã không kết thúc một cách "có hậu" và êm đềm như vậy. Thủy Tinh đến trễ và nổi giận đùng đùng vì người đẹp vừa sang sông.

"Choàng nghe sóng vỗ, reo như sấm,
Bạch hổ dừng chân, lùi, vểnh tai.
Mỵ Nương tung bức rèm đỏ thắm,
Sơn Tinh trông thấy càng dương oai.

Sóng cả gầm reo lăn như chớp,
Thuỷ Tinh cưỡi lưng rồng hung hăng.
Cá voi ngoác mồm to muốn đớp,
Cá mập quẫy đuôi cuồng nhe răng.

Càng cua lởm chởm giơ như mác;
Tôm kềnh chạy quắp đuôi xôn xao.
Sơn Tinh hiểu thần ghen, tức khắc
Niệm chú, đất nẩy vù lên cao.

Hoa tay thần vẫy hùm, voi, báo.
Đuôi quắp, nhe nanh, giơ vuốt đồng,
Đạp long đất núi, gầm xông xáo,
Máu vọt phì reo muôn ngấn hồng.

Mây đen hăm hở bay mù mịt,
Sấm ran, sét động nổ loè xanh.
Tôm cá xưa nay im thin thít,

Mở ngoác mồm to kêu thất thanh.”

Thần Thủy Tinh lập tức ra lệnh cho binh tôm tướng cá của mình tấn công để đoạt lại Mỵ Nương. Những con mãnh ngư đập đuôi quẫy sóng bạc nhào lên đớp quân của Sơn Tinh, những con cua khổng lồ vươn càng dài như lưỡi mác tìm đường leo lên vách núi để tiêu diệt địch thủ trong cuộc chiến một mất một còn. Nhưng thần núi cũng dĩ nhiên là một tay bản lĩnh không vừa:

“Hoa tay thần vẫy hùm, voi, báo.
Đuôi quắp, nhe nanh, giơ vuốt đồng,
Đạp long đất núi, gầm xông xáo,
Máu vọt phì reo muôn ngấn hồng.”

Trong cảnh đánh nhau kinh hồn giữa hai vị thần Sơn Tinh và Thủy Tinh, cô công chúa con vua Hùng Vương thứ 18 là Mỵ Nương, cô con gái mới sang nhà chồng đã kinh hãi và cô đột nhiên biết rằng cô chính là nguyên nhân gây ra cuộc chiến tranh đó.

“Mỵ Nương kinh hãi ngồi trong kiệu,
Bỗng chợt nàng kêu, mắt lệ nhoà.
(Giọng kiêu hay buồn không ai hiểu,
Nhưng thật dễ thương): “Ô! Vì ta!”

Thuỷ Tinh năm năm dâng nước bể,
Đục núi hò reo đòi Mỵ Nương.
Trần gian đâu có người dai thế,
Cũng bởi thần yêu nên khác thường!”

Câu thơ không thể hay hơn được nữa! Hình dung nhà thơ Nguyễn Nhược Pháp viết câu cuối cùng rất có duyên và ông đang tủm tỉm cười. Thần thánh hay người phàm đều vậy cả. Khi yêu và... được thất tình, thần thánh và cả người phàm cũng đều hồn một nơi xác một nẻo, cũng đều tưng tửng như nhau.

... Máu của cả hai bên đã đổ xuống vì cơn ghen của các vị thần. Ai trong các đấng đàn ông chúng ta mà trong đời chưa từng trải qua một (hay nhiều) lần ghen? Đặc biệt là các ông“mần thơ”. Ghen xấu lắm, dị hợm lắm lắm. Mặt mũi quạu cọ, gắt như mắm tôm, nhìn ai cũng hằm hằm như sắp sửa giết người tới nơi. Như Nguyễn Bính chẳng hạn.

"Tôi muốn làn hơi cô thở nhẹ.
Đừng làm ẩm áo khách chưa quen.
Chân cô in vết trên đường bụi
Chẳng bước chân nào được giẫm lên.

Nghĩa là ghen quá đấy mà thôi,
Thế nghĩa là yêu quá mất rồi
Và nghĩa là cô là tất cả.
Cô là tất cả của riêng tôi!"
(Ghen - Nguyễn Bính)

Hay gần chúng ta hơn nữa có một nhà thơ suốt đời yêu rất nhiều và ghen cũng "bá chấy": nhà thơ Hoàng Lộc.

... "Cho dù em có là phu nhân của đứa nào đi nữa
Nói với em, anh gọi hắn - "ông nhà"
Chính là thằng đã làm em hoa tàn nhụy rữa
Cũng là thằng ta suốt kiếp không ưa."
(Thơ tình gửi một phu nhân - Thơ Hoàng Lộc)

Ôi chao! Ưa sao nổi mà ưa? "Chính là thằng đã làm em hoa tàn nhụy rữa" mà không hận làm sao được? Nghĩ đến cái cảnh mà hàng đêm "thằng nớ" làm cho em "hoa tàn nhụy rữa" (!) là đã phát điên, mở mắt nghiến răng trèo trẹo ấy chứ! Nhưng tức cũng để tức … khơi khơi thôi chứ làm gì được nhau? Tội nghiệp cho mấy ông "mần thơ" quá, một đời yêu bao nhiêu lần thì ghen cũng bấy nhiêu lần. Thần thánh, vua chúa đánh nhau chí tử chỉ vì ghen, xương trắng bách tính trải dài hàng trăm dặm. Mối tình tay ba giữa Nữ hoàng Ai Cập Cleopatra, Caesar và Antonius từ trước Công Nguyên đã gây ra bao nhiêu cảnh đầu rơi máu đổ trong lịch sử nhân loại. Ngàn năm trước đã như thế. Ngàn năm sau cũng vẫn như thế. Mối tình vương giả tay ba này đã là đề tài cho nhiều tác phẩm văn học trong những thế kỷ về sau, trong số đó có vở kịch lừng danh "Antony và Cleopatra" của nhà viết kịch vĩ đại người Anh - William Shakespeare. Để kết thúc bài viết xin nêu ra đây một suy nghĩ nhỏ. Trong đoạn thơ thi tài cùng nhau trước vua Hùng và công chúa Mỵ Nương, Thủy Tinh đã làm phép cho nước dâng gây cảnh ngập lụt.

"Thuỷ Tinh khoe thần có phép lạ,
Dứt lời, tay hất chòm râu xanh,

Bắt quyết hò mây to nước cả,
Dậm chân rung khắp làng gần quanh.

Ào ào mưa đổ xuống như thác,
Cây xiêu, cầu gẫy, nước hò reo,
Lăn, cuốn, gầm, lay, tung sóng bạc,
Bò, lợn, và cột nhà trôi theo."

Thế thì trong cảnh đang ngập lụt cây xiêu, cầu gãy, bò lợn và nhà cửa bị cuốn trôi lềnh bềnh thì thành quách và quân lính của vua ở đâu nhỉ? Cả vua Hùng và công chúa Mỵ Nương có "trôi theo" không? Không nghe nhà thơ tài hoa mệnh yểu Nguyễn Nhược Pháp nói gì về chuyện này. Nhưng thôi, cũng không nên hỏi khó nhà thơ làm gì. Vì thơ là vậy. Không thể nào lý giải bằng những thứ tư duy logic. Cũng đừng đem phân tâm học của Sigmund Freud để tìm hiểu hay phân tích. Vì thơ là một phạm trù rất khác, rất rất "bất khả tư nghị". Và cũng chính vì như vậy nên mới là thơ, mới có thơ.

Tháng 8/2020
Như Không

VN PHAN VĂN HI

LẠI RA KHƠI

Từ sông nhỏ lần ra sông cái
người lái thuyền thêm trải nghiệm sông
ra đến biển lớn mênh mông
tự tin định hướng thong dong hải trình

Trùng trùng nước lung linh thăm thẳm
tưởng một màu nhạt sẫm lơ thơ
mắt thường không thấy bến bờ
lái thuyền biết phải cập bờ ở đâu

Dòng văn học rộng sâu như biển
sạn sỏi tinh hoa kiểng cỏ xen
viết chơi thỏa thích bon chen
viết thật nghiêm túc đỏ đen rõ màu

Người đọc sách mưu cầu tri thức
giữa vô vàn thái cực giương danh
cửa nào hoại cửa nào sanh
dụng tâm quán triệt thập thành chỉn chu

Chọn cái tốt tiếp thu học lấy
điều nhập nhằng lợi mấy cũng buông
không tắc trách không buông tuồng
thuyền luôn vững lái sóng cuồng cũng qua

Đã bốn lượt vượt qua thử thách*
lại **RA KHƠI** cốt cách quang minh**
Viết, đọc thỏa lý đạt tình
UNESCOM VĂN HỌC *đăng trình tự tin.*

Đêm Hóc Môn, 25/11/2020

* Ấn phẩm RA KHƠI 1, 2, 3, 4 lần lượt ra mắt thành công.
** Ấn phẩm RA KHƠI tập 5.

THÁI QUỐC MƯU

THƠ XUÂN - HÁT NÓI - CHƠI XUÂN

Mưỡu:
Mỗi năm chỉ một Xuân hồng,
Thưởng Xuân nâng chén rượu nồng đầy vơi.
Vui Xuân cùng với Đất, Trời,
Chơi Xuân cùng với người người du Xuân.

Nói:
Quẳng những ưu tư trên đất khách.
Đón Xuân về phong cách thảnh thơi.
Yêu đời hưởng cảnh Xuân tươi.
Vui Xuân thắm, đậm men đời trong Xuân.

Cuộc sống nhạt nhòa cơn nắng hạ,
Bốn mùa thắt chặt một lần Xuân
Trăm tuổi đời, Xuân đến được bao lần,
Sao chẳng hưởng, chẳng chơi cho thỏa chí?
Hãy dứt bỏ cảnh chợ người dâu bể.
Mặc thói đời, mặc cuộc thế vần xoay.
Cùng nàng Xuân chuốc cạn chén men cay.
Cho ngất ngưởng quên tháng ngày vất vả.
Hãy sống động kẻo tình đời băng giá.
Lắng tâm hồn nghe gió hát, chim ca.
Đón chào Xuân thinh sắc cũng chan hòa...

Dù cuộc sống lắm bôn ba vất vả.
Một lần Xuân xuất thế đủ an bình.
Chơi Xuân chơi phải hết mình.

NGÀN THƯƠNG

TUỔI NGƯỜI

Đến - đi không biết bao mùa
Xuân lai - khứ giữa đôi bờ nhân gian
Tim anh rung nhịp mơ màng
Làm sao em biết đời sang bến nào

Tuổi người neo dưới trăng sao
Lặng nghe con nước thay màu thời gian
Giọt Xuân chín mọng cũ càng
Trên môi khẽ nhắp dâng tràn hồn tôi

Giấc mơ lơ lửng phai rồi
Bóng đêm chạm với mặt người rưng rưng.

NGUYỄN HÀN CHUNG
ĐÒI TRẢ NỤ HÔN

Tôi đòi em trả nụ hôn
ngày xưa hò hẹn em hồng nhan ơi!
tôi tin em nói một lời
mấy mươi năm cũng không đời nào quên

Em nhu mỏ nói hôn hôn
rồi em quên phắt tình nhơn ngóng chờ
nhắc rồi em vẫn giả lơ
lo thâu tóm những bài thơ tặng người

Tôi đòi em trả cho tôi
em không trả nợ thì thôi. tôi buồn
tôi không làm gã con buôn
chỉ mong lấy vốn nghĩ còn được yêu

Em chưa xế tôi đã chiều
nỡ đành không trả ít nhiều sao cưng
Tết này không có gì ưng
ý bằng cái nụ hôn từng hẹn xưa

Nếu em vẫn trả lời chưa
tôi di chúc trả cho mưa hiên trường.

LÊ HÂN
NHỚ MÙA Tết CŨ

mưa phùn ướt ngọn bông trang
đầu sân gạch rộng ngã sang nâu hồng
hồ cau tàu ngã lòng thòng
đàn chột dột nói chuyện ồn ào vui

lũy tre liên tục tiếng cười
con đường đất dấu chân người còn nguyên
hôm nay bước vào tân niên
ruộng xanh mạ đứng làm duyên gió trời

lơ thơ thoáng hiện vài người
đang đến xông đất nhà tôi hẳn là
nhìn từ đường ruộng xa xa
trâu nhà ai bước nhẩn nha hiền lành

mùi thơm trong gió loanh nhanh
trầm hương cúng tổ tiên thành mây bay
mưa phùn ngưng giọt ngọn cây
tôi thay quần áo xỏ giày ra hiên

Tết này chắc được nhiều tiền
sẽ mua cuốn vở tập biên thơ tình
tặng cha tặng mẹ chữ mình
nuôi trong tâm trí ảnh hình lâu nay.

TRẦN THOẠI NGUYÊN

CAFÉ SÁNG

Xử thế nhược đại mộng, Hồ vi lao kỳ sinh!
Xuân nhật túy khởi ngôn chí
- Lý Bạch -

Chào buổi sáng! Café cùng bằng hữu
Hương vị đời nồng ấm chuyện cười vang.
Lòng vui ngất có cần chi men rượu
Mắt hồn nhiên ngó cỏ nội hoa ngàn.

Mặc thời đại bão giông trời biển động
Ta vẫn ngồi thả khói thuốc trắng bay.
Bữa gặp nhau đâu chỉ là ăn uống
Gương mặt bạn bè rạng rỡ phút giây.

Rồi mai xa xứ sở nào ca hát
Bạn yêu ơi! Và năm tháng đẹp thơ ơi!
Cầm tuổi trẻ rong chơi ngày tóc bạc
Mỗi sớm mai ta đi hái mặt trời.

Mỗi sớm mai cây lá vẫy tay chào
Tiếng chim hót trên cành xanh năm tháng.
Đời hiu hắt không vòng tay bè bạn
Cõi đi về ta chiếc bóng đêm thâu!

Một sáng nào thức dậy chẳng gọi nhau.
Còn đâu nữa! OK! Café sáng!
Ai cũng biết đời người là hữu hạn
Sao dập hồn một kiếp lao đao?!

Chào buổi sáng! Café cùng bằng hữu
Phố phường hoa nắng đẹp má hồng.
Vui khoảnh khắc trên bờ môi vĩnh cửu
Sống mỗi ngày xin cạn chén yêu thương!

TRẦN HOÀNG VY

CHÙM XUÂN

* Hoa trên đá

Chút bụi, chút sương và chút nắng
Cũng bật mầm lên xanh sắc rêu
Đá cũng biết thương và biết nhớ?
Mùa xuân chợt nở đóa hoa rêu!...

* Nắng trên sông

Nắng xuân vừa ửng hồng màu nước
Líu ríu lục bình nắm tay trôi
Mùa đang phía trước dăm nụ tím
Thay áo mùa xuân ngực sóng bồi.

* Tiếng chim vườn

Tiếng chim vườn ươm quả chín
Cây gói mùa xuân ưng ửng hồng
Em giấu dậy thì qua mái tóc
Qua vườn hái quả chớm đồi bông...

* Ru mùa

Nắng ru đồi cỏ xanh xuân biếc
Gió hát, mai vàng cánh mỏng mong
Nhớ thuở mẹ ru em thơ ngủ
Mùa như thơm, nhịp võng thong dong...

TRẦN DZẠ LỮ
CUỐI CÙNG

Cuối cùng đá nát, vàng đau
Hóa thân Lã Vọng để câu nỗi buồn...
Cuối cùng còn lại gì không?
Đêm sâu, độc ẩm... tôi bồng bế tôi!

NGUYỄN VĂN GIA
QUẠNH VẮNG THỀM RÊU

Đã trao ấn kiếm
buồn chi nữa
Buổi xếp hoàng bào
biệt cấm cung
Hỡi ơi vua chúa
còn mơ ngủ
Thì huống hồ chi
kẻ thứ dân

Trời vẫn xanh
trên thành quách cũ
Sao lòng người
quá đỗi rêu phong
Ngô đồng kia
buồn chi ủ rũ
Chẳng vàng rơi
cho kịp thu sang

Em tôn nữ
hay là quận chúa
Chờ ai đây
cửa phủ cuối chiều
Từ dạo mùa vui
không về nữa
Chỉ nghe lá rụng
dưới thềm rêu.

NGUYỄN SÔNG TRẸM

CÓ AI NGỒI VỚI TÔI KHÔNG?

Có ai ngồi với tôi không?
Chia nhau giọt đắng giữa mông mênh ngày
Không chừng buồn cũng chia hai
Ngày lên ngõ phố vừa đầy gió đông

Có ai ngồi với tôi không?
Biết đâu chia được nỗi lòng quạnh hiu
Khuấy từng giọt nắng tan theo
Tôi cùng với bóng liêu xiêu dáng ngồi

Còn có ai ngồi với tôi?
Để nghe nắng ấm hong đời chút vui!

KIỀU HUỆ
TIẾNG CHỔI ĐÊM GIAO THỪA

Trên con phố người công nhân thầm lặng
Dáng lưng còng quét dọn rác trong đêm
Bóng cần cù thấp thoáng dưới ánh đèn
Đôi bàn tay thoăn thoắt một vũ điệu

Chị cần mẫn say sưa làm công việc
Phút cuối năm vẫn xoèn xoẹt chổi đưa
Quét cho nhanh hối hả sắp giao thừa
Dọn tinh tươm sạch môi trường đô thị

Chạm khoảnh khắc thiêng liêng vẫn chưa nghỉ
Việc cuối năm còn bừa bãi ngổn ngang
Tết cận kề không khí thật rộn ràng
Đêm trừ tịch mọi gia đình sum họp

Người công nhân đô thị còn làm việc
Thời gian này chị vẫn phải ra đi
Anh phụ gom rác rưởi chất lên xe
Tiếng bánh sắt khua trong đêm lục cục

Chiếc đèn bão lắc lư theo từng lúc
Áo dạ quang lấp lánh quãng đường xa
Giờ Giao thừa năm cũ sắp đi qua
Tiếng chổi khuya vẫn xoèn xoẹt chưa hết

Khi bao người đang chuẩn bị đón Tết
Có trái tim dâng nhịp đập cho đời
Đón Giao thừa bằng ánh mắt xa xôi
Cùng tiếng chổi và đôi tay tần tảo.

DUNG THỊ VÂN

MẸ ƠI XIN HÃY VỀ CỨU NẠN

1.

Mẹ ơi nước nhuộm miền Trung đã trắng trời muối xát
- đau đớn cứ chất chồng...
Nào Thừa Thiên - Huế
Hà Tĩnh - Quảng Bình rồi Quảng Trị...

2.

Con ở nơi đây nhìn hình ảnh tang thương miền Trung
- đang bị bão lũ hoành hành
Là thiên tai hay nhân tai hở mẹ?
Mẹ đã xa chúng con hơn bốn ngàn năm sao mẹ không về cứu
nạn?

3.

Mẹ ơi nhà cửa ngập trong nước màu vàng ối
Dân Việt mình sao khổ thế mẹ ơi
Con không đi qua những mái nhà và những cánh đồng trong
mùa giông bão
Nhưng con nhìn thấy quê hương miền Trung trên trang mạng
quá xót thương

4.

Những người con của mẹ
Đi cứu người một lần đi là ra đi mãi mãi
Họ đã bị chôn vùi trong bùn đất đỏ mẹ ơi
Ôi hồng thủy một màu trời tang tóc

5.

Khúc ruột miền Trung vẫn là con của mẹ
Xin mẹ hãy về cứu giúp
Cho mưa thuận gió hiền cho dân được sống ấm no
Vì các con đều là dòng giống Lạc Hồng hơn bốn ngàn năm của
mẹ

6.

Năm 2020 như là đại hoạ
Dịch Covid-19 kéo dài gần hết cả năm
- giờ dịch vẫn chưa tan trên toàn thế giới
Đầu tháng Mười lại bão lũ miền Trung

7.

Mẹ Việt Nam ơi xin mẹ hãy về cứu nạn
Đất trời này là của mẹ nghìn năm
- chúng con đang hòa chung cùng nhau dòng nước mắt
- chia sẻ niềm đau tới khúc ruột miền Trung...

Oct 21, 2020 - 08:16

SỸ LIÊM

HƯ ẢO

Trong mắt lạ có vạn lần tha thiết
Mỗi sợi mi mỗi một triệu vi trùng
Ta nhuốm bệnh chờ đợi phút lâm chung
Vào huyệt mộ tương tư từng nắm đất

Thử giả định hai ta đều có thật
Thì đất trời giả dối biết bao nhiêu
Để nụ hôn nghe được tiếng chuông chiều
Và trái cấm hằn sâu đường cắn dở

Ai đã bảo có duyên là mắc nợ
Chúa chào đời Đức Mẹ vẫn đồng trinh
Nên hai ta có bóng chẳng có hình
Lúc rửa tội đã quên làm dấu thánh

Em và ta cơn mưa hoài chưa tạnh
Thì trách gì nắng ấm biệt trăm năm!

PHẠM HIỀN MÂY
BUỒN NHƯ…

buồn như
màu cánh hoa xưa
người xa mới đó đã vừa tròn năm

dấu chim trời cũ biệt tăm
mười hai tháng đủ đêm nằm chiêm bao

buồn như
mơ bóng hôm nào
giữa khuya mưa lạnh ướt thao thức sầu

dõi thiên lý thấy mênh đầu
khói soi mộng lối đêm thâu gió trường

ngổn ngang tóc nhánh mây sương
phù vân lòng nhớ vô thường
buồn như… .

MINH NGUYỄN

NHA TRANG
MIỀN QUÊ HƯƠNG CÁT TRẮNG

Kể cũng khá lâu tôi không gặp Mây, cô gái H'Mông cười khoe hai chiếc răng vàng lấp lánh, được khách du lịch họ Giang bọc cho với giá ba mươi ngàn, trong lần làm hướng dẫn viên dẫn đoàn khách đi thăm bản Cát Cát ở Sapa. Và, cũng vì hai chiếc răng vàng đó, tôi đã hát đùa với cô "cười lên đi cho răng vàng sáng chói". Tưởng nghe qua cô gái sẽ giận tím mặt tím mũi; ngược lại, cô chỉ cười thân thiện đáp "anh trai người Kinh vui tính quá". Vậy là bọn tôi đã trở nên thân thiết, với một kẻ trong Nam còn người kia ở tận biên giới Đông Bắc, hàngtuần hay có khi hàng tháng, vẫn thường liên lạc bằng điện thoại hoặc email hỏi thăm nhau.

Bỗng dưng, sáng nay khi đang làm việc trên mạng, tôi nhận được tín hiệu của Mây trên "inbox chat".

- Anh khỏe không, vài ngày nữa em sẽ bay vào xứ Trầm Hương.

- Em đi du lịch hay công việc?

- Em đi khảo sát Nha Trang để sắp tới công ty mở tour du lịch vào trong đó.

- Đó là nơi hấp dẫn nhất miền Trung Nam Bộ hiện nay.

- Anh có thể cho em biết một số thông tin cụ thể không?

- Nơi ấy từng được mệnh danh là "miền thùy dương cát trắng

hay còn gọi là xứ Trầm Hương". Bởi đây là một vịnh biển, từng được nhiều tạp chí du lịch nước ngoài xếp vào hàng đẹp nhất thế giới, gồm 19 hòn đảo lớn nhỏ, hội đủ các yếu tố núi non, sông biển, đầm phá, hải đảo, đồng ruộng; đặc biệt, có thành phố Nha Trang vừa non trẻ, xinh đẹp, hướng ra biển Đông, lại vừa là trung tâm chính trị, kinh tế, văn hóa, du lịch thuộc tỉnh Khánh Hòa.

Không cần giải thích thêm, tôi gởi cho Mây nhạc phẩm ca ngợi Nha Trang: "Nha Trang là miền quê hương cát trắng/ Có những đêm nghe vọng lại/ Ầm ầm tiếng sóng xa đưa/ Nha Trang cánh đồng bao la bát ngát/ Hương quê dâng lên ngào ngạt/ Hòa cùng sức sống yên vui..." (*)

- Ồ! Nhờ có anh giải thích mới biết xứ Trầm Hương là Nha Trang đấy.

- Khi nào em vào?

- Theo lịch, tám giờ sáng thứ Bảy này em có mặt ở sân bay Cam Ranh, anh không định để em bơ vơ nơi xứ lạ quê người đấy chứ?

Tôi mơ hồ ngửi thấy mùi hương thảo quả của rượu táo mèo, quyện lẫn trong mùi thịt da thanh tân con gái vùng cao phả lên tận mũi, khiến cho tim tôi nhớ quay quắt ánh mắt của Mây trong lần chia tay nhau bên ngôi nhà thờ đá Sapa.

Tôi giấu đi sự xúc động trả lời Mây:

- Bất cứ giá nào anh cũng có mặt để đón em.

Đúng hẹn, tôi đã có mặt ở căn-tin Cảng Hàng không Cam Ranh rất sớm, ngồi bên tách cà phê nóng, chờ chuyến bay từ Hà Nội đáp xuống. Trong lúc nhàn rỗi, tôi bắt chuyện với một vị khách lớn tuổi ngồi chung bàn, tỏ ra khá hiểu biết về phi trường Cam Ranh. Theo ông, khác với cảng hàng không Tân Sơn Nhất, sân bay Nội Bài, cảng hàng không Cam Ranh trước đây là sân bay quân sự do quân đội Mỹ xây dựng, nhằm phục vụ cho cuộc chiến tranh VN. Sau 75, chính xác vào năm 2004, sân bay Cam Ranh mới đón chuyến bay đầu tiên từ Hà Nội vào, mở đầu cho việc thay thế sân bay nằm trong nội thị, vốn bị hạn chế về diện tích và sự an toàn. Tiếp đến năm 2007, cảng hàng không một lần nữa được nâng cấp lên thành cảng hàng không quốc tế, nhằm đón khách cả trong lẫn ngoài nước. Nhờ đó, cung đường ven biển mới, được hình thành với chiều dài 22 cây số, rộng 17,5 mét - 60 mét, trải dài từ phường Cam Nghĩa, huyện Cam Lâm, vượt qua những đèo núi, đồi cát trắng mịn màng, nắng gió, vị mặn của biển, về tới Bãi Dài, Golden Bay, Diamond Bay, đường Nguyễn Tất Thành; thay vì đi theo đường QL1A cũ, ngang qua huyện Diên Khánh xa đến vài chục cây số.

Đang vui chuyện tôi chợt nghe nhiều người í ới gọi nhau. Đồ chừng máy bay vừa hạ cánh xuống đường băng, nên vội vàng đứng lên, theo mọi người tiến về phía cổng ra của phi trường.

Sau vài phút chờ đợi, tôi chợt bị hoa mắt trước sự xuất hiện của cô gái ăn mặc thổ cẩm, vai vác ba lô, đi tung tẩy giữa đám đông khách Tây, khách ta tiến ra cửa. Trông cô gái quen lắm, nhất là khi cô mặc bộ áo váy thêu hoa văn, tóc giấu trong khăn, chân quấn xà cạp, lưng thắt đai màu đỏ rộng bản, làm tôn vinh vẻ đẹp vốn có từ chiếc eo thon chắc nơi cô. Mây. Thì ra là Mây, cô gái vùng cao bản Cát Cát, đang dáo dác hướng tầm mắt tìm kiếm xung quanh.

Tôi vội khoát tay làm hiệu cho Mây thấy:

- Mây! Anh ở đây.

Mây quay lại, mừng rỡ nhận ra người quen, vội chạy đến ôm chầm lấy tôi, cười nói líu lo trước cái nhìn thích thú của nhiều người có mặt tại sảnh sân bay lúc bấy giờ.

Mây hỏi:

- Anh đợi em có lâu không?

Tôi đùa:

- Không sớm cũng không lâu, chỉ bằng thời gian ngồi uống hết cốc rượu táo mèo ở Sapa hôm nào.

Nghe nhắc đến kỷ niệm, Mây cười đỏ mặt, nhớ buổi chiều cô đã cùng tôi ngồi uống rượu táo mèo nơi bà cụ bán món trứng nướng, khoai nướn, cạnh nhà thờ Sapa năm nào.

Mây nói:

- Trí nhớ anh quả không tồi.

Chưa kịp hàn huyên, ô tô do tôi thuê đã trờ tới, đón tôi và Mây chạy dọc theo cung đường ven biển, về lại trung tâm thành phố. Vốn đã quen thuộc với phong cảnh trên cung đường biển này, tôi nhường cô ngồi bên cửa xe cho dễ quan sát cả vùng biển không chỉ được bầu chọn là đẹp nhất Đông Nam Á, mà còn được xếp ngang hàng với bãi biển Hawaii của Mỹ.

Đúng lúc đó Mây hỏi tôi:

- Tại sao nơi đây lại có tên Nha Trang hở anh?

Tôi giải thích:

- Theo các nhà nghiên cứu, Nha Trang là thổ âm tiếng Chăm, đọc chệch từ 2 từ Ea Trang hay Ja Trang. Ea hay Ja đều là con sông, Trang là lau sậy, vì xưa kia hai bên bờ sông Cái đổ ra cửa biển Cù Huân mọc đầy lau sậy. Đến năm 1653 khi người Việt đặt chân lên xóm chài hay còn gọi là xóm Cồn, nơi này chỉ có lác đác mươi mái nhà tranh, nhưng sau năm 1891 khi bác sĩ người Thụy Sĩ tên Alexandre Yersin đến đây sinh sống và cống hiến đời mình cho khoa học, thì dân chúng dần dần hội tụ về đây ngày một đông (**). Ngoài ra, có giả thuyết nói, gần Viện Hải Dương Học - Cầu Đá, có một ngôi nhà sơn toàn màu trắng, xây dựng trên một ngọn đồi cao ngay sát biển. Mỗi khi tàu bè qua lại vùng vịnh biển này, các lái tàu thường dựa vào ngôi nhà màu trắng đó mà định hướng cho hướng đi của tàu. Lâu dần, từ nhà trắng được ngư dân đọc trại ra thành Nha Trang?

- Theo anh giả thuyết nào đúng?

Chưa kịp trả lời Mây, thoáng nhìn bên đường tôi thấy quán hải sản nằm lọt thỏm giữa những rặng dừa xanh mướt, nay có bán thêm món cháo mực vào buổi sáng. Cảm thấy bụng đói và đồ chừng Mây cũng chưa ăn gì trên suốt chuyến bay, tôi bèn nhờ lái xe rẽ vào Bãi Dài nằm phía sau lưng khu nghỉ dưỡng Diamond Bay, ăn sáng.

Trong lúc chờ nấu món cháo mực, tôi đưa Mây đi dạo trên bãi biển đầy cát trắng mịn màng dưới chân. Đây là bãi tắm mới được phát hiện trong thời gian gần đây, đẹp, an toàn, nhờ vẫn giữ nguyên vẻ hoang sơ; nhất là khi thủy triều xuống người ta có thể lội ra thật xa, nhặt những sinh vật biển còn sót lại trên cát rất vui.

Trên đường đi dạo, tình cờ tôi gặp một chị là người địa phương, chỉ cho cách đào một cái hố nhỏ trên cát để lấy nước uống.Chưa mấy tin, Mây mượn ngay chiếc xẻng chị đang giữ trong tay, đào sâu xuống cát khoảng nửa thước; quả nhiên, chỉ vài giây sau đó trong hố đã thấy đầy nước vừa ngọt vừa trong xanh, trông chẳng khác chi nước suối lấy trên rừng về.

Món cháo mực được dọn ra, chủ quán cho mời tôi và Mây quay trở lại dùng bữa.

Trong lúc ăn uống tôi hỏi Mây:

- Cháo mực ngon không?

- Ngon bá cháy luôn!.

- Chắc tại em đang đói thôi.

- Em khen thực lòng mà.

- Chưa hẳn nơi đây đã là nơi bán món cháo mực ngon nhất Nha Trang đâu.

- ???

- Mai mốt ra Đại Lãnh em sẽ được thưởng thức.

Giống như một phóng viên chuyên nghiệp, Mây mang bút ra tác nghiệp bằng cách ghi ghi, chép chép vào cuốn sổ tay mang theo.

Tôi cười nói với cô:

- Cứ nhẩn nha thưởng thức món cháo mực Nha Trang đi đã, tí nữa ghé tiệm sách anh mua tặng em cuốn Địa chí Nha Trang và cuốn Xứ Trầm Hương, tha hồ mang về ngoài đó "ngâm cứu".

- Xứ Trầm Hương, Mây nói, đó là câu hỏi mà em muốn hỏi anh, nhưng chưa kịp nhớ ra.

Tôi nói theo sách:

- Tỉnh Khánh Hòa nói chung hay Nha Trang nói riêng, sở dĩ được gọi là xứ Trầm Hương, bởi từ rất xưa vùng này đã có nhiều phẩm vật quí hiếm như: trầm hương, yến sào, từng lưu lại qua thơ ca:

"Khánh Hòa là xứ Trầm Hương

Non cao biển rộng người thương đi về

Yến sào mang đậm tình quê

Sông sâu đá tạc lời thề nước non".

Không chỉ vậy, nhà thơ Quách Tấn còn có lời thưa khi ông đặt bút viết về cuốn Xứ Trầm Hương: "Viết Xứ Trầm Hương tôi chỉ làm một việc mà nhiều người có thể làm được, nên muốn là ghi chép lại những gì đã thấy, đã nghe, đã cảm trong mấy mươi năm sống cùng non nước Khánh Hòa".

- Wòa! Hay quá.

Vào tới thành phố Nha Trang, để tránh làm mất thời giờ của Mây, tôi đưa cô ghé thăm Viện Hải Dương Học, tọa lạc tại khu Cầu Đá trước. Đây là điểm du lịch hấp dẫn mà bất kỳ ai lần đầu đặt chân đến Nha Trang đều không thể bỏ qua. Bởi nơi đây lưu giữ, trưng bày hơn 20.000 mẫu vật của hơn 4000 cá thể sinh vật biển, động thực vật biển Đông, vịnh Thái Lan, Biển Hồ - Campuchia... trong đó, chỉ riêng tại khu trưng bày ngoài trời, tôi đã chỉ cho Mây thấy tận mắt nhiều loại rắn biển, rùa biển, cá mập, cho đến các loài nhuyễn thể... được trưng bày trong các bể lớn hoặc bể kính.

Vào sâu bên trong, Mây thích thú chứng kiến hằng hà sa số mẫu sinh vật biển đựng trong các bình, lọ thủy tinh, bên cạnh các chú cá heo, cá mập trắng nhồi bông, trưng bày cạnh bộ xương cá voi gù, khai quật được trong lúc đào mương làm thủy lợi ở tận vùng biển Hải Hậu năm 1994, dài 18 mét, cao 3 mét, nặng 10 tấn, với 48 đốt xương cột sống phục chế lại.

Kết thúc chuyến tham quan Viện Hải Dương Học, xe đưa tôi và Mây chạy về hướng Đông Bắc ghé đến Hòn Chồng, trước khi khám phá Tháp Chàm Ponagar nằm bên dòng sông Cái.

Ngồi bên cửa xe, một lần nữa Mây lại được ngắm con đường Trần Phú, chạy dọc ven biển đẹp như vầng trăng khuyết, ôm lấy thành phố trẻ Nha Trang tràn đầy sức sống, với một bên là biển xanh màu lục bảo cùng với cát trắng, nắng vàng, những rặng phi lao xao trong gió; đối diện bên kia là những cơ sở vật chất với hạ tầng hoàn chỉnh cùng hàng loạt kiến trúc cực kỳ sang trọng, nhà hàng, khách sạn, vũ trường, bar, cửa hàng cà phê, quán ăn...

Chạy tiếp qua cầu Trần Phú, nhìn sang phía bên trái dòng sông Cái, đã thấy thấp thoáng nơi trần mây bóng Tháp Chàm, hiện rõ sau hàng chữ Ponagarmang màu đất nung..Lạ. Đã vào đến khu vực Hòn Chồng rồi, mà sao tôi vẫn chưa nhìn thấy quần thể đá nằm ở đâu cả. Thì ra quần thể gồm nhiều đá tảng lớn nhỏ, cái chồng lên nhau cái nhô ra ngoài biển, đã bị che khuấtbởi một nhà hàng xây dựng theo lối kiến trúc cổ nhà rường, thoạt nhìn cứ giống như một thiền viện.

Khác với những gì tôi từng nghe kể trước đây, muốn tới Hòn Chồng, ngày xưa người ta chỉ có con đường duy nhất đi qua lối cầu Xóm Bóng, sau đó vượt dốc đồi La San đầy sỏi đá, dây leo, cây cối rậm rạp, mà đối với những ai ưa mạo hiểm, ưa khám phá vẻ đẹp thiên nhiên hoang sơ, thường tỏ ra thích thú khi được trải nghiệm, hít thở không khí trong lành nơi đây; nhất là khi được xắn quần lội bì bõm quanh những khe đá, đuổi bắt những con cá, con tôm mắc kẹt lại, do không kịp theo thủy triều thoát ra.

Đứng ngắm cảnh Hòn Chồng từ trên bờ một lúc, Mây tỏ vẻ thất vọng lắc đầu cho biết "cảnh đẹp và thơ mộng đến vậy, sao người ta nỡ lòng nào biến nó thành một đống gỗ không hơn không kém". Tôi vờ như không nghe thấy những lời than phiền của cô, vì thừa biết cô đang bị hụt hẫng trước cảnh quang Hòn Chồng bị phá vỡ, biến thành nơi chốn kinh doanh nhà hàng này nọ.

Không còn cách nào khác, tôi đành trở ra xe ngồi chờ, đợi cô quay lại là hối tài xế chạy nhanh qua khu di tích lịch sử văn hóa Chăm - Po Nagar cho đỡ ngượng.

Tháp Chàm hay tháp Bà - Po Nagar là một quần thể đền thờ xây dựng theo lối kiến trúc tiêu biểu Chăm, do vua Hoàn Vương Quốc - Harivaman xây dựng từ thế kỷ thứ 7 qua đến thế kỷ thứ 12. Gồm cả thảy ba tầng: tầng thấp nằm ngay mặt đất mà trước đây dùng làm cổng vào nhưng nay không còn thấy. Muốn lên tầng giữa, phải leo mấy bậc thang lên gặp hai dãy cột lớn, mỗi dãy có 5 cột xây bằng gạch hình bát giác và ở 2 bên các dãy cột lớn còn có 12 cột nhỏ thấp hơn. Dựa vào cấu trúc đó, người ta cho trước đây nơi này có nhiều dãy nhà dùng làm nơi nghỉ giải lao, sắm sửa lễ vật dành cho khách hành hương. Cuối cùng, ở tầng trên thấy các tháp phụ xây dựng ngay trước tháp chính. cao 22,48 mét, là tháp Po Nagar hay tháp Bà, thờ thần Po Nagar hay vợ của thần Shiva mà nguyên thủythờ thần Parvati, vợ của Shiva. Tháp có 4 tầng, mỗi tầng có cửa, tượng thần, các linh vật bằng đá... đi sâu vào bên trong, thấy tượng nữ thần cao 2,60 mét bằng đá hoa cương đen, ngồi uy nghiêm trên bệ đá hình đài sen, lưng dựa vào phiến đá hình lá bồ đề; ngoài ra, rải rác đây đó hiện diện nhiều tượng người, tượng thú v.v...

Đi qua cửa chính có mặt quay về hướng Đông, tôi và Mây bước vào tiền sảnh, thấy hai bên cửa thấy có 2 trụ đá đỡ lấy một phiến đá tạc hình nữ thần Durga nhảy múa giữa 2 nhạc công. Càng đi vào sâu vào bên trong, tháp càng tối và lạnh, đến cuối đường thấy một bệ thờ đá, trên đó đặt tương thờ bà Ponagar với mười cánh tay, với hai bàn tay phía trước đặt trên hai gối, các tay bên mặt cầm các vật dụng đoản kiếm, mũi tên, chùy, cây lao, các tay bên trái cầm chuông, dĩa, cung, tù và.

Đứng trò chuyện với người bảo vệ tháp, tôi được biết hàng năm vào cuối tháng 3 âm lịch, chính xác từ ngày 20 đến 23 tháng 3, là thời gian tổ chức lễ hội vía Bà. Du khách đến đây vào thời gian này sẽ được chứng kiến nhiều nhóm người Chăm từ các ngã đường đổ về đây, bày biện lễ vật dưới chân các tháp cúng tế, cảm tạ công đức người mẹ xứ sở. Sau đó, xem các nghệ sĩ trong đoàn nghệ thuật Chăm biểu diễn các màn dân ca, dân vũ, rộn ràng bên tiếng trống Ghinăng, Paranưng, đàn Kanhi, hòa cùng vũ điệu Apsara, điệu múa bông, múa quạt, múa lu truyền thống trên sân khấu ngoài trời.

Tạm biệt Po Nagar, xe đưa tôi và Mây đi tiếp vào khu du lịch suối khoáng, tọa lạc sâu trong con hẻm gần đó.

Đang trên đường đi Mây ghé sát đầu vào tai tôi hỏi:

- Mình đi đâu vậy anh?

- Tắm bùn.

Giọng Mây thánh thót kêu lên trong sự mừng rỡ:

- Ồ! Thích quá, lần này về Sapa em tha hồ "nổ" cho thiên hạ lé mắt chơi.

Đường đi tương đối hẹp lại ngoằn ngoèo, với hai bên nhà cửa cái xô ra cái thụt vào, gây khó khăn cho việc di chuyển. Nghe kể, năm 1994 Liên đoàn Địa chất miền Trung đã khoan trúng mõ nước mặn nên không thể khai thác đóng chai được, bèn phải dùng hơn 13 tấn xi măng lấp kín miệng lỗ lại, tránh làm ảnh hưởng tới môi trường xung quanh. Đến năm 1995, cứ mỗi mùa mưa, lại thấy hiện tượng bùn khoáng chảy tràn ra che lấp hết cả vườn tược, hoa màu làm ảnh hưởng tới cuộc sống người nghèo quanh vùng rất nhiều. Từ đó, các nhà đầu tư đã nghĩ ra cách kết hợp loại bùn khoáng nóng, với bùn khoáng vô cơ vào mục đích phục vụ du lịch, nghỉ dưỡng, chữa bệnh.

Mua vé tắm bùn, đi thay đồ tắm, tôi và Mây được hướng dẫn đến đứng dưới vòi nước nóng tắm cho sạch, trước khi bước vào bồn chứa bùn. Vì là lần đầu được biết đến chuyện tắm bùn, cô không chỉ ngạc nhiên mà còn tỏ ra thích thú khi được ngâm mình dưới lớp bùn khoáng màu nâu nhơn nhớt, bao trùm lên khắp thân thể. Cứ thế, cô khép hờ mắt lại, tận hưởng cảm giác sảng khoái cho đến khi mọi sự mỏi mệt tan biến.

Nhân lúc nhìn thấy Mây lim dim mắt, tận hưởng cảm giác thích thú, tôi múc gáo bùn xối lên người cô đùa:

- Tặng em món này mang về Cát Cát khoe với mọi người.

Chưa kịp mở mắt ra xem tôi tặng gì, Mây lảnh ngay gáo bùn xối lên người, khiến cô không kịp né tránh nên vừa la oai oái vừa lo vuốt bùn dính đầy trên tóc.

Mây thắc mắc hỏi tôi;

- Bùn khoáng nóng này lấy từ đâu ra vậy anh?

- Bùn khoáng là loại bùn thiên nhiên được hóa thành từ biến đổi địa chất, hoặc có nguồn gốc thực vật như cây, lá, hoa, cỏ bị chôn vùi lâu ngày mà thành.

- Công dụng của nó?

- Theo các nhà khoa học, bùn khoáng gồm các chất hữu cơ, vô cơ, các chất chứa carbon … có tác dụng chữa một số bệnh viêm khớp, bệnh mãn tính, bệnh về da...

Chưa rõ lợi ích tức thì của bùn khoáng ra sao, nhưng trước mắt tôi và Mây mình mẩy, đầu tóc dính đầy bùn nhão, trông vừa buồn cười lại không giống ai. Nhân thấy thời gian vui chơi đã lâu, tôi bàn với Mây rời hồ đi tắm lại nước sạch cho thoải mái. Nghe có lý, cô ngoan ngoãn đưa tay cho tôi dìu lên khỏi hồ, đi tiếp qua 2 bức tường bố trí bằng những tia nước bắn ra từ 2 bên, tạo cảm giác mơ hồ như thể có bàn tay vô hình nào đó vuốt ve, mơn trớn trên từng thớ thịt, kế đó chuyển qua hồ khoáng nóng ngâm mình thư giãn, chờ xế chiều về lại trung tâm thành phố ăn tối, trước khi về khách sạn nghỉ ngơi lấy sức cho ngày mai khám phá tiếp các di tích cùng những bãi biển đẹp tuyệt vời nằm trong tỉnh Khánh Hòa.

Sáng ra, như đã dặn dò với Mây từ tối hôm trước, tôi chờ cô ở nhà hàng nằm dưới tầng trệt khách sạn ăn sáng, nhưng đợi mãi chẳng thấy bóng dáng cô đâu cả, đành phải đi thang máy trở lên tầng tám gõ cửa phòng cô:

- Mây, em sửa soạn xong chưa, xuống ăn sáng kẻo trễ.

Bên trong có tiếng Mây vọng ra:

- Xin lỗi! Hôm qua đi chơi cả ngày mệt quá nên em ngủ say như chết. Cho em 5 phút nữa thôi.

Tôi thừa biết con gái nói 5 phút là phải trừ hao thêm một khoảng thời gian đủ để ngủ gục đến mòn mỏi. Không biết làm gì hơn, tôi bước tới đứng sau vuông cửa kính, nhìn ra bầu trời bên ngoài, ngắm từng cụm mây trắng in hình xuống mặt biển xanh biêng biếc. Lạ. Cũng bãi biển đó, cũng bờ cát trắng trãi dài tít tắp, cũng những rặng dừa, rặng phi lao ấy, nhưng sao trong buổi sáng hôm nay trông nó lạ lẫm, hấp dẫn, quyến rũ biết chừng nào.

Vừa lúc đó cửa phòng Mây xịch mở, cô bước ra trong trang phục quần jean áo sơ mi bỏ trong quần, trông thật trẻ trung tươi mát.

Tôi ngạc nhiên nhìn Mây xuýt xoa:

- Woa! Ai mà đẹp dữ vậy ta. Ăn mặc thế này ra đường ai dám bảo em là dân miền núi?

Mây cười rạng rỡ:

- Anh chỉ được khéo nói.

- Anh nói thực lòng mà.

Thang máy cũng vừa lên tới và dừng lại ngay trước mặt bọn tôi.

Tôi hối Mây:

- Mình mau xuống dưới nhà ăn sáng rồi còn đi thăm các di tích, sau đó tiết kiệm thời gian chạy luôn ra ngoại thành thăm qua các bãi biển.

Vào đứng trong thang máy, vô tình tôi bắt gặp ánh mắt có đuôi của Mây, nhìn tôi với cái nhìn lạ lẫm, cộng thêm hai má ửng hồng chứa đựng bao điều bí mật được cất giữ trong tâm trí nơi cô. Tôi cảm thấy nóng ran người, loay hoay chưa biết xử trí ra sao đã thấy đầu cô dựa sát vào ngực tôi, sực nức mùi hương da thịt con gái đưa lên mũi. Ôi! Mùi hương thật quyến rũ, nhắc nhớ trong tôi kỷ niệm lần đi bên cô về thăm bản Cát Cát. Mùi hương ngai ngái thanh tân, lạ lẫm, rất khác với mùi son phấn con gái thị thành, càng khiến cho tôi thêm ngây ngất. Tôi cúi xuống, muốn được ôm thật chặt cô từ phía sau, đặt lên đôi môi sơn nữ nụ hôn nồng cháy, nhưng chưa kịp thực hiện đã thấy thang máy dừng lại và cửa mở ra. May quá, nhờ vậy tôi tỉnh hẳn người ra, vì chỉ cần chậm vài giây thôi, tôi có thể trở thành kẻ háo sắc trước mặt cô chẳng chơi. Cảm giác tội lỗi biến tôi trở nên vụng về không kém, chỉ còn biết im lặng đi theo sau cô đến với phòng ăn.

Ăn sáng ra, tôi hỏi thuê một chiếc xe máy của khách sạn để dễ dàng di chuyển, thay vì đi ô tô vừa bị động vừa mất thời gian. Được cái giá thuê xe máy ở Nha Trang rẻ, đẹp hơn so với nhiều địa phương khác.

Từ đường Trần Phú tôi chở Mây tới nhà thờ Núi hay còn gọi nhà thờ Đá, nhà thờ Kito Vua, nhà thờ chánh tòa Nha Trang, tọa lạc ngay trong trung tâm thành phố. Đây là công trình kiến trúc Gothic, được coi là tiêu biểu của phương Tây, với bố cục chắc, khỏe, giống kiểu nhà thờ đá trên Sapa. Nhà thờ được xây dựng năm 1928 do Louis Vallet, giám mục người Pháp, đã cho xẻ ngọn núi Bông ra làm đôi bằng 500 quả mìn, sau đó san bằng một nửa phía Tây để có được diện tích 4.500 mét vuông đất xây dựng nhà thờ.

Quan sát từ xa, tôi thấy nhà thờ được phân ra thành 3 phần rõ rệt. Phần dưới cùng là con đường đi với bờ tường đặt nhiều hộc đựng di cốt người quá cố; phần giữa, ngoài những ô cửa tròn gắn kính màu được tô điểm bằng những bông hồng ra, không còn gì đáng xem; phần trên cùng là hành lang và tháp chuông có bốn mặt đều được gắn đồng hồ lớn nhìn ra bốn hướng.

Tôi đưa Mây bước vào trong thánh đường, nơi duy nhất có được không gian rộng mênh mông, ngập tràn ánh sáng qua các cửa vòm được lắp kính màu xanh đỏ. Chưa kể khi nhìn lên trần nhà thờ còn thấy nhiều hình múi vòm uốn cong lên trên, cùng với những hoa văn trang trí tuy giản dị nhưng không thiếu phần trang nghiêm, bên cạnh những bức họa mô phỏng cuộc khổ nạn của Chúa Giê-Su, treo trên những bức tường còn lại.

Đang loay hoay chưa biết điểm khám phá tiếp theo là đâu, tôi bỗng tôi nhớ câu "từ nhà Chúa đến nhà Chùa là con đường ngắn nhất". Thật vậy, từ đây chạy đến Long Sơn tự hay còn gọi là chùa Phật trắng, nằm ngay dưới chân núi Trại Thủy cách đây không xa. Thế là tôi ra lấy xe, chở Mây trên con đường hướng về phía nhà ga xe lửa, vì chùa Phật Trắng nằm ngay ở phía đối diện.

Được biết, Long Sơn tự là một đại danh thắng cổ kính, hoành tráng, của vùng Nam Trung Bộ, được hoàng đế Bảo Đại sắc phong "Sắc Tứ Long Sơn Tự", một trong những biểu tượng của xứ Trầm Hương.

Ai muốn dâng hương trước kim thân đức Phật tổ, phải leo 153 bậc thang từ đưới chân núi lên tới đỉnh Trại Thủy. Tôi và Mây cũng không ngoại lệ, nhưng vừa leo đến bậc thứ 44, đã tới đứng trước tượng đức Phật nhập Niết Bàn, dài 12 mét, cao 5 mét, phía sau là phù điêu mô tả 49 chư vị tỳ kheo đang niệm Phật. Thắp nhang quay ra, bọn tôi leo tiếp một số bậc cấp nữa, đã thấy hiện ra trước mắt một tháp chuông, trong đó có treo một quả đại hồng chung cao 2, 2 mét, nặng 1 tấn rưỡi. Mệt. Mây lấy nước mang theo ra uống, nghỉ ngơi lấy lại sức để tiếp tục leo lên đỉnh núi, nơi đặt tượng Phật Thích Ca hay còn gọi là Phật Trắng, cao 24 mét, trong tư thế tọa thiền trên một để hình tòa sen cao 7 mét, cùng với chân dung 7 vị thánh tử đạo vây quanh.

Lễ Phật xong tôi cùng Mây trở xuống núi, ngược đường chạy về thị trấn Diên Khánh, bắt gặp bên đường quốc lộ 1 một quần thể thành cổ, xây dựng cách nay 216 năm, dưới thời chúa Nguyễn, rộng 36 ngàn mét vuông. Đến nơi, tôi lái xe quẹo vào đường Mã Xá, con đường ngày xưa đắp bằng đất, dùng vào việc tuần tra, vận chuyển hay còn gọi là đường quan phòng. Từ đây, Mây đứng quan sát một hào nước sâu khoảng 3 đến 5 mét, rộng 30 mét, nối từ cổng phía Đông đến cổng thành phía Tây, luôn đầy nước do sông Cái đổ vào. Cổng thành gồm 2 tầng: tầng trên có công sự, pháo đài đặt súng thần công; tầng dưới nối với tường thành hình lục giác 6 cạnh không đều, chia nhiều đoạn nhỏ, uốn lươn bên các góc nhô ra nhưng vẫn quan sát được xung quanh. Tường dài 2693 mét, cao 3, 5 mét, đắp bằng đất, trên trồng tre gai ken dày nhằm giữ độ bền cũng như làm hàng rào phòng thủ. Theo tư liệu, mới đầu thành có 6 cửa, xây theo hình vòng cung, cao 4,5 mét, rộng 17 mét, nhưng sau quá trình trùng tu tôn tạo nhiều lần, đến nay chỉ còn lại các cửa Đông, Tây, Nam, Bắc.

Dắt tay Mây bước qua cổng thành phía Đông, tôi quan sát thấy mặt ngoài bức tường dựng đứng, mặt trong thoai thoải chia thành 2 bậc, tao ra con đường ở giữa rộng 10 mét, giúp việc vận chuyển thêm thuận lợi; đặc biệt, với phần diện tích đất còn lại người ta trồng xen kẽ trên đó nhiều cây xanh để vừa bảo vệ chân thành vừa tạo cảnh quan. Tiếp tục theo con đường nhựa đi vào bên trong, gặp nhiều nhà cửa xây dựng hoàn toàn mới, trong đó gồm các cơ quan hành chính, ngân hàng, thuế vụ, công an... đã thay thế toàn bộ di tích từng có mặt ở đây cách hai trăm năm trước, hoàng cung, cột cờ, dinh Tuần Vũ, dinh Án Sát, dinh Lãnh Binh, dinh Tham Tri, nhà lao, nhà kho...

Ngậm ngùi trước sự thay đổi lớn lao đó, tôi nuốt vào lòng nỗi buồn riêng, tôi đưa Mây quay ra hỏi thăm đường đến với di tích Cây Dầu Đôi, chùa Hoa Tiên, nơi lưu truyền nhiều huyền tích ly kỳ, cách đây chừng 2 cây số.

Trên đường chạy về ngã ba Thành, tới một ngã ba nhìn sang bên kia đường, thấy một cây dầu cổ thụ mọc ra 2 thân đồ sộ cành lá xum xuê. Cây dầu tọa lạc trước ngôi miếu khang trang, bên trong thờ vị tướng công trong phong trào Cần Vương tên Trịnh Phong. Theo truyền tụng, cây dầu thoạt đầu có 2 gốc mọc cạnh nhau, lâu ngày dính vào nhau làm một, song cũng có giả thiết nói rằng, vào một đêm mưa gió bão bùng, sấm sét đã giáng trúng cây dầu làm cho nó gãy ngọn. Tưởng cây dầu sẽ chết, nhưng chỉ một thời gian sau, từ chỗ gãy thấy mọc ra 2 cành mới, lâu ngày rất xum xuê cành lá.

Thấy ngộ, Mây thử chạy vào đứng trên những chiếc rễ sần sùi mọc trồi lên mặt đất, hỏi một bác sống tại địa phương:

- Bác ơi! Cây này bao nhiêu tuổi rồi ạ?

Người đàn ông lớn tuổi đáp:

- Cho đến hôm nay vẫn chưa ai dám xác định chính xác tuổi của nó, chỉ biết từ khi thành Diên Khánh ra đời (1793), đã thấy cây dầu này vượt trội lên trên thảm rừng già. Tương truyền, thành Diên Khánh trước đây là nơi Trịnh Phong, vị tướng quân trong phong trào Cần Vương, được vua Hàm Nghi sắc phong là Bình tây Đại tướng, đã dùng thành làm tổng hành dinh trong cuộc kháng Pháp. Sau khi bị bắt, giặc mang ông ra chém tại đồi Chết Chém, đồng thời treo đầu trên cây Dầu Đôi này. Thương tiếc vị tướng công yêu nước, dân chúng vùng Khánh Hòa đã chung tay dựng nên ngôi miếu thờ ngay dưới cây dầu thờ ông.

Mây đưa tay chỉ ngôi miếu gần đấy hỏi:

- Có phải ngôi miếu ông kể kia không?

- Trước đây, miếu cây Dầu Đôi nằm ở tận ngoài này, nhưng do nhiều lần mở rộng đường, dân chúng đã dời ngôi miếu vào trong đó.

Không bỏ được tính trẻ con, Mây tinh nghịch dang hai tay ra ôm thử cây dầu xem nó lớn chừng nào, nhưng với vòng tay nhỏ bé của cô xem ra chả thấm tháp gì so với gốc cây to cỡ 8-9 người ôm không xuể. Cô rụt đầu thè lưỡi chịu thua nói:

- Ôi! Cây dầu to cỡ này cả họ nhà cháu ôm chưa chắc đã hết.

Trước lời nói đầy vẻ hài hước của Mây khiến nhiều người cười ồ lên, sau đó khuyên tôi nên chở cô ghé đến chùa Hoa Tiên nghe kể về những huyền tích, cách xa đây chỉ hơn ngàn bước chân.

Làm theo sự chỉ dẫn, tôi chở Mây băng qua đường, ngược lên phía trên một đoạn, nhập vào đoàn người đứng quan sát cây Cốc đại thụ, nghe kể về kho vàng Hời ẩn giấu dưới gốc linh mộc, chuyện những hồn ma trinh nữ bị các nhà quyền quí Chăm chôn sống nhằm bảo vệ kho tàng, chuyện vào ban đêm thường xuất hiện hiện tượng vàng đi ăn với những ánh sáng vàng rực, di chuyển quanh thân mộc và khuôn viên nhà chùa?

Nói về kho vàng ở chùa Hoa Tiên, nhà văn Quách Tấn có kể trong tác phẩm Xứ Trầm Hương. "Hơn một nửa thế kỷ trước, khi phong trào tìm vàng rộ lên, rất nhiều ngôi mộ cổ lẫn các cổ tự... đều bị kẻ xấu đào bới và chùa Hoa Tiên cũng không ngoại lệ; ngoài ra, cũng có chuyện người Hời ở Phan Rang đã tìm đến chùa, trưng đủ giấy tờ của ông bà để lại, xin phép được đào bới gốc cây Cốc tìm của. May sao, các thầy trong chùa cùng dân chúng quanh vùng đã khước từ và ra sức bảo vệ nghiêm ngặt cây Cốc, nhờ vậy kho báu mới được giữ nguyên vẹn cho đến ngày hôm nay".

Rời linh mộc, tôi và Mây đến với ngôi chùa cổ Hoa Tiên, cách đó vài bước chân. Nghe kể, tiền thân chùa là nơi lui tới của các quan nên còn gọi là quan tự, sau này được giao lại cho làng dùng làm nơi thờ phượng.

Bước vào bên trong chánh điện, tôi quan sát thấy bên trái là gian thờ Phật, bên phải thờ Nữ Thiên Y A Na, gian giữa thờ đức Quan Thánh. Nghe nhiều người lao xao bàn tán, trong chùa còn lưu giữ nhiều tượng cổ, nhưng quí nhất vẫn là tượng lồi bằng đá xanh có gương mặt giống phụ nữ, phát hiện trong quá trình đào giếng xây chùa. Nhiều người tin đó là chân dung của nữ thần Po Nagar, khuyên thầy trụ trì mang vào chùa thờ phượng. Việc này, trong sách "Xứ Trầm Hương" cũng thấy mô tả "Không biết đây là một tác phẩm điêu khắc bị dở dang hay là hình tướng một vị quái thần Bà La Môn. Tượng chỉ khắc một nửa thân phía trước, có đủ mặt, mũi, mắt, miệng; riêng hai tay chắp nơi ngực, đầu đội một chiếc mũ nhọn như ngọn tháp Cao Miên, phía sau lưng và khúc mình thì để nguyên dạng đá". Tuy nhiên, theo một số người đồn đoán, đây là pho tượng dùng để trấn ếm của người Chăm giàu có nhằm bảo vệ kho báu. Ngược lại, cũng có người cho đó là tượng thờ người nữ Chăm có nhiều quyền năng, ban phước, nâng đỡ cứu giúp những ai tin tưởng bà. Chưa hết, nghe kể trong mật thất nhà chùa còn cất giữ một pho tượng cao 0,6 mét, mất đầu, không rõ là tượng nam thần hay nữ thần vì những đường nét khắc họa đã bị bào mòn theo thời gian. Mang điều bí mật này ra hỏi một vị chức sắc trong chùa, tôi được cho biết, ngày xưa dưới gốc cây Cốc bỗng trồi lên một pho tượng. Nghi là vật thiêng, thầy trụ trì đã mang pho tương vào trong chùa thờ, không ngờ giữa đêm tượng bị rơi xuống đất, đầu lìa khỏi cổ. Mọi người tin là pho tượng không muốn rời khỏi cây Cốc, nên thầy trụ trì đành phải nghe theo, mang trả pho tượng về chỗ cũ..

Đi loanh quanh trong khuôn viên chùa thêm một lúc, tôi và Mây mau chóng lên xe quay về thành phố, bỏ qua ý định đi thác Yang Bay, suối Thạch Lâm, đảo Trứng... để có đủ thời gian đi Dốc Lết, Đại Lãnh, vịnh Vân Phong, làng chài Khải Lương, nơi được cho là ánh mặt trời mọc sớm nhất ở cực Đông nước ta, thay vì mũi Điện - Tuy Hòa như nhiều người lầm tưởng tước đây.

Tạm biệt chùa Hoa Tiên, theo quốc lộ 1 tôi chạy xe qua thị xã Ninh Hòa, qua đèo Bánh Ít, qua nhà máy đóng tàu Huyndai Vinashin, qua những cánh đồng lúa, qua những cánh đồng muối bạt ngàn, xuôi về phía Bắc tới Dốc Lết. Nơi có nhiều cồn cát trắng cao hàng chục mét chắn ngang tầm mắt, trên đó mọc lên những hàng dương xanh biết, ngăn đôi bên này với bên kia biển. Theo người dân địa phương, sở dĩ có tên Dốc Lết, vì mỗi khi có việc cần đi ra biển, người ta phải vượt qua các cồn cát cao tận trời, đi không nổi phải bò phải lết, bò lết đến khi nào ra tới biển mới thôi.

Đứng trước biển Dốc Lết, tự dưng tôi nhớ tới những bãi cát trắng muốt ở Côn Đảo, song để so sánh với màu trắng của cát ở đảo KohRong Samloem xứ chùa Tháp, chắc không thể nào bằng được; ngược lại, biển Dốc Lết với ưu điểm, xinh đẹp, gần gũi, thân thiện, qua cách người ta mời chào mua bán những phẩm vật đánh bắt từ dưới biển lên tươi rói, giá cả phải chăng. Nhờ vậy, tôi và Mây có dịp thưởng thức một bữa ăn hải sản tưng bừng mà không tốn nhiều tiền so với nhiều vùng biển khác.

Nạp năng lượng xong, tôi chở Mây chạy tiếp tới chân đèo Cổ Mã, chạy thêm vài cây số nữa tới Vân Phong, nơi tập hợp nhiều hòn đảo lớn nhỏ, hình thành nên vịnh biển cực kỳ xinh đẹp, hoang sơ, với bãi cát trắng trải dài mênh mông, làn nước trong xanh, rặng san hô đa dạng sắc màu. Vì thế, các tạp chí du lịch trong và ngoài nước đua nhau bình chọn là một trong những vịnh đẹp nhấtthế giới, là kỳ quan thiên nhiên với khí hậu ôn hòa, cát trắng mịn màng, núi đồi, rừng nguyên sinh ngập mặn vây quanh...

Tôi dừng xe ở Bãi Môn cho Mây chiêm ngưỡng quần thể du lịch sinh thái rừng nguyên sinh cùng với bãi biển xếp hình cánh cung xinh đẹp đến ngỡ ngàng; nhất là với lợi thế xa bờ, có nhiều rạn san hô quí hiếm, nhiều loài tôm cá, nhiều hang động kỳ bí, nhiều bãi tắm tự nhiên như: bãi Lách, bãi Búa, bãi Xuân Đừng hay Sơn Đừng (?).

Rời vịnh Vân Phong tôi đổ đèo Cổ Mã, ghé địa danh từng được vua Minh Mạng (1836) cho thợ chạm hình phong cảnh biển Đại Lãnh lên một trong 9 chiếc đỉnh đồng, hiện đang được đặt trong sân Thế Miếu ở Huế.

Gửi xe vào bãi, tôi dìu Mây đi trên chiếc cầu gỗ bắc qua con suối nước ngọt quanh năm không hề cạn, đi vào thiên đường biển Đại Lãnh. Thật vậy, bãi biển Đại Lãnh đẹp, hấp dẫn không chỉ nhờ có bãi biển uốn cong hình trăng mùng sáu, những rặng phi lao xanh thắm, những lạch nước ngọt quanh năm hòa vào biển cả; mà còn nổi tiếng nhờ nằm lọt thỏm giữa 2 ngọn đèo Cổ Mã, đèo Cả và 3 phía núi vây quanh, nên vẫn giữ được dáng vẻ hoang sơ vì ít bị tác động của con người. Tiếc rằng, ngoài vẻ đẹp do thiên nhiên ưu ái ban tặng, thì việc cung ứng sản phẩm du lịch ở đây xem ra còn quá đơn điệu với những dãy kios, hàng quán, nhà nghỉ dưỡng... chưa thực xứng tầm với một địa danh du lịch nghỉ dưỡng, từng được xem là một trong 10 điểm đến đẹp nhất thế giới; trong khi, ai đã một lần đặt chân đến với khu du lịch Đại Lãnh, không khỏi ngỡ ngàng trước hàng loạt công trình xây dựng hoành tráng, nghe nói của nhạc sĩ Thanh Tùng, nhạc sĩ ăn nên làm ra và nổi tiếng qua các nhạc phẩm "Một Mình, Giọt Nắng Bên Thềm", đang từng ngày bị bỏ quên trong hoang phế?

Mang sự nuối tiếc ấy tôi và Mây rời Đại Lãnh, quay về thành phố Nha Trang nghỉ ngơi, để sáng sớm hôm sau có mặt ở tour bốn đảo.

Đúng hẹn, sau khi dùng buffet sáng ở khách sạn, xe công ty tổ chức tuor bốn đảo được điều tới, đón tôi và Mây đưa ra Cầu Đá. Ở đây, bọn tôi được nhập chung vào đoàn khách tây lẫn ta, gồm khoảng 20 người cùng xuống tàu lênh đênh trên biển. Độ nửa giờ sau, ngó lên đã thấy trước mắt hình ảnh con tàu cướp biển Caribe hóa thạch mang tên: Hồ cá Trí Nguyên. Gọi là hồ, vì hình dáng con thuyền được xây dựng bởi nhiều kè đá ngăn biển, tạo thành nhiều hồ nhỏ để nước có thể dễ dàng thông nhau qua những khe hở của đá, từ đó nhiều loài sinh vật biển có thể ra vào sinh sống và phát triển.

Tàu cập bến, tôi và Mây cùng đoàn khách được hướng dẫn đi sâu vào lòng con tàu, tham quan, rửa mắt, trước hàng ngàn sinh vật biển. Tại hồ cá lộ thiên khá rộng, bọn tôi chứng kiến nhiều loài cá thu, cá ngừ, cá nục, cá đuối, bơi lượn nhởn nho... đi tiếp vào hồ cá nằm trong nhà, tuy có diện tích khiêm tốn hơn so với hồ lộ thiên, nhưng lại thấy đủ loài cá cảnh màu sắc sặc sỡ mà ngày thường ít người được biết; hồ kế tiếp là hồ nuôi sinh vật đồi mồi, rùa biển; hồ cuối cùng kéo dài từ chân đồi ra biển là hồ nuôi các sinh vật từ nhỏ cho tới nặng vài chục kí lô...

Hết giờ mặc định tham quan, mọi người lần lượt trở lại tàu, trực chỉ Hòn Mun lặn biển, khám phá khu bảo tồn sinh vật đầu tiên của nước ta, với các thảm san hô đa dạng được đánh giá đẹp nhất nhì thế giới.

Tàu chưa kịp ghé vào Hòn Mun, Mây đã kéo tay tôi rũ đi thay đồ tắm, mượn kính lặn, ống thở Knorkel, chuẩn bị lặn biển. Lặn biển? Tôi không khỏi bất ngờ trước lời rủ rê nơi cô, tròn xoe mắt ngạc nhiên hỏi:

- Em là dân miền núi cũng biết bơi sao?

- Ư! Giỏi là đàng khác, không tin cứ xuống biển với em, sẽ biết thế nào là lễ độ.

- Trên đó em thường đi bơi ở đâu?

- Ở các hồ thiên nhiên vào mùa hè.

Rõ rồi nhé, tôi cảm thấy mình vô duyên quá thể, đành lủi thủi làm theo lời Mây, sau đó cùng lao xuống biển vùng vẫy, lặn hụp trong nước, chiêm ngưỡng vẻ đẹp của hàng hà sa số sinh vật biển cùng với thảm san hô trải dài vô tận.

Đến trưa, tàu thông báo nhổ neo di chuyển đến Hòn Một dùng cơm trưa, nghỉ ngơi, ngay trên tàu. Không rõ, do vùng vẫy trong nước quá lâu hay sao, khi dùng cơm trưa dù theo kiểu dã chiến với các món ăn đơn giản gồm: tôm rang, cá kho, trứng rán, trái cây... vậy mà ai cũng khen ngon. Song để lại ấn tượng trong lòng mọi người, có lẽ là chương trình live show bỏ túi, do chính các thành viên trên tàu - The Funky Monkey, vừa trẻ trung lại có vốn liếng tiếng Anh giỏi, nên đã làm say mê các khách Nhật Bản, Hàn Quốc, Thụy Sĩ, Mỹ, VN... qua các ca khúc nổi tiếng tại bản xứ của họ, hợp cùng tiếng đàn điện, tiếng nồi- niêu, soong- chảo; thay cho tiếng trống, tiếng tambourin... biến không khí ca nhạc cây nhà lá vườn trở nên thật hấp dẫn và vui nhộn. Chưa kể, trong giờ nghỉ ngơi, mọi người được tư vấn mặc áo phao, lao xuống biển tham dự tiệc rượu cocktail tại quầy bar được tổ chức ngay trên mặt biển vui ơi là vui.

Xế trưa, tàu di chuyển tới Bãi Tranh cho mọi người xuống thư giãn, chơi các trò chơi cảm giác mạnh trên biển. Tận dụng lúc trời còn nắng, tôi nhờ người lái tàu thuê hộ một chiếc cano đưa lên đảo Hòn Tre, khám phá nơi mà bất kỳ ai ghé đến Nha Trang đều không muốn bỏ qua khu vui chơi tổng hợp Vipearl Land, được ví như thiên đường ở hạ giới.

Lên đảo, để Mây không bị cái nắng gay gắt làm khó chịu, tôi đưa cô ghé khu vui chơi trong nhà, nghỉ ngơi, chơi trò chơi điện tử, xe điện đụng, thăm vườn cổ tích, đi thang cuốn qua đường hầm bằng kính vào lòng đại dương, đứng chiêm ngưỡng các loài cá quí hiếm, đẹp chẳng thua gì thủy cung lớn nhất thế giới Sentosa ở Singapore.

Hết nắng. Bọn tôi quay ra bên ngoài,ghé khu trò chơi cảm giác mạnh, chơi tàu lượn siêu tốc Roller Coaster, thử trải nghiệm trò chơi xe trượt núi - Alpine Coaster, nghe quảng cáo là loại hình vui chơi cảm giác mạnh đang được ưa thích trên thế giới hiện giờ.

Đầu tiên, tại dưới chân núi Vinpearl Alpine Coaster, tôi và Mây được hệ thống kéo lôi trên đoạn đường dài 540 mét, đến một nhà ga nằm ở tận trên đỉnh núi cao 140 mét so với mực nước biển. Tại đây, ai muốn dành thời gian dạo chơi, ngắm cảnh, chiêm ngưỡng toàn vịnh Nha Trang, chụp ảnh kỷ niệm... đều không bị hạn chế. Kế đó tham gia trượt Alpine trên một chiếc xe đôi dành cho 2 người, gồm một hệ thống điều khiển tốc độ nhanh - chậm, một thắng tay giữ khoảng cách an toàn giữa xe trước cùng với xe sau. Và, cứ thế trượt xuống bên dưới qua một đường uốn lượn dài 1.220 mét, trong cảm giác vừa hồi hộp vừa thích thú.

Nhìn đồng hồ thấy đã năm giờ hơn, tôi hối Mây chạy đến xếp hàng mua vé xem cá heo biểu diễn; bởi, chỉ chậm chân năm-mười phút sẽ không còn chỗ ngồi, tới lúc đó chỉ có nước chịu tốn tiền du lịch sang Thái, mò vào Safari xem biểu diễn cá heo vừa mất thời gian vừa tốn tiền?

Kể cho vui vậy thôi, bởi sau đó tôi và Mây mỗi người đã cầm trên tay một chiếc vé, hiên ngang bước vào nhà biểu diễn. Ngồi chưa kịp nóng chỗ, đã nghe trên sân khấu giới thiệu màn biểu diễn bắt đầu. Trước tiên, huấn luyện viêncùng 2 chú cá heo Michail và Yulia làm động tác ngộ nghĩnh chào khán giả, tiếp sau là những màn biểu diễn vô cùng ngoạn mục như: bơi trên cạn, nhảy qua vòng, tung hứng bóng... giữa những tràng pháo tay tán thưởng ồn ào của đông đảo người xem.

Rời nhà xiếc, do được truyền đạt kinh nghiệm của bạn bè từ trước, tôi vôi đi mua thức ăn nhanh cho kịp giờ trình diễn lúc 20 giờ, để vừa có cái ăn dằn bụng vừa thưởng thức công trình kết hợp tuyệt vời giữa hiệu ứng ánh sáng cùng sự chuyển động của nó bên nền nhạc sang trọng trên sân khấu. Tuy vậy, tôi vẫn luôn nhớ lời dặn, phải rời sân khấu sớm hơn dăm phút, tránh rơi vào tình trạng chờ đợi mất thời gian ở cáp treo, do số lượng người trở về đất liền lúc ấy khá đông. Nhờ vậy, tôi và Mây đã về đến đất liền trên chuyến cáp treo sớm nhất, để có thời gian tìm tới các khu ẩm thực chuyên bán các món ăn đặc sản về đêm ở Nha Trang, ăn mừng chuyến đi khám phá xứ Trầm Hương sắp kết thúc vào trưa mai.

Nhân lúc đi bên Mây trên phố tôi hỏi cô:

- Em thích ăn gì nào?

- Ngoài trừ một số hải sản quen thuộc ra, đêm nay em chỉ muôn thưởng thức các món ăn được cho là độc đáo nhất của Nha Trang này thôi.

Tôi kể sơ qua thực đơn mà tôi biết cho Mây nghe:

- Bánh căn mực, bánh xèo mực, bánh canh chả cá, nem nướng, bún sứa, gỏi cá mai, gỏi ốc, bò Lạc Cảnh...

- Ôi! Món nào nghe qua em cũng đều muốn thử hết.

- Thì cứ việc đi nếm từng món, cho đến khi nào em cảm thấy cứng bụng mới thôi.

- Ý kiến hay đây.

Đi bộ dọc theo đường Trần Phú một đoạn, đập vào mắt tôi và Mây đủ loại hàng quán ăn uống hấp dẫn, cái bày ra trên vỉa hè cái trong nhà; đặc biệt, ở khu chợ đêm tấp nập người đi kẻ lại, ăn uống nói cười vui vẻ. Song, đối với những ai từng đi ăn đêm ở NhaTrang, ít ai chịu dừng chân ăn uống ở nơi này, mà thường tìm tới các địa chỉ quen thuộc, cho dù có nằm sâu trong những con hẻm, tuy đông khách nhưng được cái ăn rất ngon miệng.

Tôi đề nghị với Mây:

- Trước hết, anh đưa em đi ăn món bánh căn, vì bất kỳ khách du lịch nào lần đầu tiên ghé Nha Trang đều được giới thiệu món ăn chơi đầy hấp dẫn này, sau là món bún cá, hay bánh canh cá, bún sứa... chưa đủ no, mình sẽ đi ăn thêm món nem lụi hay bò Lạc Cảnh,tôi hỏi, em thấy sao?

- Bánh căn như thế nào ạ, nghe thú vị quá?.

Thay vì trả lời Mây, tôi gọi xe bảo đưa tới khu Tháp Chàm, nơi không chỉ cóhàng bán bánh căn đêm, mà còn thấy trên đường nằm dọc theo phía biển, còn rất nhiều hàng quán bày bán các loại hải sản, phục vụ các thượng đế chuyên đi ăn uống về đêm.

Để Mây có thể nhìn tận mắt cách chế biến món bánh căn, tôi chọn bàn ngồi đối diện với bếp lửa, theo dõi từng thao tác chuyên nghiệp như một nghệ sĩ múa nơi chị phụ nữ, thoa dầu, đổ bột vô khuôn, đặt con tôm (hay miếng mực) lên mặt bánh, đậy nắp, đợi bánh chín vàng rộm, lấy ra từng cái đặt lên chiếc tràng bằng tre có đặt sẵn chén nước chấm, dĩa rau thơm, ít đu đủ bào sợi, sau đó mang ra cho khách.

Nhận lấy tràng bánh, tôi làm nháp cho Mây thấy cách ăn món bánh căn như thế nào, sau đó nhìn cô vừa ăn vừa hít hà với món nước chấm cay xé trong miệng.

Tôi hỏi:

- Cảm nhận của em về món bánh căn ra sao?

- Ngon và lạ miệng hơn bánh tôm hồ Tây.

Tôi giải thích cho Mây rõ: Đây là loại bánh làm từ bột gạo, được nướng trên một cái khuôn bằng đất nung có nhiều lỗ trên mặt. Là loại bánh phổ biến của người Chăm ở vùng Nam Trung Bộ, từ Khánh Hòa, Ninh Thuận trở vào Bình Thuận. Thoạt nhìn, bánh căn có hình dáng giống với bánh khọt của miền Tây, nhưng khác ở chỗ không dùng dầu mỡ để chiên. Bánh nhỏ, chế biến với nhiều loại nhân, tùy theo sở thích mà bánh được chế biến bằng mực, bằng tôm, bằng trứng, hến, thịt bò... do bánh nhỏ nên bánh thường bán theo cặp. Khi ăn, chấm vào nước chấm pha loãng (có nơi nước chấm kèm theo xíu mại, mỡ hành, nước cá nục kho) với hỗn hợp, nước, tỏi, ớt, đường, dấm, chanh, cùng với ít rau hay đu đủ tháisợi.

Chén xong món bánh căn tôi hỏi Mây:

- Giờ mình đi ăn bún sứa..

- Sứa? Món này ăn vào có bị ngứa?

- Cam đoan với em, món này cũng nằm trong danh sách các món ăn được gọi là đặc sản ở Nha Trang, nhờ những con sứa to lắm cũng chỉ bằng đầu ngón tay trỏ, được ngư dân vớt tận ngoài các đảo xa, mình dày, ăn có vị thơm mát, giòn nghe sần sật.

- Ôi! Chỉ nghe anh diễn tả thôi em thèm chảy cả nước miếng rồi.

Ghé về đường Bà Triệu, tôi và Mây vào quán bún sứa mà mỗi lần ra Nha Trang, tôi đều không thể không ghé lại. Nhận ra khách quen, cô chủ quán không phải hỏi han hay mời chào, mà trụn ngay hai tô bún, bỏ thêm chả, sứa lên mặt, chan nước dùng nóng hổi lên,mang ra mời khách ăn kèm với chả cá cùng với rau sống..

Muốn giúp cho Mây hiểu thế nào là tô bún sứa ngon, tôi làm ngay cuộc phỏng vấn với cô chủ quán về thành phần tô bún sứa.

Cô vui vẻ cho biết:

- Thành phần chính của tô bún sứa ngon dĩ nhiên phải là sứa được chọn lọc kỹ, sau mới đến nước dùng nấu bằng cá liệt, không xương, thịt ngọt, ăn kèm với chả cá thu hay chả cá nhồng, chả cá đối, do trước đó đã lóc xương lấy thịt, quết nhuyễn cho đến khi có độ dai rồi mang vo viên và hấp chín.

Thưởng thức xong món bún sứa tôi hỏi Mây:

- Giờ thì ăn gì nữa?

- Đọc trên Lonely Planet thấy giới thiệu món bò ở Lạc Cảnh nên thèm lắm, nhưng phải lát nữa cơ, vì bây giờ em hãy còn no.

Tạm biệt cô chủ quán bún sứa, tôi dắt Mây đi tản bộ để cho cô có thời gian tiêu hóa hết mấy món nước còn đang lỏng bỏng trong bụng; hơn nữa, theo kinh nghiệm, mò đến quán bò nướng vào vào dịp cuối tuần, chưa chắc đã có bàn. Chi bằng, cứ hòa vào đám đông vui chơi, đợi muộn một chút thẳng đường Nguyễn Bỉnh Khiêm tới đó cũng vừa.

Đứng tại một ngả ba, Mây quan sát quán bò Lạc Cảnh một lúc rồi nói:

- Thấy quán cũng bình thường như bao quán ăn khác thôi mà.

- Nhưng được nhiều người biết đến nhờ có món bò được tẩm ướp theo bí quyết gia truyền của gia đình người Hoa.

Ngồi vào bàn, tôi gọi hai phần bò, một dĩa rau salad trôn dầu giấm, một dĩa bánh mì có tẩm ướp nước bò, xong ngồi chờ. Chỉ một lát sau đã thấy nhà hàng mang đến một lò than cháy hồng cùng với các thứ tôi đã gọi. Trước tiên, tôi hướng dẫn Mây cách gắp thịt bò đặt lên vỉ nướng, trở qua trở lại số thịt vài lần trên bếp, cho tới khi thịt kêu sèo sèo chín tới bốc mùi thơm điếc mũi, thì cũng là lúc tôi sẵn sàng gắp miếng thịt tươm dầu mỡ, bỏ vào chén cho cô ăn kèm với salad, hay bánh mì đã nướng trên lửa không kém phần thú vị.

Nhìn Mây ăn ngon lành món bò nướng tôi hỏi:

- Cảm giác thế nào?

Cô cười đáp:

- Quả không chê vào đâu được.

- Vì vậy công thức tẩm ướp tuyệt đối không thể để lộ ra bên ngoài, ngoại trừ những người thân trong gia đình.

Mây đùa:

- Họ còn con trai không anh?

- Làm dâu họ không được đâu!

- Sao lại không hở anh?

- Phong tục người Hoa chỉ gả con cho người Hoa thôi.

- Chứ không phải họ sợ em mang thương hiệu bò Lạc Cảnh về Sapa kinh doanh à?

Bữa ăn tối của tôi và Mây tạm kết thúc sau trận cười thỏa mãn nơi cô.

Rời quán ăn, tôi hỏi Mây có muốn đi bar hay uống cà phê nghe nhạc không, cô tỏ ra mệt mỏi muốn được về sớm đánh một giấc, để sáng chạy ra chợ Đầm quơ vội ít đồ khô mang về làm quà cho các sếp và gia đình ngoài đó. Tôi nghĩ có lẽ nên làm theo lời cô, vì suốt mấy ngày qua tôi đã đưa cô đi thăm thú gần hết tỉnh Khánh Hòa, ngoại trừ một vài thắng cảnh mới đưa vào sử dụng hoặc do không đủ thời gian đến đó.

Tôi nói:

- Mình về thôi em.

Bước ra đường, Mây luồn tay qua cánh tay tôi, vừa âu yếm vừa nhí nhảnh nói:

- Cho em mượn đỡ tay anh một xíu nha không mai chia tay lại nhớ.

Đêm ở biển bình yên lạ, chỉ nghe tiếng gió, tiếng sóng vỗ rì rào, tiếng con tim đập loạn xạ, quyện lấy mùi thịt da thơm tho con gái. Cứ thế, tôi im lặng đi bên Mây, tận hưởng thứ hạnh phúc tuyệt vời, mơ hồ nghe trái tim mình treo lơ lửng giữa những mù sương phố núi.

Tiếc thay, ngày mai, chính xác là trưa mai, tôi sẽ lại tiễn Mây về lại bản làng của cô, không biết đến bao giờ mới gặp lại.

Minh Nguyễn

(*) Nhạc phẩm của cố nhạc sĩ Minh Kỳ

(**) Ông là người sáng lập ra viện Pasteur Đông Dương (1895), viện Pasteur Hà Nội, Đà Lạt, Viện vi trùng học Huế, trường Đại Học Y Khoa Hà Nội, phát hiện ra cao nguyên Lang Biang, thành phố Đà Lạt, trồng và thuần hóa cây cao su, cây Canh-ki-na đầu tiên ở Việt Nam.

HOÀNG THỊ BÍCH HÀ
MỘT NỮ LƯU XỨ HUẾ VỚI TRUYỆN KIỀU

Bút danh Ninh Giang Thu Cúc có lẽ đã quen thuộc với bạn đọc miền Nam từ năm đầu của thập kỷ sau mươi thuộc thế kỷ xx. Miền đất sông Hương núi Ngự đã góp phần hun đúc, nuôi dưỡng hồn thơ, mạch văn của tác giả và mảnh đất Quy Nhơn, Bình Định là nơi để chị cống hiến hết mình với lao động nghệ thuật, nghiên cứu, biên khảo và sáng tác. Những trang viết của chị đầy lòng nhân ái, khiêm cung của người phụ nữ Huế cùng với tinh thần từ bi của người thấm nhuần triết lý Phật giáo. Chúng tôi gọi chị là "Con nhà Phật".

Với số lượng tác phẩm đã xuất bản rất phong phú về nhiều thể loại là những con số biết nói, minh chứng cho sự nghiệp cầm bút bằng tất cả lòng nhiệt tình, sự đam mê cháy bỏng với văn chương trong sáu mươi năm cầm bút. Ngay cả khi có vấn đề về sức khỏe như thời điểm hiện tại, chị vẫn lao động sáng tạo không ngừng nghỉ. Những bài viết của chị sâu sắc và ý nghĩa, thấm đẫm tình người giàu giá trị nhân văn. Viết - suy cho cùng là một hình thức trao đisốt sắng chân tình, không vụ lợi. Đằng sau những con chữ *"rút ruột như tằm nhả tơ"* ấy là cả một tấm lòng bao dung, sẻ chia dành cho đời, cho người với tất cả chân tình, thiết tha ẩn trong sự giản dị, khiêm nhường. Các sáng tác của chị giàu chất trữ tình trong thơ, phong phú súc tích dày dặn trong truyện, tiểu luận phê bình. Ngọt ngào tinh tế khi viết tản văn. Những bài thơ viết về các danh nhân lịch sử đã làm cho người đọc bồi hồi xúc động vì tình cảm, sự ngưỡng mộ, biết ơn của hậu thế dành cho các bậc tiền bối. Đặc biệt những nhận định văn học của chị về truyện Kiều rất đáng suy ngẫm.

Truyện Kiều ra đời đã hơn hai thế kỷ của đại thi hào Nguyễn Du đã làm say mê bao trái tim người đọc nhiều thế hệ kể cả trong và ngoài nước và đã có rất nhiều cây bút phê bình, thưởng lãm hướng đến áng thơ tuyệt tác này. Hãy cùng khám phá tác phẩm vừa mới xuất bản của một nữ lưu xứ Huế viết về truyện Kiều có tựa đề: ĐỌC KIỀU THƯƠNG KHÁCH VIỄN PHƯƠNG, NXB Văn hóa Văn nghệ quý II năm 2019.

Tác phẩm với giọng văn giản dị, dễ hiểu rất lôi cuốn. Trình bày khúc chiết, mạch lạc, những nhận định rất đáng suy ngẫm với tinh thần cầu thị. Đặc biệt đối với truyện Kiều: "đã từng học và đọc truyện Kiều đến thuộc lòng bằng tất cả niềm yêu quý với tác phẩm và sự trân quý dành cho đại thi hào Nguyễn Du".

Theo chị,*"Truyện Kiều là một sáng tác vĩ đại của Nguyễn Tiên Điền chứ không phải là tác phẩm chuyển thể từ tiểu thuyết văn xuôi của Thanh Tâm Tài Nhân có tên gọi là Kim Vân Kiều Truyện. Nguyễn Du chỉ mượn nhân vật, bối cảnh, tình tiết của đất nước Trung Hoa, triều đại nhà Minh để chuyển tải nỗi niềm chìm đắm đau thương tranh dành đoạt lợi tương tàn tương sát của xã hội Việt Nam thời Lê mạt"*.Cuốn sách là một ấn phẩm nhỏ xinh dày 280 trang với hai phần trình bày:

Phần 1: Lời ngỏ và những bài viết về truyện Kiều và sáu bài thơ vịnh các nhân vật trong truyện Kiều cùng lời kết cho tác phẩm.

Phần 2: Phần phụ lục "Mấy dòng sử thi" với những bài thơ vịnh về một số danh nhân lịch sử đã có công trong sự nghiệp dựng nước, giữ nước của dân tộc.

Qua tác phẩm chúng ta thấy tác giả Ninh Giang Thu Cúc tỏ ra rất am tường văn học sử, bối cảnh thời cuộc tác phẩm ra đời, am hiểu lịch sử và văn học qua các thời kỳ. Vì vậy chị có cái nhìn thấu đáo khi viết về tác giả tác phẩm nói chung và truyện Kiều nói riêng.

Chị đã lao động tận tụy và nghiêm túc để "rút sợi tơ lòng" cống hiến cho độc giả những nhận định văn học chững chạc và tâm huyết của một người cầm bút đầy trách nhiệm.

"Tôi đã đến với Đoạn Trường Tân Thanh của cụ Nguyễn Tiên Điền bằng tất cả niềm quý kính". Chị đã đọc Kiều suốt bao năm tháng với tấm lòng ngưỡng mộ thi tài. Chị *"Muốn làm một cái gì đó để bày tỏ lòng ngưỡng mộ như một nén hương lòng dâng lên người thiên cổ đã để lại cho đời thiên tuyệt bút"*.

Bằng những dòng tóm tắt hàm súc, đủ ý chị viết về tác giả: *"Nguyễn Du là con trai thứ bảy của xuân quận công Nguyễn Nghiễm và phu nhân Trần Thị Tần - Người phụ nữ mỹ miều xứ Kinh Bắc. Cậu ấm Du sống trong nhung lụa nhưng hạnh phúc không mỉm cười lâu hơn với cậu, vừa lên mười tuổi, nỗi bất hạnh lớn ập đến là thân sinh Nguyễn Nghiễm qua đời và hai năm sau phu nhân Trần Thị Tần cũng theo chồng về thiên cổ, bỏ lại bốn anh em Nguyễn Du côi cút, đành nương tựa vào người anh cả khác mẹ là tả Thị Lang bộ hình kiêm hợp trấn xứ Sơn Tây. Hoạn lộ của người anh Nguyễn Khản gập ghềnh biến động. Tuy vậy Nguyễn Du vẫn được anh cho ăn học tử tế, thi đậu tam trường (tú tài). Nguyễn Du có mối tình đầu với cô thôn nữ đẹp như trăng mười sáu và có giọng hát trong veo như sương mai. Họ yêu nhau nồng nàn"*. Những dòng thơ viết khi Kim Kiều hò hẹn:

"Tiên thề cùng thảo một chương
Tóc mây một món dao vàng chia đôi
Vầng trăng vằng vặc giữa trời
Đinh ninh hai miệng một lời song song"

Cũng chính là nói về mối tình đầu của Nguyễn Du và cô thôn nữ.

Chị cho rằng 3254 câu lục bát mượt như nhung và thơm hương ngọc lan dịu nhẹ toàn tập là từng khúc ruột mang thương tích trầm kha, nhức nhối của thời đại, của mỗi cá nhân tất nhiên có cả tác giả Truyện Kiều.

Nguyễn Du sinh ra cuối thế kỷ XVIII - thời cuộc đầy biến động. Ông sớm nổi trôi chiêm nghiệm những thăng trầm giông bão của xã hội và cuộc đời riêng. Trải qua những mất mát tang thương của tan vỡ, đổi thay và ly loạn.

Khi ông theo gương cha đem trí lực phụng sự nhà Lê với một chức quan nhỏ thời Lê mạt. Lê triều sụp đổ. Ông làm thân bèo dạt mây trôi vì biến thiên của lịch sử khi thì ở quê vợ Thái Bình khi *"lặng lặng phiêu bồng sương khói khắp miền non lĩnh Sông Lam đằng đẵng mười năm ngỏ hầu tìm quên thế sự.* Vì vậy có nhiều ức đoán của các nhà nghiên cứu là Đoạn Trường Tân Thanh ra đời trong giai đoạn này. Những ức đoán, khẳng định, phủ quyết về sự ra đời của tác phẩm vẫn còn là một bí ẩn…".

Ninh Giang Thu Cúc đưa ra những nhận định phủ quyết tác phẩm Đoạn Trường Tân Thanh không thể ra đời trong giai đoạn này: *"Những tháng năm bất đắc dĩ phải chơi trò tiêu dao vui thú yên hà ở độ tuổi ngoài ba mươi (36), liệu có hội đủ chất liệu, sự trải nghiệm qua những trò đời đen bạc để viết nên "những điều trông thấy" Dẫu có ít nhiều trải nghiệm nhưng chưa đủ độ chín muồi của dâu bể cuộc đời để viết nênĐoạn Trường Tân Thanh! Chỉ có thể sau khi được nhà Nguyễn mời ra làm quan khi tuổi đã xế chiều với tâm trạng "hàng thần lơ láo" khủng hoảng tâm lý, ốm đau bệnh tật".* "Ba xuân mang bệnh nghèo không thuốc", rồi chứng kiến những bất cập, mặt trái, hệ lụy của đời sống quan trường *"không bệnh mà vẫn phải lom khom"* những thương ghét, đố kị dèm pha của người đời ở đâu cũng có, thời nào cũng không tránh khỏi. Khi đi sứ Trung Hoa, ông đã tìm thăm những di tích lịch sử để khóc thương, quý trọng những nhân vật lịch sử của đất nước Trung Hoa. Cảm thương số phận nhi nữ tài hoa bạc mệnh *("Độc Tiểu Thanh ký"- Nguyễn Du).* Tất cả những trải nghiệm thăng trầm của chính cuộc đời mìnhcùng với những biến cố của thế sự trong và ngoài nước, ông đã tích lũy vốn sống, cảm xúc qua bao nỗi đoạn trường đầy chiêm nghiệm suy tư dồn nén để chắt lọc, lắng đọng, bật ra những trang thơ còn mãi với thời gian. Đi qua hai thế kỷ truyện Kiều của Nguyễn Du là tiếng nói nhân văn của một tâm hồn nghệ sỹ lớn với tài năng sáng tạo phi thường từ "những điều trông thấy" Nguyễn Du mới có kiệt tác truyện Kiều để lại một gia tài văn học đồ sộ cho hậu thế. Vì vậy Truyện Kiều ra đời trong khoảng 1814 là ý kiến đầy thuyết phục. Ninh Giang Thu Cúc đã tìm đọc nhiều tư liệu để mong hé lộ phần nào về thời điểm ra đời của tác phẩm Truyện Kiều: Hoàng Xuân Hãn cho rằng "Đoạn Trường Tân Thanh được viết khoảng năm 1814-1820 (Theo nguồn gốc văn Kiều - Hoàng Xuân Hãn trang 30 - Hai trăm năm nghiên cứu bàn luận truyện Kiều - Lê Xuân Lít). Tác giả Lê Quế cũng cho rằng Truyện Kiều được viết vào năm 1814 (So sánh dị bản Truyện Kiều, NXB Văn Học 2006).

Nguyễn Du đã ký thác nỗi niềm của mình hay nói cách khác là chân dung của Nguyễn Du được thể hiện qua bốn nhân vật trong truyện: *"Bốn gương mặt, bốn tính cách và những bi kịch của mỗi người cộng lại thành chân dung của Nguyễn Du"*: số phận tài hoa mà bị nhiều khổ ải, lên thác xuống ghềnh qua nhân vật Thúy Kiều, hình ảnh một công tử lịch lãm, phong vận thông minh hơn người qua nhân vật Kim Trọng, Tứ Vô Lượng Tâm của nhà Phật qua nhân vật khách viễn phương, thể hiện chí làm trai qua nhân vậtTừ Hải. Và Mối tình thuở xuân xanh với cô thôn nữ được tái hiện qua mối tình Kim Kiều.

Tác phẩm ĐỌC KIỀU THƯƠNG KHÁCH VIỄN PHƯƠNG là những dòng cảm xúc rất chân thành của tác giả Ninh Giang Thu Cúc với truyện Kiều mà hơn hết là đại thi hào Nguyễn Du người đã *"tái sinh lại các nhân vậtbất tử, điển hình là Thúy Kiều - người phụ nữ tài sắc vẹn toàn..."* phải chịu nhiều đày ải trầm luân của kiếp người. Ninh Giang Thu Cúc thương cho nàng Kiều tài hoa bạc mệnh bao nhiêu thì có cái nhìn nghiêm khắc với các nhân vật phản diện bấy nhiêu.

Nói về Hoạn Thư và mối nhân duyên của Hoạn Thư - Thúc Sinh. Tác giả đưa ra những luận điểm, dẫn chứng để phân tích và kết luận là Hoạn Thư không phải ghen vì yêu. Bởi vì cuộc hôn nhân này không *"Duyên đằng thuận nẻo gió đưa"* khi mà không môn đăng hộ đối theo quan điểm thời bấy giờ. Lấy chồng rồi Hoạn Thư không về nhà chồng làm vợ hiền dâu thảo mà vẫn ở trong phủ đệ của nhà mình. Vợ chồng gì mà cả năm mới gặp nhau một lần. Đối với Hoạn Thư, Thúc Sinh sợ nhiều hơn yêu. Hoạn Thư luôn tỏ ra thế bề trên đối với Thúc Sinh mặc dù xã hội phong kiến luôn trọng nam khinh nữ. Tác giả Ninh Giang Thu Cúc đặt vấn đề "Không yêu sao lại ghen? Và lý giải ghen để chứng tỏ uy quyền, ghen để thỏa mãn sự chiếm hữu. Mẹ của Hoạn Thư và Hoạn Thư thay nhau hành hạ Thúy Kiều:

> *"Trúc côn ra sức đập vào*
> *Thịt nào chẳng nát, gan nào chẳng kinh"*
> *Và: "Làm cho cho mệt cho mê*
> *Làm cho đau đớn ê chề cho coi"*

Nguyễn Du viết: *"Người ngoài cười nụ, người trong khóc thầm"* nhưng theo Ninh Giang Thu Cúc giọt khóc thầm ấy không chân tình. Gã vẫn chẳng việc gì, tan tiệc vào chung phòng với vợ để Kiều *"tựa bóng đèn chong canh dài"*. Theo cái nhìn nhân ái của trái tim nữ giới chị cho rằng cả hai người phụ nữ đó đều đáng thương, đều là nạn nhân của kẻ chơi bời, nói ngông, ba hoa: *"Trăm điều hãy cứ trông vào một ta"* nhưng khi tai họa đến Thúc Sinh phủi tay: *"Liệu mà cao chạy xa bay/ Ái ân ta có ngần này mà thôi"*. Tính chất phi trượng phu càng bộc lộ khi được Kiều gọi đến để báo ân, báo oán *"Mặt như chàm đổ mình dường dẻ run"*

Hoạn Thư là nhân vật phản diện, kẻ đã góp phần làm "cánh hoa Kiều" tan tác hơn, mà Ninh Giang Thu Cúc vẫn có cái nhìn độ lượng: *"sau khi lòng tự tôn đã thỏa, cơn tam bành lục tặc đã được vỗ về yên giấc thì lòng nhân hậu, thiên lương của người đàn bà đã trở về ..."*. Hoạn Thư cho Kiều ra chép kinh ở quan âm các, giúp đỡ tư trang cho Kiều hộ thân ngầm mở cửa cho Kiều thoát khỏi vòng kiểm soát của nhà họ Hoạn. Đó cũng là "mầm thiện" mà Nguyễn Du đem đến cho Hoạn Thư. Thúc Sinh hèn nhát, bất tài, ăn chơi giá áo túi cơm, động đến việc gì là co vòi thất thủ. Thúc Sinh luôn là người có lợi. Thay vì trách phạt kẻ bạc tình thì được Kiều tặng "Gấm trăm cuốn, bạc nghìn cân? Tạ lòng để xứng báo ân gọi là" vừa được chiêm ngưỡng *"dày dày sẵn đúc một tòa thiên nhiên"* hơn một năm trời, khi bị lộ, vợ cũng chỉ hành hạ người làm bé. Thúc Sinh chẳng bị gì. Theo Ninh Giang Thu Cúc *"Bản chất nhân hậu bao dung luôn là tố chất của đàn bà"*.

"MỘT VÀI THẰNG CON CON SAU CHÂN NGỰA CỦA KIM TRỌNG"

Theo Ninh Giang Thu Cúc trẻ em phải chăm sóc nuôi dạy ăn học, vậy mà chỉ để sai vặt: hầu hạ cho người lớn như pha trà, đấm bóp, ôm tráp, mang vác những vật dụng phục vụ, chạy theo chân ngựa cậu chủ. Ninh Giang Thu Cúc còn nghĩ là chúng đói bụng và khát nước nữa đấy! Thật là một tấm lòng nhân hậu của một nữ giới cầm bút giàu lòng trắc ẩn.

Nói đến tình chị duyên em hay sự hy sinh thầm lặng của Thúy Vân theo đề nghị của chị mình để chắp mối tơ duyên với chàng Kim. Trong khi một số người trước đây cho rằng Thúy Vân hời hợt vô cảm trước biến cố của gia đình. Ninh Giang Thu Cúc tỏ ra không đồng tình với nhà thơ Vương Trọng: *"Nhà có chuyện coi như người ngoại cuộc/ Vẫn ăn no ngủ kỹ như không"*. Mặc dù *"Xuân lan thu cúc mặn mà cả hai*" nhưng Kim Trọng và Thúy Kiều đã chọn nhau ngay cuộc gặp gỡ đầu tiên, rồi hai người đã thề non hẹn biển.

> *"Sánh vai về chốn thư hiên*
> *Góp lời phong nguyệt nặng nguyền non song"*

Nhận người yêu của chị giao cho: *"Tôi chắc Thúy vân cũng chẳng sung sướng gì khi phải chấp nhận một biện pháp tình thế do Thúy Kiều áp đặt"*. Kiều bán mình chuộc cha thì Thúy Vân cũng là vật thế thân cho Kim Trọng. Thúy Vân và Kim Trọng không yêu nhau. Hôn nhân mà không dựa trên nền tảng của tình yêu mới thấy khổ tâm biết chừng nào!

> *"Giấu đầy đêm những khát khao*
> *Kiều ơi em đợi kiếp nào để yêu"*
> (Trương Nam Hương)

> *"Lấy người yêu chị làm chồng*
> *Đời em thể thắt một vòng oan khiên"*
> (Trương Nam Hương)

Ninh Giang Thu Cúc yêu mến và cảm tạ đức hy sinh của Kiều đã đành, tác giả vẫn dành sự quý mến vì đức hy sinh thầm lặng cho đạo nghĩa của Thúy Vân.

Nói về QUAN CHỨC VÀ VƯƠNG ĐẠO (trang 66)

Ninh Giang Thu Cúc chỉ ra rằng trong xã hội quân chủ thời thịnh trị, mọi người thượng tôn pháp luật. Với quan niệm "Sĩ, nông, công, thương" thì trí thức vẫn được đặt lên hàng đầu. Bởi vì họ chăm lo học hành đỗ đạt làm quan phụng sự đất nước, chăm lo hạnh phúc của muôn dân, góp phần làm cho xã hội yên bình. Khi rũ áo từ quan hay hưu quan thì mở trường dạy học truyền con chữ cho thế hệ mai sau.

Các bậc sỹ phu thanh liêm quả là đáng kính, nhưng ở nước ta thời loạn thì sao? Có thể"thượng bất chính hạ tắc loạn" vì vậy từ vua quan quân, đâu đâu cũng có tham nhũng bất công. Công lý ở đâu khi chỉ vì lời vu oan giá họa của thằng bán tơ mà đẩy một gia đình thiện lương tan nát. Đồng tiền lên ngôi đổi trắng thay đen *"Làm cho khốc hại chẳng qua vì tiền"*. Mọi việc đều có thể giải quyết được nếu có tiền *"Tiền lưng đã có việc gì chẳng xong"*. Một xã hội từ những kẻ quyền cao chức trọng như quan tổng đốc trọng thần Hồ Tôn Hiến không chiêu hàng được Từ Hải một cách đường đường chính chính mà phải dùng mưu ma chước quỉ. Những cửa hàng buôn phấn bán người mọc lên như nấm thì làm gì có "Bốn phương phẳng lặng hai kinh vững vàng". Theo Ninh Giang Thu Cúc đây là cụm từ giao đãi, ngụy trang cho sự an toàn của tác phẩm "viết là phải lách" là nỗi khổ tâm của người cầm bút chân chính từ xưa cho đến nay.

Cuối bài chị có câu cảm thán: *"Ôi vương đạo biết tìm đâu?"* Đó là điều rất đáng suy ngẫm. Bằng vốn sống trên sáu mươi năm cầm bút và chứng kiến bao biến thiên của lịch sử và thực tế xảy ra trong cuộc sống thường ngày thì tác giả vẫn khẳng định "Mã Giám Sinh, Tú Bà, Sở Khanh... tồn tại trong mọi thời đại". Chúng tôi là kẻ sinh sau đẻ muộn so với tuổi đời của chị, vốn sống chúng tôi chưa nhiều nhưng tôi vẫn khẳng định đó là một đúc kết hoàn toàn có cơ sở.

"VÀI VẾT XƯỚC NHỎ TRONG KHỐI NGỌC LỚN: TRUYỆN KIỀU"

Tác giả nêu ra việc Kiều đã được sư bà Giác Duyên đưa về thảo am:

"Một nhà chung chạ sớm trưa
Gió trăng mát mặt muối dưa chay lòng"

Bối cảnh sống chung của sư bà Giác Duyên và Kiều rất yên vui thanh tịnh sao Nguyễn Tiên Điền lại hạ bút bằng từ *"chung chạ"* e không hợp với văn cảnh chăng? Bởi người ta thường hiểu nghĩa chung chạ dành cho trường hợp xấu, bất minh, thiếu rạch ròi... Theo ngôn ngữ hiện đại thì chị thắc mắc như vậy là hoàn toàn có lý (Xem từ điển Tiếng Việt hiện nay) Nhưng chúng tôi đồng ý với Doãn Lê là "Ngôn ngữ là một thực thể linh động, ý nghĩa có thể thay đổi theo thời gian và không gian". Từ trong những áng văn thơ cổ có một số từ nay đã biến nghĩa. Ví dụ trong cuốn "Nhà văn Hiện đại của Vũ Ngọc Phan viết năm 1941 (Hội Nhà văn xuất bản quý IV năm 2000) bài viết về Phạm Quỳnh trang 135;136 *"Ông thường dùng bốn chữ nho đi liền một hơi trong một câu: Ví dụ "Vũ hám phong trần" thì nói nôm ngay là "Mưa dập gió lay" có phải vừa thông thường vừa dễ nghe hơn không. Đó là những điều khuyết điểm mà đối với một văn gia nào, người ta cũng có thể tìm ra được. Nó là cái tật của người có duyên nợ với văn chương không lấy gì làm quan hệ"*. Vũ Ngọc Phan dùng từ *"quan hệ"* thì lẽ ra phải dùng từ quan trọng mới đúng theo ngôn ngữ hiện nay. Không chỉ Vũ Ngọc Phan mà tôi còn thấy các nhà nhà văn, thơ đầu thế kỷ hai mươi vẫn dùng với nghĩa như là từ "quan trọng" hiện nay vậy. Như vậy chưa đầy một thế kỷ kể từ khi chữ quốc ngữ ra đời, nay có nhiều từ đã biến nghĩa, được thay thế bằng từ khác có sức biểu đạt phù hợp hơn. Vì vậy Truyện Kiều viết cách thời đại chúng ta hơn hai trăm năm thì từ *"chung chạ"* có thể vẫn được xem là nghĩa tốt hoặc nghĩa trung tính, tốt xấu tùy ngữ cảnh. Với tài trí như cụ Nguyễn thì không thể có sự thiếu cân nhắc trong việc dùng từ được. Vì vậy tôi cũng đồng ý với ý kiến Doãn Lê là trong lúc chờ đợi các nhà nghiên cứu chúng ta tạm hiểu *"chung chạ"* theo nghĩa trung tính.

2/ Sự *"bề trên"* của Hoạn Thư đối với Thúc Sinh cũng không đúng trong xã hội thời ấy. Theo tinh thần nho giáo thì bối cảnh xã hội lúc bấy giờ chị đưa ra thắc mắc ấy là đúng. Nhưng có lẽ "Nguyễn Du đã muốn người phụ nữ thoát khỏi chế độ gia trưởng phong kiến" (GS Hà Huy Giáp) trọng nam khinh nữ chăng? Thời đó "Cha mẹ đặt đâu con ngồi đấy" chứ làm gì có chuyện "Cọc đi tìm trâu" Thúy Kiều: *"Xăm xăm băng lối vườn khuya một mình"*. Quả thật đây là quan niệm mới đầy tính hiện đại. Trai gái yêu nhau, ai tỏ tình trước đều được cả. Câu "tam tòng tứ đức" đã đến lúc không còn phù hợp nữa. Phải chăng Nguyễn Du muốn đòi quyền bình đẳng cho nữ giới. Cuộc hôn phối của Hoạn Thư và Thúc Sinh không môn đăng hộ đối. Hoạn Thư là con của một vị quan quyền. Còn Thúc Sinh xuất thân tầng lớp buôn bán. Tầng lớp này theo quan niệm "sỹ nông công thương" thì được đặt cuối cùng. Lái buôn muốn quan hệ móc nối với các vị có chức có quyền để dễ dàng trong các phi vụ làm ăn… Đó là mục đích và sự lợi dụng lẫn nhau thời nào cũng có. Hoạn Thư lấy chồng không theo chồng như mọi cô dâu khác. Khi gia đình chồng có tang cũng không về chịu tang: *"Tiểu thư trông mặt hỏi tra? Mới về có việc chi mà động dong"*, *"Sinh rằng hiếu phục vừa xong/ Suy lòng trắc dĩ đau lòng chung thiên"* Rồi Hoạn Thư ban cho Thúc Sinh lời khen: *"Khen rằng hiếu tử đã nên"*. Thúc sinh buôn bán làm ăn xa, lại chơi bời vụng trộm bên ngoài. Vậy đối với Hoạn Thư, Thúc Sinh xuất thân tầng lớp dưới lại không đáng mặt đàn ông cho lắm. Gã còn có lỗi lớn với vợ nữa nên trước uy thế của gia đình vợ, Thúc Sinh không khỏi sợ hãi …

Ở trang 95 Ninh Giang Thu Cúc nêu: *"Một cuộc ân oán mang tính thù hận cá nhân, có gì mà Từ Hải phải quan trọng hóa sự việc và phung phí nhân lực đến vậy "Ba quân chỉ ngọn cờ đào? Đạo ra Vô Tích đạo vào Lâm Truy"* Chúng tôi xin đồng ý với chị.

Còn nhiều điều hấp dẫn trong cuốn sách với những bài phân tích lý thú, sáu bài thơ vịnh về các nhân vật trong truyện Kiều… và những thắc mắc khác. Kính mời bạn đọc hãy đến với ĐỌC KIỀU THƯƠNG KHÁCH VIỄN PHƯƠNG của tác giả Ninh Giang Thu Cúc.

Trở lại với chủ đề chính về tác giả truyện Kiều: "Nguyễn Du đã đưa ngôn ngữ Việt nam đến chỗ tuyệt đỉnh siêu việt và tiếng nói Việt Nam chính là trường sở linh nghiệm nhất của dân tộc tính, Việt tính. Nguyễn Du không chỉ là một bậc đại thi hào mà còn là một bậc đại hiền triết". Nguyễn Du xứng đáng là "một trong ba nhà thơ vĩ đại nhất của nhân loại cùng vớiHoelderlin và Walt Whitman là ba thiên tài lớn nhất của nền thi ca nhân loại trong hai ngàn năm hoang vu trên mặt đất".

(Phạm Công Thiện - Nguyễn Du đại thi hào dân tộc).

Nguyễn Du và truyện Kiều vẫn mãi là ma lực huyền diệu và bí ẩn, hấp dẫn người đọc và nghiên cứu. Càng đi sâu khám phá càng phát hiện ra những điều mới lạ và thú vị. Theo Phạm Công Thiện thì chúng ta *"chỉ thấy được sự vĩ đại phi thường của Nguyễn Du khi nào chúng ta đã có khả năng đi vào nơi sâu thẳm của của văn chương và vănhóa thế giới"*. Đó là điều mà người đọc và nghiên cứu không ngừng khát khao vươn tới. Chúng ta trân trọng những đóng góp tâm huyết của tác giả Ninh Giang Thu Cúc, gợi mở thêm một hướng tiếp cận tác phẩm giữa người đọc với truyện Kiều.

Xin cảm ơn chị với *"giọt nước mắt muộn màng"* của hậu thế dành cho thiên tài Nguyễn Du, góp phần kích thích niềm say mê khai thác thưởng lãm truyện Kiều (Đoạn Trường Tân Thanh) của độc giả nhiều thế hệ.

Thành phố Huế, ngày 13/9/2019
Hoàng Thị Bích Hà

HỒ CHÍ BỬU
PHÍA TRƯỚC...

Nắng đang ráng chiều trên đỉnh núi. Tôi nâng niu đoá hoa dại trên tay. Anh ngồi đó. Êm ẩn như một tĩnh vật. Thu mình trong góc nhỏ tâm linh. Anh đã kiệt sức. Tôi mường tượng như thế!

Tôi lên núi nầy nhiều lần ở mỗi mùa Xuân. Vẫn thấy anh ngồi đấy lẳng lặng. Phó mặc. Nếu chiếc xe tôi không nổ lốp. Thì chắc không có buổi nói chuyện hôm nay. Chòi vá xe của anh hình thành ở đây không biết từ lúc nào. Anh ra sao? Từ đâu đến? Nhưng những ngôn ngữ và thái độ của anh đã làm cho tôi chú ý. Anh không phải người tầm thường! Tôi nói:

- Người ta vá xe nhanh lắm. Có loại keo công nghiệp, chỉ cần dán lên rồi gõ gõ. Vậy là ăn tiền. Còn chừng nào xì tiếp, thì người vá không có trách nhiệm!

Anh cười giọng mũi:

- Tôi làm cách đó không được!

Anh nói như một khẳng định. Tôi chăm chú:

- Tôi làm quen với anh được không?

- Để làm gì?

- Chẳng làm gì! Nhưng tôi thấy anh khác với người thường!

- Tôi cũng đâu có gì đặc biệt!

- Có hay không thì tự anh biết, nhưng với tôi anh là người không bình thường. Chẳng qua anh là người trí ẩn!

- Tôi à? Anh cười rồi tiếp:

- Anh cũng là người đặc biệt, nói chuyện thú vị lắm!

Anh đã bơm hơi xong. Bánh xe no tròn. Anh ngước nhìn tôi:

- Làm vài ly chứ? Không chờ trả lời. Anh với lấy chai rượu Johnnie Walker để trên kệ:

- Chai rượu nầy của người bạn Việt kiều tặng. Tôi chưa có hứng thú uống. Hôm nay gặp anh, uống một chút cho vui!

Tự rót ra ly, tự uống. Xong rồi anh rót ra ly trao qua tôi:

- Chơi được chứ?

- Chút chút! Tôi nói theo giọng người miền Nam.

Mùi rượu quen thuộc thơm nồng. Anh lấy chiếc chiếu đã cũ trải dưới bóng cây mít đang hoằng sai trái. Ném xâu đậu phộng rang xuống chiếu. Anh hất hàm sang tôi:

- Đến đây!

Tôi thích thú đến ngồi cạnh anh. Bóng cây mít làm mát một vùng đất rộng. Anh sửa cách ngồi đối diện với tôi:

- Nhìn nét mặt chắc trẻ hơn tôi, gọi bằng chú em nhé!

Tôi nhướng mày mà không trả lời. Anh rót tiếp một ly, rồi uống cạn. Đẩy chai và ly sang tôi:

- Tự phục vụ đi. Tôi phục vụ thì phải trả tiền "boa" à?!

Tôi cười cười tự rót rượu ra ly và cũng uống cạn. Anh bóc mấy hạt đậu bỏ vào tay tôi, nhưng đôi mắt lại nhìn xa về phía chân núi.

Trong ánh mắt đó ẩn giấu một nỗi buồn xa xăm. Tôi hỏi:

- Anh làm ở đây bao lâu rồi?

Anh không trả lời. Đưa hai ngón tay ra, rồi ngón tay cái và trỏ khoanh lại làm thành một vòng tròn.

- Hai mươi năm rồi ư?

Anh gật đầu và uống một ly nữa. Như chợt tỉnh, anh quay sang tôi:

- Uống đi chứ! Không có mồi màng gì cả, mình uống chay đi! Giang hồ mà!..

Tôi đọc câu thơ của Quang:

- "Giang hồ... ta chỉ giang hồ vặt..."

Anh cười cười đọc tiếp:

- "Tiếng nước cơm sôi... cũng nhớ nhà'

Quá đỗi ngạc nhiên, không ngờ anh lại biết bài thơ nầy, tôi phấn khích hơn:

- Tuyệt quá, không ngờ đại ca lại biết bài thơ nầy!

- Thì cũng đọc lóm trên mạng thôi mà.

Nửa chai rượu vui vẻ chia đôi từng ly chảy vào thực quản chúng tôi. Thấy anh đang vui, tôi hỏi:

- Năm nay đại ca bao nhiêu tuổi?

Anh trừng mắt nhìn tôi, nhưng rồi dịu lại:

- Lục thập nhứt niên!

- Trời, sáu mươi mốt mà anh còn trẻ quá!

Anh cười sùng sục:

- Ai cũng nói tôi như vậy, chú mầy không ngoại lệ.

Giọng anh nhão hơn, gục gặc cái đầu. Nhích thân hình về phía sau, anh tựa lưng vào gốc mít, mắt nhắm lại lim dim. Bất chợt anh mở mắt ra nhìn tôi, đoạn đốt điếu thuốc rồi nói:

- Thấy chú mầy thắc mắc, kể sơ để chú hiểu anh thêm một tí nhé?

Thì ra anh là sĩ quan chế độ cũ, khoá 24/Thủ Đức. Ra trường anh về bộ binh tác chiến. Ngày giải phóng miền Nam anh mang cấp bậc thiếu tá. Có vợ và sinh được hai người con. Anh được đưa đi cải tạo miền Bắc bảy năm. Về nhà thì hay tin vợ anh đã vượt biên sang Mỹ và đã lập gia đình với một người khác. Hai đứa con anh về sống với bà nội. Đứa lớn mười tuổi, đứa nhỏ sáu tuổi. Trong lần đưa em sang đường mua thức ăn, bị xe tải đâm phải. Đứa nhỏ chết, đứa lớn gãy hai chân, bị bán thân. Cải tạo về, anh thấy gia đình ly tán. Buồn quá ôm đứa con lên chùa ở núi này làm công quả. Lớn lên, đứa con ngộ đạo, thí phát qui y. Anh cất một cái chòi trên đất nhà chùa để vá xe độ nhật qua ngày. Thời gian sau này, anh được đi nước ngoài theo chương trình H.O. Nhưng anh không đi, ở lại gần gũi đứa con tật nguyền, hủ hỉ cha con. Cuộc đời của anh buồn bã như thế.

Tôi chạnh lòng:

- Kinh tế đâu đủ cho anh sinh hoạt?

Anh uống thêm một ly rồi nói:

- Khi mới đến đây, cha con ăn cơm trong chùa. Nhưng từ khi anh vá xe ở đây, anh nấu ăn riêng, đạm bạc cũng đủ qua ngày. Thỉnh thoảng thì có quà của bạn bè từ nước ngoài gởi về cho. May mắn là anh không đau yếu bệnh tật gì cả. Mai mốt nằm xuống, nhà chùa cho nắm đất dung thân, thế là quá đủ… Tôi nhìn anh ngậm ngùi. Rõ ràng anh có một tương lai ở phía trước. Nhưng anh bất cần. Anh bảo muốn ở gần con mình. Nhưng theo tôi nghĩ không hẳn thế. Cuộc sống quá khắc nghiệt với anh. Tình đời. Tình người. Anh sợ khi ra nước ngoài gặp lại vợ anh. Anh phải đối xử ra sao? Tôi không trách vợ anh. Cuộc sống đời thường. Những người đàn bà như vợ anh không phải tôi chưa thấy. Đầy dẫy ngoài xã hội. Chỉ thương xót cho anh. Vì cay đăng với cuộc sống mà phó mặc cho định mệnh. Cái gì ta không đủ tư cách đối phó mà buông xuôi thì đều đổ thừa cho số mệnh. Anh cũng không ngoại lệ. Kể cho tôi nghe mà mắt anh đỏ hoe. Tôi cầm tay anh siết mạnh. Ngoài trời, nắng tắt từ lâu. Đêm dài đang đến. Bóng anh và bóng tôi đang nhạt nhoà…

*

Hai năm sau. Trong lần đi theo đoàn làm từ thiện vào đầu mùa Xuân. Tôi lại lên núi lần nữa. Công việc xong, tôi tách đoàn men theo con đường nhỏ dẫn đến chòi vá xe của anh. Tôi ngạc nhiên vì nét hoang phế ở đây. Cỏ mọc um tùm. Mái lá xiêu vẹo. Nhện giăng tứ hướng. Tôi đứng chết lặng hồi lâu. Anh giờ ở đâu? Ra sao? Còn sống hay đã chết? Trải tờ báo xuống cỏ. Tôi ngồi xuống bóng râm của cây mít. Nơi này hai năm trước tôi ngồi đây uống rượu với anh. Giờ im vắng rợn người. Con đường nhỏ dẫn xuống chân núi vẫn thỉnh thoảng có người qua lại. Con suối nhỏ vẫn róc rách chảy. Hoa dại vẫn nở màu tim tím, buồn bã và bâng khuâng. Có tiếng động sau lưng, tôi quay lại nhìn. Một nhà sư đang ngồi trên xe lăn. Tôi đứng dậy cúi đầu:

- Chào Thầy, xin cho hỏi người vá xe ở đây bây giờ ở đâu?

Nhà sư trầm ngâm rồi nói:

- Ông ấy mất rồi, gần tròn một năm!

Tôi bàng hoàng:

- Vì sao ông ấy mất?

- Ba tôi nhịn ăn mười bốn ngày, kiệt sức và chết!

- Chết!?

- Vâng!

Tôi tựa lưng vào cây mít. Nghe lùng bùng lỗ tai. Tại sao anh ấy tìm cái chết? Chết dễ vậy sao? Cuộc sống nhàm chán vậy sao? Sao người ta có thể quyết định sự sống còn của mình một cách đơn giản vậy? Từ bỏ cuộc sống vay mượn này để về nơi bình yên? Có chắc bình yên không? Nơi nào mà không có gạt gẫm và lừa dối! Thiên đường còn có hối lộ mà! Lúc Tam Tạng đến chùa Thiên Trúc thỉnh kinh, còn phải hối lộ cho một Lạt ma cái chuông vàng để được lãnh kinh có chữ. Thì trên cõi đời nầy còn gì phải nói. Hay tại anh quá cô độc. Cũng có thể nỗi cô đơn làm người ta chán nản lấy mình. Tự delete lấy mình. Tôi hỏi mộ của anh đâu, nhà sư cho biết đã hoả táng và tro của anh đang được thờ trong chùa. Tôi cũng muốn vào đốt cho anh mấy nén nhang. Nhưng lại sợ mình không cầm được nước mắt trước di ảnh của anh. Tôi cảm ơn nhà sư và ra về. Con đường xuống dốc nhẹ tênh. Sao tôi cứ nghe trong lòng trĩu nặng… Tiếng cười khà khà của anh còn vang đâu đó… Vẫn đôi mắt buồn thiu và cái nhìn thăm thẳm – Với tôi, đây là mùa Xuân buồn nhất trong đời...

Hồ Chí Bửu

NGUYỄN AN BÌNH

TRÊN CHUYẾN XE CHIỀU CUỐI NĂM

Tôi vào quầy lấy vé đặt trước qua điện thoại. Cô gái của hãng xe ở quầy hỏi tôi ba số cuối điện thoại rồi tra trên màn hình máy tính, hỏi tên sau đó xé vé xe trao cho tôi và ân cần nhắc nhở: Xe sắp rời bến chú ra xe luôn đi nhé, chúc chú có chuyến đi vui vẻ. Tôi nói cám ơn và gởi tiền vé rồi quảy ba lô ra tìm chiếc xe có đề mã số trên tấm vé đang đậu ở ngoài bãi đỗ xe gần đó.

Bến xe Cần Thơ mới nầy đưa vào hoạt động không lâu, nó nằm trên tuyến đường tránh qua thành phố trung tâm miền Tây, đi thẳng lên thành phố Hồ Chí Minh và xuống các tỉnh cực nam như Sóc Trăng, Bạc Liêu, Cà Mau nên mật độ xe cộ lưu thông tương đối thoáng đãng hơn trong nội thị. Không như ở bến xe cũ đặt tại đường 91B bây giờ là đường Nguyễn Văn Linh đã trở nên qua chật chội vì vừa sát chợ Hưng Lợi vừa gần khu dân cư lại đối diện với siêu thị lớn nên mật độ xe cộ, người tham gia giao thông đông đúc nên thường xảy ra ùn tắc nhất là vào những giờ cao điểm.

Không mất thời gian lắm cho việc tìm kiếm, tôi bước lên xe và ngồi vào chiếc ghế của mình. Xe còn thưa khách, lúc nầy tôi mới có chút thư thả để nhìn qua lớp kính trắng cảnh sinh hoạt của bến xe. Đã gần 7 giờ tối, đường đã lên đèn từ lâu, tôi thầm nghĩ về đến thành phố và bắt xe ôm đến nhà chắc không dưới 11 giờ đêm. Hôm nay đã là 22 tháng chạp rồi, ngủ một đêm sáng mắt ra đã là ngày 23, ngày mà theo tục lệ của người Việt Nam là đưa tiễn đưa ông Táo về trời để bẩm báo với Ngọc Hoàng chuyện một năm xảy ra ở hạ giới như thế nào và cũng là lúc các thành viên trong gia đình chuẩn bị dọn dẹp trang hoàng nhà cửa đón một cái Tết cổ truyền của dân tộc. Dù giàu dù nghèo ai cũng mong hưởng một cái Tết đầm ấm bên cạnh sự có mặt đông đủ của người thân. Tuy vậy chuyến xe cuối chiều về thành phố vẫn còn đông khách cho cả hai loại xe có thương hiệu là TB và PT. Hành khách lũ lượt lên xe với túi xách gọn nhẹ của mình, cái gì cồng kềnh đều đã được gởi ở khoang hành lý dưới gầm xe hết rồi. Một người đàn bà gương mặt không còn trẻ nữa, sáng sủa khá đôn hậu bước lên xe và ngồi vào chiếc ghế trống cạnh tôi, đặt dưới chân mình một túi xách nhỏ màu nâu đậm. Tôi lướt cái nhìn phớt qua gương mặt người ngồi bên cạnh có cảm giác đó là một người đàn bà hiền hậu rồi tiếp tục quay ra cửa kính nhìn cảnh nhộn nhịp của những chiếc xe đang chuẩn bị rời bến. Từ phòng bán vé của hảng xe PT vẳng lên tiếng nhắc nhở hành khách có mặt ở các chuyến xe sắp khởi hành. Một nhân viên của nhà xe lên kiểm soát chỗ ngồi, xe bắt đầu lăn bánh rời bến. Qua cầu vượt vào quốc lộ 1A hướng về thành phố.

Tôi lơ đãng nhìn hàng cây chạy ngả nghiêng ngược hai bên đường quốc lộ. Những vệt đèn vàng kéo dài, dòng xe nối tiếp ngược chiều nhau qua lại, tiếng còi xe loáng thoáng vang lên. Xe bắt đầu qua cầu Cần Thơ. Trên xe nhìn qua cửa kính chỉ thấy những ánh đèn thấp thoáng, không nghe được tiếng sóng rạt rào, tiếng gió thốc ràn rạt thịt da những khi đi phà lúc chưa có cầu nhưng tôi vẫn cảm nhận được một thứ tình cảm khó tả len vào tâm hồn. Cây cầu dây văng bắt qua sông Hậu, cái mơ ước lâu đời của người miền Tây đã thành hiện thực từ lâu bỏ lại sau lưng nó cái thời đò ngang cách trở. Tôi chợt nhớ đến những chuyến phà đưa đón hành khách nhiều năm về trước trên dòng sông nầy. Ngày đó muốn qua sông Hậu chỉ có những chuyến phà 100 hoặc 200 nối hai bên bờ sông và phải mất hàng tiếng đồng hồ hoặc hơn thế nếu là những ngày đông khách, mưa bão. Tôi đã nhiều lần qua lại những chuyến phà nầy khi trở thành kẻ buôn chuyến đường xa bất đắc dĩ trong những năm khốn khó sau ngày thống nhất đất nước. Cái thời bao cấp, ngăn sông cấm chợ, buôn một món hàng nào dù rẻ hay mắc, dù có giá trị hay không giá trị ngoài những mặt hàng quốc doanh, hợp tác xã đều là hàng lậu cả. Một thằng du kích ba lơn cũng có thể làm khó dễ người đi đường nếu nó nghi trong túi xách họ chứa hàng lậu.

Có những đêm kẹt xe, tôi về tới bến trễ, phà ngừng hoạt động phải ngủ vất vưởng trên xe chờ sáng, tôi thấm thía nhiều về những ngày chạy theo miếng cơm manh áo để nuôi mấy miệng ăn của cái gia đình nhỏ bé của mình. Tôi lại nhớ tới ngôi nhà cũ, mới đây thôi cũng đã trao qua tay người chủ mới đã năm tháng rồi còn gì. Trở về quê lần nầy cố gắng thu xếp những chuyện gì còn dang dở, cho tiền mấy đứa em hoàn cảnh còn khó khăn, thăm một vài thằng bạn chí cốt thường ngày lê lết cà phê cà pháo, uống dăm ly rượu, bia bọt với bạn bè văn chương, đi mà lòng sao cảm thấy buồn, nhớ không biết vì sao. Phải chăng khi ta rời bỏ những thứ gì hằng ngày gần gủi thân thiết bình thường ta không để ý tới, bấy giờ mới cảm thấy có chút gì hụt hẫng, buồn bã tiếc nuối ngậm ngùi. Thật ra khi vợ chồng tôi quyết định bán nhà về thành phố cũng là một cuộc đấu tranh tư tưởng quyết liệt lắm đấy chứ, và vì vậy cứ dùng dằng mãi. Cho đến lúc vợ tôi bị một cơn đột quỵ bất ngờ vì tắt động mạch não, nhưng may cấp cứu kịp thời nên không để lại di chứng gì nặng nề cho lắm khiến tôi phải hối tiếc. Chính điều nầy đãkhiến tôi phải suy nghĩ lại, và từ đó tôi ngộ ra một điều tuổi già đã xộc đến cận kề trước mắt rồi, nên đồng ý theo lời đề nghị của thằng con trai (mặc dù nó đã nói điều nầy với vợ chồng tôi mấy năm trước rồi) là bán nhà lên thành phố sống chung với nó để khi đau ốm bệnh tật dễ xoay trở hơn. Con người ta sống gần suốt cuộc đời trên mảnh đất mình ra ra và trưởng thành với bao kỷ niệm không phải dễ dàng quên được. Khi dứt áo ra đi, vô hình trung bứng họ ra khỏi vùng đất đã từng cưu mang đùm bọc, nơi gắn bó những tình cảm gia đình, nơi lưu giữ những khổ đau và hạnh phúc thì làm gì người ta không hụt hẫng, chao đảo trong tâm hồn và thể xác kia chứ.

- Anh về thành phố không ghé lại dọc đường?

Người đàn bà ngồi bên cạnh chợt lên tiếng.

Tôi liếc nhìn qua chị:

- Vâng! Thưa chị.

- Anh là người thành phố?

- Thưa không. À! Mà cũng có thể nói như vậy.

Người đàn bà quay sang nhìn tôi có vẻ dò xét:

- Anh nói gì tôi chưa hiểu rõ cho lắm.

Tôi cười nhẹ:

- Quê tôi ở đây nhưng mới về chuyển về thành phố vài tháng nay thôi chị ạ.

- Thế à?

Rồi người đàn bà im lặng, ngừng nói. Tôi nhìn qua chị lúc bấy giờ tôi mới có dịp quan sát chị kỹ hơn: Đó là người đàn bà trung niên, có tuổi nhưng mái tóc còn rất dài, mượt và đẹp nữa, được cột lại gọn gàng bằng vòng thun vải màu lam nhạt trông gương mặt có vẻ trẻ trung hơn. Nước da mịn màng, đôi mắt trong sáng nhưng có vẻ hơi phiền muộn. Có chút gì quen quen nhưng tôi không nghĩ ra mình gặp ở đâu. Một người có vẻ dễ gần gủi, thân thiện. Tôi chợt hỏi:

- Chị lên thành phố có chuyện?

- Tôi lên thăm gia đình đứa em gái. Ở chơi vài bữa cho đỡ buồn, sẵn làm visa đi Úc luôn anh ạ.

Tôi ngần ngừ muốn hỏi tiếp, nhưng chợt nhớ ra mình với cô ấy chỉ mới nói vài câu xã giao thôi chứ có thân thiết gì đâu mà hỏi cặn kẽ người ta nên đành im lặng, người đàn bà lại lên tiếng trước:

- Hình như anh từng làm việc cho Nhà nước?

- Vâng! Tôi từng là giáo viên.

- Anh dạy trường nào?

- Tôi cũng đi dạy nhiều nơi, nhưng trường cuối cùng tôi dạy và cũng lâu nhất cho đến khi hưu là ĐTĐ.

- Tôi biết trường đó. Đó là trường cấp 2 lớn nhất thành phố.

- Phải.

- Anh nghỉ hưu theo chế độ?

- Ồ không! Tôi nghỉ hưu trước tuổi nhưng vẫn có chế độ vì đủ thâm niên giảng dạy.

- Vì sao?

Tôi khẽ nhún vai:

- Biết nói sao cho chị dễ hiểu nhỉ? Có lẽ tôi không còn hứng thú với công việc dạy dỗ trong giai đoạn nầy, thế thôi.

Người đàn bà chép miệng:

- Cũng phải thôi. Xã hội bây giờ đổi thay nhiều quá. Cái ngày xưa mình thích, lý tưởng đeo đuổi bây giờ lại hóa ra lại tầm thường, dung tục. Cũng giống như tôi, tôi thường tự hào cho rằng gia đình của tôi là hạnh phúc, đầy ắp tiếng cười, niềm vui trẻ thơ thế mà bỗng chốc trở nên u ám, nghẹt thở.Đến nỗi bây giờ, ở nhà ngày nào tôi cảm thấy không khí càng ngột ngạt khó thở ngày ấy, nên muốn đi xa một thời gian cho khuây khỏa.

- Hình như chị có chuyện buồn?

- Không phải chuyện buồn. Nói bất hạnh thì đúng hơn.

- Tôi không nghĩ thế.

Người đàn bà quay sang nhìn tôi:

- Sao anh lại cho rằng như thế?

- Tôi thấy gương mặt chị rất phúc hậu, người như thế không thể gặp chuyện bất hạnh được, vậy thôi.

Tôi nghe bên tai có tiếng thở dài nhè nhẹ:

- Vậy mà hoàn cảnh tôi lại hoàn toàn ngược lại.

Người đàn bà im lặng giây lát rồi chợt hỏi tôi:

- Có bao giờ anh nghĩ rằng người sống chung với mình gần suốt cuộc đời lại phản bội mình một cách tàn nhẫn không?

Tôi nhìn cô phân vân không biết trả lời thế nào.

- Tôi biết anh không tin, nhưng hoàn cảnh tôi lại như thế anh ạ.

Rồi giống như một con suối mà dòng chảy bị tắt nghẽn từ lâu vừa được khơi thông, chị bộc bạch cuộc đời của mình:

- Tôi tên Hồng thứ ba nên mọi người thường gọi tôi là Ba Hồng, ở Nhơn Ái - Phong Điền, còn chồng tôi tên Quân. Tôi và anh ấy quen nhau trong thời chiến tranh. Lúc ấy tôi làm y tá trong trạm quân dân y còn anh ấy là xã đội trưởng. Địa bàn hoạt động của chúng tôi là vùng ven của thành phố CT một thời nổi tiếng với tên gọi Lộ Vòng Cung. Nghĩ lại thời chiến tranh cực khổ, nguy hiểm thiếu thốn trăm bề, mà tình nghĩa vợ chồng luôn yêu thương gắn bó với nhau thế mà sao ngày hòa bình con người lại có thể đổi thay dường ấy.

Tôi im lặng chờ nghe chị nói tiếp:

- Sau ngày thống nhất anh ấy chuyển sang ngành công an. Tôi làm ở bệnh viện tỉnh một thời gian nữa mới xin thôi việc để toàn tâm lo việc gia đình cho anh ấy yên tâm công tác. Sau nhiều năm tháng làm việc cống hiến, anh ấy được đề bạt lên trưởng công an huyện Đ.

Trong công việc thì tận tụy, trong gia đình anh ấy là một người chồng, người cha rất có trách nhiệm. Tôi rất hạnh phúc và tự hào có được một người chồng như anh ấy. Vậy mà tất cả đều sụp đổ khi anh ấy suốt một thời gian dài che giấu, phản bội tôi. Tôi thực sự rất sốc khi phát hiện ra anh ấy cò một gia đình khác.

- Chị phát hiện ra anh ấy có gia đình riêng từ lúc nào?

- Phải nói anh ấy rất giỏi trong việc giấu diếm quan hệ bất chính bên ngoài. Chuyện xảy ra rất lâu nhưng tôi không hề hay biết hay nghi ngờ và tự anh ấy phơi bày, tung hê hết mọi chuyện khi thấy không còn cần thiết phải che giấu nữa. Tôi đã từng tự hỏi, một thời gian dài như vậy mà tôi không phát hiện ra, chắc anh cho rằng tôi là một người đàn bà ngốc nghếch lắm phải không?

Tôi lắc đầu e ngại:

- Tôi không nghĩ như thế.

- Cũng phải thôi. Nếu anh là tôi chắc cũng bị lầm mất. Hằng ngày đi làm anh đều về nhà rất đúng giờ, ăn cơm sinh hoạt cùng gia đình vui vẻ, có việc cần thì lên phòng sớm để làm việc thêm mà thôi. Anh ấy chỉ vắng nhà ban đêm khi trực ban hay đi công tác xa.

- Như vậy làm sao anh ấy có thời gian đi lại với người đàn bà khác?

- Anh ấy lợi dụng những đêm trực ban. Vì là lãnh đạo nên mỗi tuần đều trực cơ quan một hoặc hai lần. Khoảng mười một giờ đêm gì đó là anh ấy rời khỏi cơ quan đến nhà con nhỏ đó, bọn lính tưởng anh ấy về nhà, hơn nữa ảnh là thủ trưởng cơ quan có thằng lính nào dám hỏi han sếp của mình đâu chứ. Xin lỗi anh, con nhỏ đó chỉ đáng con anh ấy thôi. Suốt một thời gian dài như thế nên không ai phát hiện ra.

- Cơ quan không ai biết à?

- Nếu biết cũng không ai dại gì nói ra, cái lợi chưa thấy đã thấy vạ miệng trước mắt.

- Rồi sao chị lại phát hiện?

- Phải tôi phát hiện được thì hậu quả đâu đến nỗi tồi tệ. Tự ông ấy phơi bày ra mọi thứ đó thôi, điều đó làm cho tôi quá đỗii đau lòng nhưng biết trách ai đây.

- Chị nói sao tôi thấy rối mù không hiểu gì cả.

- Số là sau khi có giấy quyết định về hưu, ông ấy báo cơ quan cho đi nghỉ dưỡng một tuần, rồi biến mất luôn mấy tháng trời không tin tức, tôi tìm kiếm khắp nơi mà không biết ông ấy đi đâu.

- Chị không báo với cơ quan của anh ấy sao?

- Họ cũng không biết ông ấy đang làm gì, ở đâu.

Tôi dò hỏi:

- Lạ thật. Sao chị tìm ra anh ấy?

- Tôi nghĩ làm cái gì thì làm, hành động của ông ấy trong cơ quan chắc cũng phải có người biết. Tôi nhớ ra thằng lính thân tín thường ngày đi chung với ổng. Ban đầu cậu ta chối bay chối biến không biết gì cả, tôi hết năn nỉ rồi đến hăm he nếu không nói sẽ báo cơ quan vì tội che giấu sẽ bị kỷ luật, mất việc…Cuối cùng cậu ta cũng chịu nói ra, một phần vì thương hoàn cảnh của tôi, một phần sợ vì che giấu mà bị sự khiển trách của cơ quan.

- Thế ông ấy đi đâu?

Chị cay đắng:

- Ông ấy nào có đi xa đâu anh ơi, ở ngay trong thành phố CT nầy thôi.

Tôi hơi ngạc nhiên, người đàn bà cười buồn:

- Anh biết ông ấy làm gì không? Mở đại lý vé số để nuôi mẹ con con nhỏ đó. Anh xem có mắc cỡ với người ta không?

Bỗng có tiếng nhạc chờ trong điện thoại, tôi nhắc chị:

- Có điện thoại của ai gọi kìa chị.

Chị lấy điện thoại trong cái túi xách để dưới chân mình, bấm máy nghe.

Có tiếng người con trai loáng thoáng trong máy, người đàn bà nhìn qua khung cửa kính xe trả lời:

- Vừa vào đường cao tốc một chút thôi con, chắc hơn một tiếng nữa mới đến Sài Gòn, mẹ đã gọi điện cho dì dượng Tư rồi, họ nói sẽ ra đón mẹ ở bến xe. Mẹ không sao đâu con đừng lo. Nhớ chú ý việc học hành của hai đứa nhỏ và chuyện dọn dẹp nhà cửa giúp mẹ nhé, gần Tết mà mẹ không có nhà con đừng buồn, nhớ nói với bọn trẻ bà nội đi chơi vài bữa về có quà cho chúng vui nhé con.

Cất máy xong, người đàn bà nói tiếp câu chuyện của mình còn lỡ dở của mình:

- Cuộc điện thoại vừa rồi của thằng con trai lớn của tôi với ông ấy đấy. Nó hiện giờ là giáo sư đại học đã có 2 con.

- Các con của chị biết ông ấy có người ngoài không?

- Bọn chúng đều biết cả nhưng lại chín chắn điềm tĩnh lắm anh ạ. Ngay cả khi cùng tôi đến tìm ba của bọn chúng. Ông ấy mở đại lý vé số tại nhà con nhỏ đó. Thấy ba chúng đang làm công việc phân phối vé số cho khách hàng, ân cần nhỏ nhẹ với khách, khác xa với cung cách của người làm lãnh đạo trước kia, không kìm nén nổi tức giận tôi đã muốn chạy vào quậy tưng lên, nhưng bọn chúng cản lại nói làm như thế chỉ làm ba hổ thẹn thêm, mọi việc sẽ xấu hơn không ích lợi gì. Tôi nghĩ cũng phải, làm lớn chuyện thì xấu chàng hổ thiếp, hơn nữa ổng cũng từng lãnh đạo một cơ quan luật pháp, lối xóm nhìn vào soi mói không ra gì nên tôi thôi anh ạ. Đi về mà lòng bực tức ấm ức mãi.

- Chị làm như thế là đúng. Rồi chuyện sau đó thế nào chị?

Chị thở dài:

- Tôi đem câu chuyện trình bày với cơ quan cũ, ban tổ chức huyện ủy mời ông ấy về làm việc chứ biết làm sao nữa anh.

Tôi tò mò muốn nghe đoạn kết câu chuyện không vui nầy ra sao, chị thong thả nói tiếp:

- Trước mặt mọi người ông ấy thừa nhận mình có người đàn bà khác cách đây hơn sáu năm. Nguyên nhân cũng dễ hiểu: Cô gái ấy là gái phục vụ trong một quán karaoke, khá xinh, ca hay lại khéo chiều chuộng khách. Trong một lần tiệc tùng cơ quan ông ấy rủ nhau đi hát karaoke, ông ấy gặp cô ta và dính với nhau từ đó. Cả hai đã có một đứa con trai năm tuổi. Họ sống với nhau hơn sáu năm, có một mặt con mà tới giờ nầy tôi mới biết, anh thấy có khổ không?

- Cách giải quyết như thế nào hả chị?

- Mặc dù có lời khuyên răn, hòa giải cũng như lời tha thứ lẫn năn nỉ của tôi nhưng ông ấy lại rất cứng rắn dứt khoát. Ông ấy bảo đành có lỗi với tôi và mấy đứa nhỏ nên tài sản nhà cửa ông đều giao hết cho tôi không lấy một thứ gì, hai đứa con đã lớn đều đã lập gia đình có công ăn việc làm ổn định ông không còn phải lo lắng gì nữa, hãy để cho ổng sống cuộc đời riêng của mình. Ổng còn có một gia đình, một đứa con nhỏ mới năm tuổi nên có trách nhiệm nuôi nấng nó nên người, nên xin mọi người nên thông cảm cho ông.

- Thế là ông ấy xin ly dị.

Người đàn bà thở dài:

- Tôi còn biết phải làm gì chứ anh. Giữ người ở lại chứ ai lại giữ người bỏ đi phải không anh? Bọn trẻ thấy tôi buồn nên khuyên tôi đi chơi đây đó để thanh thản.

- Vì thế chị mới lên thành phố?

- Đi mà trong bụng nhớ mấy đứa cháu quá. Cũng phải đi đây đó chứ ở nhà quanh quẩn chắc tôi cũng điên mất.

- Nếu tôi như chị chắc tôi cũng làm thế thôi.

Tôi nhìn người đàn bà ngồi kế bên mình. Gương mặt mảnh mai, hiền hậu ấy ai ngờ chịu một tổn thương quá lớn, từ chính người chồng mình đã yêu thương tin tưởng, từng vượt qua những hoạn nạn trong chiến tranh, những khó khăn trong thời bao cấp đến khi cuộc sống sung túc đủ đầy lại gãy đổ tan vỡ. Tình cảm con người thật quá phức tạp, khó hiểu không thể lý giải được, thấy đó rồi mất đó.

- Tôi xin chia buồn cùng chị về chuyện nhà không vui.

Chị nhìn tôi nhẹ nhàng nói:

- Anh đừng lo cho tôi, tôi không còn cảm thấy bị tổn thương xúc phạm nữa. Bên cạnh tôi còn mấy đứa con và một bầy cháu nội ngoại nữa. Cái gì rồi cũng sẽ qua đi, nuôi giữ giận hờn, ghen tuông trong lòng mãi cũng không đem lại lợi ích gì cho ai cả phải không anh?

Tôi cảm thấy an tâm nhẹ nhõm trong lòng, người đàn bà trước mặt tôi không hề yếu đuối ủy mị chút nào. Chị sẵn sàng đối phó trước những đau khổ và bất hạnh, biết tìm một lối thoát cho mình khỏi những bế tắc khi tình cảm gia đình không còn nguyên vẹn, bị sứt mẻ, tổn thương. Tự nhiên tôi thương cho số phận của người phụ nữ biết bao. Họ là người vợ, người mẹ luôn tất bật lo lắng, vun quén cho gia đình nhỏ bé của mình được vuông tròn, hạnh phúc, vui cái vui sau mọi người, khổ đau lại là người chịu đựng đầu tiên không than vãn trách móc. Trong tình cảm cũng thế, khi gia đình còn còn yên ấm đưa đến chia ly, đổ vỡ thì chính họ là người chịu tổn thương, thiệt thòi nhiều nhất.

Tôi nhìn người đàn bà, tới lúc nầy mới thấy có chút gì đó thoáng gợn trong đầu. Cái tên Ba Hồng loáng thoáng gợi nhớ cho tôi một điều gì đó xa lắm, trong đám mây mù mờ trí nhớ cằn cỗi của mình tôi chợt bật lên câu hỏi:

- Ba Hồng ở Nhơn Ái - Phong Điền, em của Hai Kiệt và là chị của Tư Nhàn?

Người đàn bà hình như sững sờ quay nhanh lại về phía tôi, trong ánh sáng lờ mờ của mấy ngọn đèn nhỏ trong xe, tôi thấy trên gương mặt cô ấy lộ nét ngạc nhiên:

- Phải! Sao anh biết?

Tôi không trả lời, mà nói theo dòng hồi tưởng của mình:

- Nhà có trồng một bụi trang đỏ trước bàn thờ ông thiên, trước nhà có con rạch chảy về Trường Long phải không?

Người đàn bà nói như reo lên:

- Đúng rồi! Sao anh biết rành quá vậy?

Tôi thoáng bâng khuâng. Đúng là Hồng, em của Kiệt bạn tôi đây mà. Đã hơn bốn mươi năm rồi còn gì. Ngày ấy tôi và Kiệt học chung lớp ở Đại học Sư phạm Cần Thơ, cả hai cùng thích văn chương và có gởi bài cho một số báo giấy ở Sài Gòn nên rất thân thiết. Những ngày nghỉ lễ tôi thường hay theo Kiệt về quê của bạn ở Nhơn Ái chơi, Hồng lúc đó học lớp mười hai, đã ra dáng một cô thiếu nữ rồi, rất dễ thương và dạn dĩ, những lúc rảnh rỗi Hồng thường theo ghe hàng bông của mẹ xuôi ngược sông rạch đi bán đó đây để phụ giúp mẹ có tiền lo cho ba anh em ăn học. Tôi quí Hồng ở chỗ ham học và biết quán xuyến lo cho gia đình và Hồng cũng rất thích tôi ở chỗ rất điềm đạm và làm thơ hay. Đôi lần Kiệt đùa bảo tôi:

- Mầy chịu làm em rể tao không? Tao nói một tiếng là bà già tao chịu liền. Tao xem con Hồng cũng thương mầy lắm.

Tôi ưu tư trả lời:

- Mầy đừng nhắc chuyện đó. Tao đã có người yêu rồi mà.

-Tao biết, nhưng xem ra chuyện tình của mầy không đi đến đâu, chỉ sợ ngày sau đem lại những buồn phiền không đáng có.

-Tao hiểu điều đó, nhưng đó là chuyện sau nầy, đừng lo nghĩ xa quá. Mầy cũng đừng nói gì sợ Hồng nó buồn.

-Việc đó mầy đừng lo.

Hình như Hồng cũng loáng thoáng biết việc tôi có người yêu nhưng em giả đò không biết và tôi cũng cứ thế cho đến ngày ra trường, tôi và Kiệt mỗi đứa một nơi. Cuộc sống sau đó bộn bề nhiều khó khăn không còn biết tin tức gì của nhau nữa.

Tôi nhìn người đàn bà trước mặt. Hèn gì khi thấy cô lên xe, tôi đã ngờ ngợ như đã từng gặp ở đâu mà trong nhất thời không thể nhớ được. Tôi chậm rãi trả lời cô ấy:

- Anh là Dũng. Bạn học của anh Kiệt ở trường sư phạm đây mà. Ngày trước anh thường theo anh Kiệt về Nhơn Ái chơi Hồng còn nhớ không?

Ba Hồng chăm chú nhìn tôi, chợt cô reo lên:

- Đúng là anh Dũng rồi. Trời! Hơn bốn mươi năm rồi còn gì? Nếu anh không nói chắc em cũng không nhận ra. Thời gian làm người ta thay đổi qua phải không anh?

Tôi gật đầu:

- Ừ! Đã hơn bốn mươi năm rồi còn gì. Anh nhớ lúc ấy Hồng còn học lớp mười hai mà.

Ba Hồng nhìn tôi cười:

- Anh không nhớ lúc ấy em thường theo ghe của mẹ đi bán hàng bông sao? Mẹ em lúc ấy đang là một đầu mối giao liên cơ sở của cách mạng, một thời gian sau cơ sở nội thành bị lộ mẹ vào vùng giải phóng, em cũng thoát ly theo mẹ vào trong ấy luôn rồi đi học lớp y tá và gặp ông ấy trong đó.

- Anh không nghe anh Kiệt nói điều nầy. Mà cũng phải đó là chuyện không thể nói với người khác được. Mà hôm nay 22 tháng Chạp rồi sao Hồng không ở nhà lo cúng quảy lên Sài Gòn làm chi?

- Em buồn nên lên thăm vợ chồng Tư Nhàn vài bữa cho khuây khỏa vậy mà, ở nhà nhớ chuyện gia đình buồn héo buồn hắt đó anh.

Tôi nói lảng sang chuyện khác:

- À! Anh Kiệt bây giờ thế nào rồi em? Từ ngày ra trường đến nay anh không còn gặp anh ấy.

Giọng Ba Hồng chợt trầm xuống:

- Anh Kiệt mất lâu lắm rồi anh. Lúc ra trường anh ấy được phân về Giá Rai - Bạc Liêu để dạy, rồi thương một cô thôn nữ ở đó. Mấy năm sau anh ấy bị bệnh nặng rồi mất đi trong hoàn cảnh nghèo túng. Lúc ấy ai cũng khó khăn quá, có thuốc men gì đâu anh. Mẹ em cũng vì chuyện ấy buồn rầu một thời gian sau cũng qua đời.

Không khí có vẻ ngột ngạt. Lần đầu gặp lại Ba Hồng, em gái người bạn học cũ tôi cảm thấy rất vui nhưng đi liền lại là tin buồn, rất buồn. Tôi khẽ thở dài. Mấy mươi năm tôi và Kiệt không có tin tức gì của nhau, thế mà khi được tin lại là tin không vui. Cuộc đời có ai đoán được chữ ngờ bao giờ đâu. Tôi quay mặt nhìn ra cửa kính cố giấu cảm xúc của mình. Ba Hồng biết tôi đang xúc động nên cũng im lặng không nói gì.

*

Xe bắt đầu vào bến, tôi hỏi Ba Hồng về đâu. Cô nói về Bình Thạnh và có người quen ra đón. Tôi yên tâm, bắt tay cô chúc cô có chuyến đi vui vẻ rồi bước qua xe trung chuyển để vào thành phố. Ngồi trên xe trung chuyển nhìn qua cửa kính tôi thấy Hồng còn đứng đó, mắt nhìn theo xe tôi bắt đầu lăn bánh, có lẽ người quen chưa đến kịp nên cô còn đứng chờ, một vài tài xế tắc xi bước tới hỏi cô về đâu, nhưng cô lắc đầu từ chối. Cơn mưa trái mùa chợt ào tới, tôi thấy Hồng lúp xúp kéo hành lý vào mái che của nhà chờ gần đó. Hình ảnh người đàn bà đứng dáo dác trong cơn mưa sao lẻ loi đến tội nghiệp. Xe di chuyển một đoạn khá xa, tôi cố nhìn lại hình ảnh Ba Hồng lần nữa, cô đứng một mình đơn độc giữa đám người không quen biết đang hối hả tất bật trong cái bến xe miền Tây, như nhạt nhòa trong những dòng nước mưa đang ào ạt chảy loang trên mặt đường dưới những ngọn đèn vàng của dòng xe trong bến lấp loáng nhỏ dần nhỏ dần.

Tôi mong Hồng những ngày ở thành phố hay nếu có đi đâu đó ở nước ngoài như lời cô nói, sẽ tìm được sự an yên trong tâm hồn, quên đi những phiền muộn của chuyện chồng con mà cô đã cho đi những năm tháng tuổi trẻ của đời mình, mà đến tuổi xế chiều lý ra Hồng được tận hưởng. Cuộc đời không hề bất công với ai bao giờ cả, còn nhiều điều tốt đẹp đang ở phía trước để chúng ta thấy mình còn đáng sống và cuộc sống còn đáng yêu biết bao nhiêu phải không Ba Hồng, em gái của người bạn thân tôi thuở nào?

Nguyễn An Bình

BÌNH ĐỊA MỘC
GẢ CON LẤY CHỒNG

Đúng hẹn chị Quỳ đến trước khách sạn Thanh Mai đường Hai Bà Trưng cẩn thận ngó trước nhìn sau mới bước vào quầy lễ tân nhằm xác định lại thông tin khách hàng. Khi biết khách vẫn còn chờ mình chị tự tin bước vào buồng thang máy bấm số 5. Thang máy dừng lại chị hồi hộp bước ra và tiến thẳng đến phòng 508. Chừng vài phút sau chị lấy lại bình tĩnh rồi đưa tay gõ cửa. Cốc cốc cốc. Cửa phòng từ từ hé mở nhưng đôi mắt chị vẫn nhắm nghiền cái khẩu trang vẫn bịt kín mặt mọi thứ chung quanh chìm vào tĩnh mịch.

Chị nghe có một tiếng chào một tiếng chân một sự di chuyển chậm chạp. Tiếp theo một bàn tay lạnh ngắt khẽ chạm vào người chị. Thoáng rùng mình chị đoán chắc bàn tay này của khách hàng. Bàn tay truyền tín hiệu thần giao cách cảm. Bỗng nhoằng một phát người đó kéo chị vào sâu bên trong căn phòng mà mém chút nữa té nhào. Cạch. Cửa phòng khóa lại cũng đồng nghĩa với một thế giới khác mở ra. Thế giới của những người hiếm muộn mua bán tinh trùng. Thế giới khát khao thiên chức làm mẹ. Thế giới của sự cả tin đến ghê tởm bản thân. Bất giác chị ứa nước mắt. Giọt nước mắt bất hạnh khô khốc tuôn trào. Song chị vẫn kịp mở mắt ra rụt rè ngồi xuống ghế hỏi khách vài câu trắc nghiệm như tên tuổi quê quán nghề nghiệp theo đúng kịch bản đã trao đổi trước trên mạng internet.

Theo thỏa thuận ban đầu thì chị - Người mua tinh trùng có quyền giấu mặt không cho người bán thấy. Đồng thời người bán sau khi giao cấu xong cũng không có quyền đòi hỏi thêm bất cứ điều kiện gì kể cả số lần quan hệ. Ngoại trừ phía người mua chủ động liên lạc khi thấy có nhu cầu hoặc lần quan hệ trước đó thất bại. Tất nhiên ý nghĩa của việc thành công hay thất bại chỉ duy nhất phục vụ cho việc thụ thai mà thôi. Khi đã có kết quả mang thai rồi mặc nhiên hợp đồng mua bán chấm dứt thông qua phiếu xét nghiệm của bệnh viện. Chỉ từng đó nội dung trong hạng mục hợp đồng mà suốt mấy tháng nay ngày nào chị cũng đọc đi đọc lại đến mức thuộc làu làu. Nhất là điều khoản giao cấu không quá 3 lần trên một cuộc gặp. Chị lẩm nhẩm. Ba lần có chịu nổi không ta? Nên cố gắng hé mắt nhìn đối tác một lần nữa xem có chịu nổi không! Đúng như lời rao bán trên mạng. Hắn - Chị tạm gọi khách hàng của mình như vậy. Trạc 25 tuổi không đẹp trai nhưng thân hình rắn chắc nước da ngăm đen. Đặc biệt có mái tóc xoăn. Chi tiết này làm chị chú ý bởi đứa bạn cùng công ty mách rằng. Đàn ông tóc xoăn khôn ngoan đa cảm đa sầu dễ ngoại tình và thích ruồng bỏ vợ con. Thảo nào hắn không đi bán tinh trùng mới là lạ!

Đang miên man suy nghĩ có nên ươm cái giống ngoại tình ấy vào người mình hay không? Thì bất ngờ hắn đã đặt chị nằm xuống giường rồi nhẹ nhàng cởi từng cúc áo chị ra. Từng cử chỉ êm ái có phần điêu luyện của hắn khiến chị giật mình co rúm người lại. Hình như hắn đã phát hiện ra điểm yếu của đối phương nên đứng phắt dậy chủ động cởi hết đồ mình ra trước. Chị lại nhắm mắt nghiêng người qua một bên tưởng tượng. Hắn trong tư thế Adam nằm xuống bên cạnh chị hai tay tiếp tục gỡ hết những gì còn lại như mớ của nợ không cần thiết bắt buộc phải vất hết đi. Nhất là trong hoàn cảnh chẳng đặng đừng này chắc chắn hắn phải nhanh chóng biến chị thành một Eva hiện đại biết nude biết sex biết dị biến và bất biến.

Cái gì đến sẽ đến cái gì đi sẽ ra đi đúng quy luật vận hành của tạo hóa. Cuộc mua bán tinh trùng chóng vánh trôi qua trong sự chấp chới hụt hẫng của người bán lẫn người mua. Chị bật dậy dúi vào tay hắn cái phong bì tiền mà vợ chồng chị đã chắt chiu dành dụm suốt cả năm nay rồi vội vàng mặc quần áo mở cửa chạy vút ra ngoài hành lang như ma đuổi. Chị bỏ lại chị. Bỏ lại hắn. Bỏ lại niềm hoang hoải rắc đầy khao khát pha chút thèm thuồng tiếc nuối của cuộc ái ân bắt đắc dĩ. Chị lật đồng hồ lên xem khoảnh khắc định mệnh đó là 12 giờ 5 phút ngày 17 tháng 7 năm 2000. Bấy giờ anh vẫn còn đứng bên kia đường chờ chị kế bên cây trụ điện cơ man nút thắt nút mở lặng lẽ như người mất hồn!

Đó là câu chuyện của 20 năm về trước. Còn hôm nay hơn nửa đời người được làm mẹ và sắp làm sui chị hồi tưởng lại thời gian sinh con nuôi con dạy dỗ cho nó nên người đầy ắp những vui buồn sướng khổ. Hương - Đứa con gái mua bằng tinh trùng của hắn giờ đã trưởng thành thật sự. Nếu nói theo thuật ngữ kinh tế thì đấy là một hợp đồng mua bán sòng phẳng có hiệu quả khá tốt mỗi bên đều có lợi nhuận. Bên bán đã cho chị 1 sản phẩm con người bằng da bằng thịt có giá trị tuyệt đối với một cô gái dễ thương có nước da ngăm đen nhưng mái tóc không xoăn. Nghĩa là con gái chị sẽ không mang tư tưởng ngoại tình giống hắn.

Hôm nay chị sẽ đứng ra gã chồng cho con mà không phải là hắn với tư cách bố đẻ. Chủ hôn cũng chẳng phải chồng chị với tư cách bố nuôi vì sau khi vụ mua bán tinh trùng kết thúc biết đứa con trong bụng vợ không phải của mình anh đã phụ rẫy chị. Phụ rẫy cuộc hôn nhân bất hạnh kéo dài cả chục năm dằn vặt trăn trở. Phụ rẫy lại chính anh vì trước đó anh đã đồng ý cho chị cải thiện để kiếm đứa con nuôi cho vui nhà vui cửa.

Nhà trai sắp đến coi mắt con gái chị rồi. Chị cười. Nụ cười của bà mẹ đơn thân lở nhở lan nhan. Tiếng gõ cửa lốc cốc quen thuộc vang lên chị thụt người lại sau dãy ghế tiếp khách tự trấn an mình rồi bước ra mở cửa. Một đoàn khách gồm 4 người chậm rãi vào nhà. Họ khiêm tốn tháo giày cất mũ đặt mâm lễ hỏi lên bàn. Chị hồi hộp theo dõi từng cử chỉ hành động của họ. Bất chợt sững sốt trước người đàn ông tóc xoăn đang lịch sự kính thưa nhà gái.

- Tôi tên là Bình bố thằng Nam bạn trai con Hương nhà chị. Tôi xin phép được giới thiệu. Đây là bác Ba kia là chú Bốn người đứng kế chị là cô Năm của cháu Nam. Chúng tôi đến đây để xin cưới cháu Hương về làm vợ cho thằng Nam con trai nhà tôi.

Vừa phát hiện ra hắn vừa biết hắn chuẩn bị làm sui với mình chị bủn rủn chân tay như sắp đột quy. Đại diện nhà trai vẫn tiếp tục chia sẻ nguyện vọng được đến thăm nhà nhằm dạm hỏi trước sau đó mới tiến đến lễ thành hôn. Chị giả vờ cúi xuống dụi mắt thật kỹ để tiếp tục quan sát từng lời nói ánh mắt nhằm đi đến kết luận chính xác cái anh sui tóc xoăn kia đích thị là hắn rồi. Hắn đứng ngay trước mặt chị đây nhưng chị lại nghe văng vẳng bên tai một tiếng chân một tiếng chào một hơi thở thổn thển của 20 năm về trước. Hình ảnh hắn năm tay chị kéo vào trong khách sạn sém chút nữa té nhào nham nhở hiển hiện. Hắn đặt chị nằm xuống giường nhẹ nhàng mở từng cúc áo chị ra nhịp nhàng bổi hổi. Chị còn nhớ như in trong đầu cái khoảnh khắc định mệnh đó. Lẽ nào con trai của hắn bây giờ lại đi lấy con gái của hắn về làm vợ? Không được dứt khoát không được. Như thế là loạn luân là vi phạm đạo lý làm người. Trong lòng chị hàng loạt bản án tội lỗi sôi lên như suối nước nóng Tây Viên cái điệp khúc Cưới hỏi - Hỏi cưới - Chồng vợ - Vợ chồng. Chị gào lên thê thiết nhưng nghiệt ngã thay nó chẳng thành lời. Khốn nạn thay chẳng ai nghe ai biết ngoại trừ cánh quạt gió rù rì trên bức tường vôi lỗ chỗ ố vàng.

Mấy hôm nay trời chuyển cộng với tâm tư trĩu nặng về hắn chị đổ bệnh. Cơn bệnh dạ dày mãn tính hành hạ chị đến vật vã quặn quại suốt cả tuần rồi còn con Hương lại tăng ca liên tục vì cuối năm đơn hàng dồn dập. Chị nhoài người lấy điện thoại bấm số máy của hắn rồi lại tắt. Bấm tắt tắt bấm mấy lần mà chẳng thấy hắn alo. Chị lại bấm lần nữa. Ở hắn đã bắt máy rồi chị mừng quá hỏi chuyện.

- Có phải anh Bình bố của Nam đó không? Tôi là mẹ của con Hương đây.

- Vâng tôi là bố Nam. Thưa chị gọi tôi có việc gì?

- Ổ không có gì. Anh khỏe không?

- Cảm ơn chị tôi vẫn khỏe. Cháu Hương hôm nay có đi làm không chị?

- Có anh mấy hôm nay cháu nó tăng ca liên tục. Tôi ở nhà một mình hơi buồn. Tôi có chuyện cần trao đổi với anh nhưng ở đây thì bất tiện. Có thể hẹn gặp nhau nơi khác được không anh?

- Được chị ạ. Miễn sao nơi đó không quá xa thành phố vì dạo này sức khỏe tôi không tốt nên ngại đi xa lắm!

Chị đến khách sạn Thanh Mai năm nào. Nơi đây có khá nhiều thay đổi sau hơn 20 năm thăng trầm của thành phố. Đường sá mở rộng ra bên phải cánh cổng khách sạn thụt vào bên trong mấy hàng cau năm xưa biến mất thay vào đó những bồn hoa cúc dại. Những bông cúc trắng li ti hoang dã thẹn thùa trước con người mỗi ngày một văn minh lịch lãm. Sau một hồi do dự chị bước đến bên quày lễ tân hỏi thuê ngay phòng 508. Cũng may căn phòng này còn trống. Chị vào buồng thang máy bấm số 5. Thang máy dừng chị tiến thẳng đến phòng 508 tra chìa khóa mở cửa bước vào. Tất cả đều thay đổi. Giường mới drap mới phảng phất mùi thơm mới. Chị nằm xuống thu mình lại mắt nhắm chờ đợi. Trong khoảnh khắc hiếm hoi này thời gian lẫn lộn cắt dán lung tung. Vừa như khép lại một quá khứ đau buồn của bà mẹ đơn thân hiếm muộn vừa như mở ra một tương lai chẳng vui vẻ gì một khi hậu quả của việc mua bán tinh trùng tự phát. Giữa người mua người bán hầu như lén lút không có hệ thống lưu trữ thông tin lẫn nhau.

Bỗng có tiếng gõ cửa tiếng chân tiếng chào cất lên cắt ngang dòng suy nghĩ của chị. Anh sui đã đến đã nhận ra điều gì bất thường trong cuộc gặp gỡ với chị sui hôm nay chăng! Bởi hai mươi năm về trước cũng tại căn phòng này anh nhẹ nhàng đặt người đàn bà hiếm muộn nằm xuống từ từ gỡ từng cúc áo mỏng dính buông ra. Đúng rồi người năm xưa đó chính là chị sui bây giờ. Anh bất ngờ quỳ xuống.

- Thưa chị. Có phải chị là người đàn bà hiếm muộn năm xưa không?

- Vâng là tôi đây. Người đã đi mua tinh trùng của anh. Món hàng anh bán cho tôi năm xưa bây giờ chính là con Hương sắp sửa về làm dâu nhà anh đấy.

Anh sui bàng hoàng biến sắc.

- Thiệt hả chị? Tôi đâu biết gì đâu!

Chị gật đầu nghẹn ngào nấc từng tiếng một.

- Anh không biết nhưng tôi biết. Nhưng tại sao lại là anh lại là tôi cơ chứ. Hiếm muộn thì ai chẳng hiếm muộn hả?

Chị khóc. Những giọt nước mắt nóng sôi lăn dài trên đôi má của người mẹ bất hạnh rát rạt. Anh sui vội vàng đỡ lời.

- Thưa chị nhưng mà thằng Nam là con nuôi của tôi. Ngày xưa do bán quá nhiều tinh trùng nên khi lấy vợ tôi vô sinh kiểu như quả báo. Cũng như chị để níu kéo hạnh phúc gia đình vợ chồng tôi phải xin con nuôi về nuôi. Đứa con nuôi ấy chính là thằng Nam. Nó hoàn toàn không cùng huyết thống với con Hương nhà chị.

Thì ra cuối đường hầm luôn có vệt sáng dẫu nhỏ nhoi lay lắt.

Chị thẫn thờ rời khỏi khách sạn vội vã băng qua đường ngang chỗ cây trụ điện ngày xưa. Chị loáng thoáng thấy gã đàn ông đứng chờ chị. Anh ta cúi gằm đầu xuống đất chiếc mũ lưỡi trai che khuất một nửa khuôn mặt đau khổ hai bàn tay bấu chặt vào nhau gân guốc. Một cơn gió thoáng qua thổi tung hết mọi thứ trừ chiếc khẩu trang chấm bi vẫn che kín…

Sài Gòn, 9.2020
Bình Địa Mộc

VƯƠNG HOÀI UYÊN
NẺO VỀ ĐÃ KHÉP

Lúc Quyên về căn phòng trọ phảng phất mùi khói thuốc, mấy mẩu tàn thuốc còn nằm trên chiếc gạt tàn. Hạ đang ngồi soạn bài bên chiếc giường cá nhân nói vọng ra:

- Lúc nãy có anh Hải đến. Ngồi chờ mầy khoảng một tiếng, hút gần hết gói thuốc lá.

Quyên cười định hỏi: "Anh ấy có nhắn gì không?". Nhưng sợ bạn nhận ra tâm tư của mình nên thôi. Quyên cất giáo án vào ngăn kéo, vẩn vơ nhìn ra ngoài trời. Lạnh thế nầy mà Hải cũng đến! Bỗng Quyên chợt nhớ ra, Hải đến theo thời khóa biểu cũ của cô: Thứ tư hàng tuần cô được nghỉ hai tiết cuối. Tuần nầy thời khóa biểu đã thay đổi, cô chỉ được nghỉ một tiết cuối nhưng lại phải ở lại vì một công việc của lớp chủ nhiệm. Một cảm giác tiếc nuối len nhẹ vào lòng cô: Giá như mình về sớm hơn... Lâu rồi Quyên không gặp Hải. Anh ấy cứ hư hư thực thực, lúc ẩn, lúc hiện thế nào ấy. Vụt một cái lại đến, lại đi. Có khi mất tăm cả tháng không thấy xuất hiện, không hẹn hò. Nhưng bao giờ Hải cũng lắng đọng trong Quyên đôi mắt với ánh nhìn nồng ấm, dáng đi hai tay thường cho vào túi quần, đầu hơi cúi xuống, tư thế trầm tư.

Buổi trưa sau giờ cơm, nhạc ngoại quốc êm dịu dễ ru ngủ nhưng Quyên không ngủ. Quyên nằm trên chiếc giường cá nhân có thể xếp lại gọn gàng, hành trang vào đời mà mẹ đã cho Quyên khi cô từ giã căn nhà thân yêu của mình để lên đây dạy học. Cánh cửa sổ mở rộng, bầu trời mờ đục và những hạt mưa lưa thưa. Một cơn gió lạnh ùa vào mang theo những hạt mưa buốt như kim châm bắn vào mặt cô. Quyên co mình kéo chăn lên tận cổ nhưng vẫn không muốn đóng cửa lại. Đúng là cái rét cao nguyên ngọt ngào mà lúc mới lên đây Quyên gần như không chịu nổi. Quyên thấy da mình xanh xao hơn, đêm ngủ tràn đầy mộng mị. Và những buổi chiều đông thì nhớ quay quắt bếp lửa hồng của mẹ nơi quê nhà xa xôi mờ mịt.

Ban đêm trước khi chìm vào giấc ngủ, bao giờ Quyên cũng nghĩ về mẹ. Giờ nầy chắc mẹ đang ngồi một mình ngoài hiên, trên chiếc ghế xích đu dưới dàn thiên lý thoang thoảng mùi hương. Đó là giờ phút nghĩ về người đã chết. Một mình mẹ với di ảnh của ba trên bàn thờ, trong căn nhà lạnh lẽo, cùng với ước mơ được sống đến năm 2000. Quyên vẫn thường nghe mẹ kể thời con gái của mẹ là thời chiến tranh. Tuy sống ở thị xã nhưng không phải là thoát được lưỡi hái tàn ác của bom đạn. Đang ngủ phải thức dậy chạy xuống hầm là chuyện bình thường. Mạng sống con người mong manh như lá cỏ. Trong bối cảnh chết chóc của những năm cuối thập niên 60 ấy nghĩ đến năm 2000 thật xa xăm như một niềm kinh dị, như một điều không tưởng. Thế mà bây giờ cái "niềm kinh dị" ấy lại sắp đến gần sát nách. Nhưng mẹ không biết mình có còn sống đến ngày ấy không. Cuộc đời vốn phù du - nhất là với những người già như mẹ.

Quyên thường ứa nước mắt mỗi khi nghĩ đến ước mơ của mẹ. Ước mơ đơn giản như thế nhưng sao mẹ cứ trăn trở như gắn liền với linh cảm nào đó. Nhiều lúc Quyên muốn bỏ tất cả để quay về với mẹ nhưng rồi chính mẹ lại động viên, những ánh mắt học trò níu kéo, và những bạn bè đồng nghiệp nơi đây đã giữ Quyên lại. Họ - những người bạn của mọi miền đất nước đến đây - mỗi người một cảnh, một nỗi niềm riêng, nhưng họ đều là những tâm hồn trẻ trung vừa từ giã chiếc áo thư sinh để bước xuống cuộc đời. Nhiều lúc Quyên thấy phòng hội đồng giáo viên có gì giống như lớp học thời sinh viên, với những vui đùa tinh nghịch. Một lần cô giáo dạy môn Lý, vừa mới đăng ký tên bài dạy sẽ thao giảng vào tuần sau: Định luật Ôm (1),và tên người giảng: Tuyết Thu, trong ngoặc đơn. Hôm sau đã thấy dấu ngoặc đơn biến mất, trên bảng chỉ còn thấy mỗi giòng chữ: Định luật

Ôm Tuyết Thu. Cả phòng hội đồng giáo viên được một phen cười như chợ vỡ. Thầy hiệu trưởng -người lớn tuổi nhất trong hội đồng - cũng lắc đầu, cười. Nhưng thầy cũng nhẹ nhàng khuyến cáo:

- Các thầy, các cô đùa với nhau cho vui cũng được thôi, nhưng chớ để học sinh và người ngoài nhìn thấy câu nầy.

Những giáo viên trẻ kín đáo thì thầm với nhau:

- Bố già lại lên lớp rồi. Biết đâu lúc còn trẻ bố còn nghịch gấp mấy bọn mình ấy chứ.

Còn Tuyết Thu tuy cũng tức cười nhưng đành làm bộ đe dọa:

- Rồi tớ sẽ tìm ra tay nào đầu têu trong trò nầy. Về sau ai cũng sợ chả dám đăng ký thao giảng bài ấy nữa. Một lần khác Bích Ly - giáo viên văn - viết nhan đề bài thơ sẽ thao giảng: "Tôi yêu em"(2), bên cạnh là tên Bích Ly trong ngoặc đơn. Chiều hôm đó cái dấu ngoặc đơn cũng biến mất thêm vào đó là một dấu phẩy và một dấu cảm: Tôi yêu em, Bích Ly! Nghe như một lời tỏ tình tha thiết và nồng cháy. Mọi người ôm bụng cười. Tuấn tếu táo:

- Ai viết đó? Cho biết quý danh đi, để tôi làm mai cho.

Bích Ly đỏ mặt hỏi Tuyết Thu:

- Cậu đã điều tra ra tay nào là thủ phạm vụ hôm nọ chưa?

Tuyết Thu trêu:

- Chưa. Nhưng biết đâu lần nầy người ta nói thật chứ chẳng phải chuyện đùa đâu. Cậu cứ để ý nắm bắt tín hiệu đi.

Bích Ly phát vào lưng bạn một cái đau điếng, rồi vùng vằng lau bảng ghi lại bài giảng cho nghiêm chỉnh. Cứ như thế, sau những giờ lên lớp, vẻ mặt nghiêm trang của họ biến mất, họ trở lại với phong cách học trò. Và cái ngôi trường miền cao nguyên heo hút đó đã giữ Quyên lại, cho đến những năm tháng sau nầy.

*

Căn nhà Quyên ở bây giờ với ba cô giáo nữa là của một phụ huynh cũ. Ông vốn là một cán bộ quản lý của một nông trường ở gần đây. Nhờ có điều kiện kinh tế, ông chuyển gia đình về thị xã sống, căn nhà trở thành bỏ không. Ông có nhã ý cho giáo viên ở nhờ một thời gian vì ông cũng chưa muốn bán. Quyên và ba cô bạn giáo viên cùng trường được bố trí về đây: Hạ, Miên và Ly. Quyên rất thích căn nhà nầy, nằm trên một gò đất cao, Quyên đặt tên cho nó là "căn nhà trên đồi". Cách nhà không xa là một dòng suối đá, mùa hè thì khô cạn, mùa đông thì nước lũ ào ạt chảy về. Khung cảnh gần giống như bài hát Suối Mơ của Văn Cao. Ngôi nhà hơi cổ, mái ngói thâm đen ẩn sau tàng lá nhãn nên có vẻ âm u. Tường vôi thì quá cũ. Hôm mới dọn đến, bốn cô giáo cùng trổ tài quét vôi.Tưởng là dễ nhưng sự thật lại không dễ dàng gì. Vì thế sau một tiếng đồng hồ đánh vật với những nhát chổi, những bức tường nham nhở trở thành… tranh lập thể của Picasso! Cả bốn cô ôm nhau cười đến chảy nước mắt. May mà có Hải đến, anh khắc phục được ngay những khuyết điểm. Căn nhà trông sáng sủa hơn với tường vôi xanh màu lá non. Những lúc như thế Quyên thấy Hải có gì kiên nghị, vững chãi. Ngoài cái vẻ trầm tư hình như việc gì anh cũng làm được. Như việc anh thuộc khá nhiều thơ tình, và có thể ôm chiếc đàn guitar của Quyên để hát rất hay những bản tình ca. Giọng Hải buồn buồn, có một cái gì đó xót xa tiếc nuối:

"Chiều buông nhẹ xuống đời, người tình tìm đến người, thấy run run trong chiều phai…"

Quyên thường trêu Hải:

- Anh Hải thật là đa hệ.

Cứ như thế Quyên dần dần thấy mến Hải. Một cái gì dịu dàng gần như cảm giác được chở che len vào tâm hồn cô. Những năm tháng bước xuống cuộc đời sống xa quê hương, xa gia đình, với Quyên, Hải đã như một người bạn lớn.

Căn nhà hơi chật nhưng với bốn cô giáo, nó gần như một thiên đường. Còn hơn sống trong những căn phòng tập thể của trường với những bữa cơm đạm bạc. Ở đây bốn cô giáo có thể trổ tài nấu nướng những món đặc sản của quê hương mình. Bởi họ mỗi người sống ở một miền đất nước. Có người nói giọng Quảng, có người nói giọng Huế, có hai người nói giọng Nghệ An. Lần đầu tiên ở đây Quyên biết mùi vị món "nhút" xứ Nghệ của Miên và Ly, biết món cơm hến xứ Huế của Hạ (trong một lần về quê Hạ đã tỉ mẩn đem cả hến sống vào) và Quyên cũng giới thiệu với các bạn món mì Quảng của quê hương mình. Quyên cũng chẳng biết món mì Quảng nầy là đặc sản của Quảng Nam hay Quảng Ngãi nữa. Vì có cô bạn Quảng Ngãi dạy cùng trường cứ khăng khăng bảo đó là món của Quảng Ngãi. Cô nào cũng dành mì Quảng là món của quê mình, chả ai phân xử được. Thôi thì cứ gọi nó là món mì Quảng… Nam Ngãi vậy.

Thi thoảng Hải đến, như mang theo hơi thở của rừng, bởi Hải là kỹ sư lâm nghiệp - như một thành viên của cái gia đình nho nhỏ gồm bốn cô giáo độc thân. Các bạn Quyên gọi Hải là "anh bạn lãng du của Quyên". Có Hải căn nhà trở nên vui hơn vì những mẩu chuyện hài hước của anh. Thi thoảng có việc gì cần đến bàn tay đàn ông như sửa điện, mái nhà bị dột, các cô đều nhờ Hải. Đôi khi họ đấu khẩu với nhau trong những chiều chủ nhật trời mưa như để cho cuộc sống bớt buồn tẻ. Cả bốn cô về một phe, Hải một phe, nhưng anh không thua. Đại khái có lần Quyên trêu Hải:

- Người mang tên Hải nhưng lại chọn nghề rừng, mà lại rất yêu rừng.

Liệu có lạc đường không?

Hải đỡ đòn được ngay:

- Biển và rừng đâu có xa nhau. Hồi nhỏ anh vẫn thường nghe mẹ hát ru: "Sớm mai lên núi đốt than. Chiều về xuống biển đào hang bắt còng" là gì!

Quyên tức lắm vì thua Hải, mà cô lại là giáo viên văn, trong khi Hải lại là dân kỹ thuật. Nhưng Quyên cũng thầm phục Hải. Cô nghĩ thầm: "Ở Hải sao có nhiều cái đối nghịch nhau. Lúc anh ấy đàn hát thì có gì đó sâu lắng xót xa. Dáng vẻ trầm tư nhưng đấu võ miệng thì nhanh như… con nhà võ, có lúc vui đấy rồi buồn ngay đấy". Và Quyên thấy Hải như một miền đất hoang vu đầy gai góc nhưng cũng đầy hấp dẫn, ân cần mời gọi bước chân Quyên. Quyên nghĩ: "Để hiểu một con người không phải là một điều đơn giản".

Những ngày cuối đông lại về với cao nguyên. Sương trắng mịt mù. Căn nhà nhỏ của bốn cô giáo ẩn hiện mịt mờ trong sương buổi sáng buổi chiều như chốn bồng lai. Miên nói đùa: "Tiếc là không có Lưu Nguyễn nào lạc vào". Hoa sơn cúc nở tràn những lối đi. Quyên thấy như mình đang sống trong một cõi hồng hoang. Vườn cải của Hạ đã bắt đầu trổ hoa. Hạ trồng cải nhưng cứ muốn để cho cải già, thu hút ong bướm chập chờn. Thấy hoa cải vàng Quyên chợt nhớ vườn rau nhỏ ở nhà mình. Trong cái nắng hanh hao của những ngày cuối đông, lòng cô nôn nao nhớ đến những ngày Tết ở quê nhà. Một năm nữa sẽ đến để cho tóc mẹ điểm bạc nhiều hơn, để cho ước mơ được sống đến năm 2000 của mẹ gần hơn. Có một cái gì thật trang trọng thiêng liêng khi vũ trụ, đất trời vừa chấm dứt một vòng quay vĩ đại, để rồi lại thênh thang bước vào một chu kỳ khác: Thế kỷ 21- thế kỷ của trí tuệ và nhân bản.

*

Cuốn băng nhạc đã xoay xong những vòng dương cầm cuối. Một tiếng "tách" khô khan, cuộn băng dừng lại. Những âm thanh dịu ngọt trong veo như từng giọt nước đọng trên phiến thủy tinh đã bay đi, đã hết. Bây giờ thì gió núi một nhịp đều đặn hòa với tiếng thông reo từ dãy đồi bên kia. Và thung lũng thì xanh bạt ngàn trong ánh mặt trời chiều sắp tắt. Hải bật diêm châm điếu thuốc cuối cùng. Ánh lửa lóe lên soi rõ khuôn mặt trầm tư hơi xanh xao khiến người đối diện khó lòng nhận được cảm xúc của anh trong mọi trường hợp. Quyên hỏi:

- Vậy là anh quyết định ở lại?

Quyên lắng nghe tiếng nói của mình bay đi. Gió bây giờ thật nhiều ào ạt từ đồi cao xuống lũng thấp. Có tiếng người cười vang bên kia đồi. Một tốp con trai, con gái đi picnic ở đó. Trông họ thật vô tư, hồn nhiên. Hải nhìn họ, cái nhìn thoáng xa xăm như nhớ lại một thời đã mất. Anh chậm rãi gật đầu:

- Anh ở lại, Quyên về. Cho anh gởi lời thăm mẹ, mặc dù mẹ chưa biết anh.

Ngừng một chút anh hỏi:

- Bao giờ thì Quyên về?

Quyên trầm ngâm:

- Ngày kia, lẽ ra thì em có thể về sớm hơn. Nhưng còn một chút việc ở lớp chủ nhiệm cần giải quyết. Có một nam sinh cá biệt ở lớp em, cậu nhóc hay để tóc dài. Em đã nhắc nhở nhiều lần nhưng cậu ta vẫn không chịu cắt tóc. Bỗng nhiên mới đây đang giờ học cậu ta bỏ về nhà cạo trọc đầu rồi đến lớp. Cả lớp cười ầm. Các giáo viên bộ môn đều trêu em: "Quyên nói sao mà thằng Tài nó cạo trọc đầu thế?". Thế mới tức chứ!

Hải cười:

- Rồi em tính sao?

Quyên cũng cười:

- Em cũng hơi áy náy, tính ở lại gặp phụ huynh để họ khỏi hiểu sai về mình.

Hải gật đầu:

- Coi vậy chứ học sinh cá biệt về sau ra đời biết thương giáo viên chủ nhiệm lắm đấy.

Điều Hải nói, Quyên cũng đã từng nghe nhiều giáo viên lớn tuổi nói. Quyên nghĩ học sinh cá biệt như những hòn sỏi trên bước đường mình đi tuy có làm mình đau chân hơn, nhưng cũng làm chân mình dày dạn hơn là đi trên những con đường bằng phẳng.

Hải đứng dậy, gió núi thổi bồng mái tóc anh và bóng anh trong buổi chiều tà trông thật cô đơn. Dường như anh có điều gì muốn nói nhưng lại thôi. Sương muối bắt đầu giăng kín những lũng thấp. Tiếng người gọi nhau bên kia đồi tan loãng vào sương nghe như từ cõi xa xăm nào vọng lại. Quyên thấy lạnh, không hiểu sao cô lại có một linh cảm mơ hồ rằng đây là lần cuối cùng gặp Hải. Cô vẫn thường lo sợ với những linh cảm nhạy bén của mình.

Ngày kia Quyên đi chuyến xe khởi hành lúc năm giờ sáng. Sau đó đến Hạ. Miên và Ly về sau cùng. Thời khóa biểu của Quyên cho phép Quyên về sớm hơn các bạn vài ngày. Cả bốn cô gái hẹn gặp nhau vào ngày mùng sáu Tết. Hải không về. Với anh, ở lại đã buồn, về nhà cũng chẳng vui gì. Ở thành phố biển xa xôi ấy anh cũng có một mái nhà, nhưng không có bếp lửa hồng của mẹ để nhớ mỗi chiều đông. Mẹ anh mất khi anh lên mười tuổi, ba đi bước nữa. Bà mẹ kế lúc nào cũng nơm nớp lo sợ Hải sẽ chiếm một nửa gia tài ba Hải sẽ để lại sau nầy. Hải khinh bỉ và lạnh lùng ra đi từ khi vừa học xong đại học. Sợi dây liên hệ gia đình duy nhất anh còn giữ là những lời thăm hỏi của ba trong vài ba lá thư thưa thớt hàng năm. Cuộc đời Hải lúc nào cũng nhuốm một chút phiêu bạt. Nhiều lúc buồn, Quyên tự hỏi: "Có bao giờ Hải sẽ mãi mãi dùng chân trong cuộc đời mình không? Nếu thế mình sẽ thu xếp đem mẹ lên đây, mình đã gắn bó với ngôi trường nầy, với mảnh đất cao nguyên nầy mất rồi. Chính mảnh đất nơi đây đã cho mình gặp Hải như một điều kỳ diệu của số phận".

*

"Ban Mê ngày… tháng… năm…

Thế là Quyên đã đi. Căn nhà có người mẹ và bếp lửa hồng đang chờ em. Cơn gió nào bay qua cuộc đời đã thổi Quyên về phía tôi trong những tháng ngày bi thảm nhất. Sao Quyên lại đến với tôi muộn màng như thế, khi cuộc đời đã khép lại mọi niềm vui và khi tôi biết mình không còn sống được bao lâu nữa. Tôi vẫn còn nhớ mãi cái buổi chiều định mệnh ấy khi Quyên ôm bó hoa hồng vàng rực rỡ bước vào phòng bệnh nơi tôi nằm, ánh mắt ngơ ngác tìm kiếm và dừng lại ở giường bệnh của tôi. Quyên hỏi, giọng dè dặt:

- Xin lỗi, nếu tôi không nhầm thì đây là giường số 14, khoa nội 3?

Tôi trả lời, mắt không rời Quyên:

- Đúng rồi, cô tìm ai?

- Tôi tìm một người bạn - chị Thanh - điều trị tại giường nầy đã hai tuần.

- Chị ấy mạnh rồi, mới ra viện chiều qua.

Quyên cảm ơn rồi quay đi. Được vài bước Quyên ngập ngừng quay lại:

- Bạn tôi đã mạnh. Vậy bó hoa nầy xin tặng anh. Hơi đường đột nhưng nếu anh không chê… Chúc anh chóng bình phục.

Rồi Quyên dịu dàng đặt bó hoa lên bàn như đặt hạnh phúc lên cuộc đời tôi rồi ra đi. Ôi bó hoa vàng như màu áo em, em có mặt trong cuộc đời tôi từ đó. Sau cái buổi chiều định mệnh ấy em cứ chập chờn trong những cơn mê của tôi, thật kỳ lạ và đầy ám ảnh. Ra viện tôi đi tìm em, nhưng làm sao biết được em làm gì? tên gì? ở đâu? Chỉ có một điều linh cảm duy nhất: em có vẻ là một cô giáo. Tôi đã lang thang qua các trường tìm em. Vô vọng. Nhưng có một cái gì đó thôi thúc mãi trái tim tôi, không cho phép tôi được bỏ cuộc. Cuộc đời vốn rộng lớn mênh mông nhưng có lẽ trái tim con người còn lớn hơn nhiều - những trái tim yêu thương - tôi tin như vậy.”

“Ban Mê ngày… tháng… năm …

Điều linh cảm của tôi đã đúng. Tôi đã gặp lại em, trong một buổi tan trường. Cuộc đời có nhiều cái ngẫu nhiên kỳ lạ. Chiều hôm đó sau giờ làm việc một cơn đau đã giữ tôi lại - cái căn bệnh hiểm nghèo thỉnh thoảng vẫn quấy rầy tôi. Qua cơn đau tôi về muộn hơn những người cùng cơ quan. Cơn đau đã giúp tôi gặp lại em. Cơn đau mở ra những tháng ngày có em. Quyên ơi! Làm sao em hiểu được vì sao tôi lại hay hát những bài ca buồn đến thế! Và vì sao tôi lại khó hiểu như thế trước mắt em! Em vẫn thường nói: “Để hiểu được một con người không phải là điều dễ dàng”. Vì có những điều không thể dễ dàng nói được. Tôi không muốn Quyên biết gì hết về căn bệnh của tôi. Có ích gì đâu hả em! Và Quyên đã không biết gì, ngay cả những điều tôi nghĩ về em. Ôi! Hạnh phúc muộn màng của tôi! Làm sao em hiểu được tình yêu của tôi dành cho em: khổ đau và tuyệt vọng …”.

*

Những dòng nhật ký của Hải nhòa đi trong nước mắt Quyên. Khi cô trở về ngôi trường cũ thì Hải đã vĩnh viễn ra đi. Một nấm đất vô nghĩa đã khép lại một đời người. Và với Quyên, mọi nẻo về đã khép.

Vương Hoài Uyên

(1) Bài Định luật Ohm.
(2) Bài thơ “Tôi yêu em” của Puskin (Văn học Nga).

TRẦN THỊ HỒNG CHÂU
TÌM TÂM Ý TRONG THƠ

Cảm nhận khi đọc bài thơ HOA NHÀI của nhà thơ Xuyến Xuân Đặng, in trong tập CƯỜNG XUÂN - Nhà xuất bản Hội Nhà văn 2017

Để cảm nhận được TÂM Ý mà tác giả muốn gửi gắm vào thơ thật không hề dễ chút nào! Rõ ràng mình vừa nhận ra ý bài thơ là thế này, định chia sẻ với bạn đọc. Vậy mà khi đọc được những cảm nhận của mọi người thì lại ra ý khác. Nhiều cảm nhận đâu có phải là lèng èng. Nó là của những nhà thơ, nhà văn, nhà bình luận... Cảm nhận của họ đã làm cho bài thơ được cất cánh, làm cho bạn đọc hiểu sâu thêm về mọi khía cạnh chìm, nổi trong bài thơ. Lý lẽ của họ có sức thuyết phục được rất nhiều bạn đọc và xoay chuyển được cả cảm nhận chớp nhoáng của tôi về bài thơ đang định vung ra, lại đành thu hồi, hạ bút...

Vì điều này mà tôi không những chỉ mê đọc thơ mà còn rất rất ghiền đọc tất cả những câu COM, bài BÌNH, bài CẢM... chothơ. Không những để tôi hiểu sâu hơn về bài thơ, mà còn cân, đo, đong, đếm xem bản thân còn sức cảm thụ được bao nhiêu.

Bữa qua đọc được bài thơ HOA NHÀI của nhà thơ Đặng Xuân Xuyến. Bài thơ đã làm hỉ, nộ, ái, ố trong tôi nhảy ra khua khoắng, hành hạ… Tôi định viết ra như mọi khi để được trở lại trạng thái tĩnh lặng, thi lại đọc được hai bài cảm nhận thật là hay của Mai An Nguyễn Anh Tuấn và Vũ Thị Hương Mai thế là lại mất tự tin, lại thấy đầu óc mình già nua cổ hủ không còn nhiều xúc cảm để thẩm thấu thơ…

Nhưng rồi Hương Mai lại khích lệ - cô muốn biết cảm nhận của tôi như thế nào?

Ừ thì cứ viết ra! Chắc anh chàng nhà thơ Đặng Xuân Xuyến này chả cười bà già này đã đem bài thơ ra mà cấu xé đâu.

HOA NHÀI

Lần đầu đến thăm tôi
Cô mang theo một đóa hoa nhài
Hoa bình dị
Tôi mỉm cười
Nhìn mây bay
Hờ hững.

Rồi lần sau
Cả những lần sau
Cô không mang thay đổi sắc màu
Vẫn bình dị những đóa nhài nho nhỏ
Và tôi cười
Hờ hững ngó mây trôi.

Rồi một chiều cô không đến thăm tôi
Một ngày đông hoa nhài không nở
Tôi ngơ ngẩn bên thiếp hồng để ngỏ
Ngó mây trời tôi đếm bâng quơ
Tôi trách cô vội bước sang đò
Không thương nhớ những cánh nhài nho nhỏ
Thấm trong tôi hương nhài nỗi nhớ
Tôi trách mình hờ hững ngó mây trôi.

Đại học Văn hóa Hà Nội, 1990
Đặng Xuân Xuyến

Vừa đọc xong bài thơ, trong đầu tôi đã nghĩ ngay - Úi dà dà!!! TÂM Ý của anh chàng nhà thơ Đặng Xuân Xuyến là muốn nói về THÁI ĐỘ ĐÓN NHẬN TÌNH CẢM NÓI CHUNG VÀ TÌNH YÊU NÓI RIÊNG CỦA CON NGƯỜI VỚI NHAU TRONG ĐỜI SỐNG HÀNG NGÀY đây mà! Thế là tôi hết suy, lại diễn…

Bằng thủ pháp hoán dụ, ẩn dụ nhà thơ rất khéo léo chọn lọc hai hình ảnh rất điển hình để dàn trải cho TÂM Ý mình, là cô gái thì MANG HOA NHÀI. Chàng trai thì NHÌN MÂY.

HOA NHÀI nhỏ bé, bình dị không hề có độc tính... Hương thơm của nó bền lâu ngay cả khi đã khô héo. Khi ta ngửi mùi thơm lại rất dễ chịu làm dịu sự căng thẳng cho trí não. Từ ngàn xưa ông cha ta đã biết được tác dụng này mà đem ướp vào trà để uống, phơi khô cho vào túi để dưới gối, đeo bên mình...

Hình ảnh hoa nhài trong bài thơ có thể là thực: Thực là thường ngày cô gái sống, cô làm quen với mọi người rất đơn sơ không hào nhoáng và ngay cả khi cô đến để trao cho chàng trai tình yêu của mình cô cũng chỉ gắn một bông hoa nhài trên tóc, trên áo thay cho đồ trang sức bằng vàng, bạc, kim cương... lấy hương nhài thoang thoảng, tinh khiết thay cho nước hoa mùi thơm sực nức mà bao cô gái khác thường dùng.

Lần đầu đến thăm tôi
Cô mang theo một đóa hoa nhài
Hoa bình dị
...

Hoa nhài cũng là hình ảnh hoán dụ cho hình thức, tính cách, tâm hồn cô gái...

Rồi lần sau
Cả những lần sau
Cô không mang thay đổi sắc màu
Vẫn bình dị những đóa nhài nho nhỏ

Cô gái như bông hoa nhài hiền dịu, thanh cao... Cô đem đến cho người đàn ông cô yêu hương thơm ngọt ngào, êm dịu... Cô điển hình cho những con người BÌNH DỊ

MÂY luôn ở trên cao khó với, dễ biến đổi... hình ảnh mây ở đây ẩn dụ cho tình yêu mà chàng trai luôn tìm kiếm.

Và tôi đã suy diễn theo thủ pháp sắp xếp từ ngữ mà tác giả Đặng Xuân Xuyến đã dùng để phán xét về thái độ đón nhận của chàng trai khi cô gái đem sự BÌNH DỊ đến như thế nào?

Lần đầu đến thăm tôi
Cô mang theo một đóa hoa nhài
Hoa bình dị

Tôi mỉm cười
Nhìn mây bay
Hờ hững.

Mới làm quen, thấy cô gái bình dị cái mỉm cười của chàng cũng chỉ là xã giao. Thái độ hờ hững chưa bộc lộ ngay. Chàng còn nhìn, còn theo dõi tình cảm của cô gái trao cho chàng... Khổ thơ đầu từ "hờ hững" ngắt xuống dòng sau hình ảnh "nhìn mây bay"

Rồi lần sau
Cả những lần sau
Cô không mang thay đổi sắc màu
Vẫn bình dị những đóa nhài nho nhỏ

Và tôi cười
Hờ hững ngó mây trôi.

Suy diễn đến khổ thứ hai thực sự xúc cảm trong tôi trào dâng mạnh. Thương, quá thương! Ghét, rất ghét!

Thương cho người con gái đã trao nhầm tình cảm. Cô bền bỉ yêu, luôn đem đến những điều tốt lành cho chàng trai…

Còn chàng trai đã không nhận biết được đâu là tình cảm chân thành, tốt đẹp… còn cười ra tiếng, cười nhạo báng, tỏ thái độ hững hờ ngay, chối bỏ tình cảm của cô… ở khổ này từ "hững hờ" trước và dính liền với hình ảnh "ngó mây trôi".

Và rồi cái giá tất yếu phải trả cho thái độ hờ hững đó là gì? Hãy xem anh ta than thở trong sự nuối tiếc:

Rồi một chiều cô không đến thăm tôi
Một ngày đông hoa nhài không nở
Tôi ngơ ngẩn bên thiếp hồng để ngỏ
Ngó mây trời tôi đếm bâng quơ

Tôi trách cô vội bước sang đò
Không thương nhớ những cánh nhài nho nhỏ
Thấm trong tôi hương nhài nỗi nhớ
Tôi trách mình hờ hững ngó mây trôi.

Vậy đó! Lỗi lầm của chúng ta trong cuộc sống thường là không nhận biết được ngay giá trị thật của tình cảm. Chỉ đến khi mất rồi mới thấy nó đẹp, nó tốt… thế nào? Để rồi thương nhớ, tiếc nuối…

Bài thơ là một bài học có mang chút tính triết lý nhưng không cứng ngắc. Nó cũng như một bông hoa nhài nho nhỏ thơm ngát mà

TÂM Ý của nhà thơ Đặng Xuân Xuyến trao cho đời. Xin giới thiệu đến bạn đọc!

02/11/2020
HT - Trần Thị Hồng Châu

P/s: Tôi xin giới thiệu thêm cùng bạn đọc 2 bài cảm nhận rất hay dưới đây để chúng ta cùng thấm cảm cái hay của bài thơ.

TÌNH YÊU GIẢN DỊ, TINH KHIẾT TRONG "HOA NHÀI" CỦA ĐẶNG XUÂN XUYẾN

Mai An Nguyễn Anh Tuấn

Đọc bài thơ Hoa Nhài của Đặng Xuân Xuyến, tâm trí tôi chợt hiển hiện lại mồn một câu chuyện xưa… Và nó như một lối mở ban đầu giúp tôi bước vào thơ anh. Điều trùng hợp lạ kỳ đầu tiên là Đặng Xuân Xuyến cũng từng học Đại học Văn hóa như cô gái tôi đã kể! Theo năm sáng tác ghi dưới, và qua giọng thơ, tôi đoán lúc này tác giả mới ngoài 20 tuổi. Đó là cái tuổi của mơ mộng, của tình yêu theo kiểu Puskin: nếu người mà ta yêu say đắm bỏ đi lấy chồng, thì cầu cho người tình mới sẽ yêu em như tôi đã từng yêu! Nhưng điều thú vị hơn cả, là ý tứ bài thơ đã được triển khai tựa một bộ phim câm kinh điển của "Vua hài Sác-lô" - Ánh sáng thành phố (City Lights): một gã lang thang có tâm hồn cao thượng tình cờ gặp và đem lòng yêu một cô gái mù bán hoa, cứ mỗi lần có xe sang đỗ tới, gã lại bước đến mua cho cô gái mù, mua một bông hoa, khiến cô có ấn tượng đó là một người hào hoa và giàu có… Ở đây lại là một cô gái, đem theo một đóa hoa nhài mỗi lần tới thăm người cô quý thương. Nhưng tấm lòng chân thật, giản dị của cô, cùng đóa hoa cũng giản dị và "vô danh", không có trong "từ điển của Tình yêu" đó đã được đáp lại bằng sự "hờ hững" của chàng trai. Chỉ tới khi, cô gái và "những đóa nhài nho nhỏ bình dị" không xuất hiện nữa, chàng trai mới chợt thấm thía sự quen thuộc đáng yêu của chúng, mới thấy tiếc đến "ngơ ngẩn"… Và khi

"cô vội bước sang đò", anh đã trách cô đã vội vã, đã "không thương
nhớ những cánh nhài nho nhỏ"; nhưng thực ra là anh đã tự trách mình,
giận dỗi với bản thân, để tới câu kết là một lời thở dài buồn bã, sự tiếc
nuối vời vợi:

Thấm trong tôi hương nhài nỗi nhớ
Tôi trách mình hờ hững ngó mây trôi.

Cái độc đáo của bài thơ là sự khéo léo và tinh tế lồng ghép và
tượng hình hóa vẻ đẹp thầm kín giản dị của tấm lòng cô gái với vẻ
đẹp của hoa nhài - một vẻ đẹp mà nếu sống vội vã, xốc nổi, thực dụng
sẽ không bao giờ nhận ra, không bao giờ hiểu nổi. Nhà thơ mượn
hoa nhài trong hành động thầm lặng của cô gái để cảnh báo cho mọi
người - trong đó có chính anh, về cách nhìn đối với những giá trị thực
của tình cảm cùng cách ứng xử cần có đối với chúng. Đừng để tới khi
những vẻ đẹp, những giá trị quý báu hàng ngày đến với ta nhưng vuột
khỏi tay ta bởi sự vô tình vô cảm, ta mới ngẩn ngơ, giật mình tiếc nuối,
than thở như chàng trai trong bài thơ!

(Trích từ HOA NHÀI VÀ NHỮNG VUI BUỒN QUANH HOA NHÀI
của Mai An Nguyễn Anh Tuấn)

VÀI ĐIỀU VỀ BÀI THƠ "HOA NHÀI" CỦA ĐẶNG XUÂN XUYẾN

Đọc bài thơ "Hoa Nhài" của nhà thơ Đặng Xuân Xuyến tôi nghĩ
chắc nhiều người không chú ý đến chi tiết tả hoa nhài của nhà thơ, vì
thế sẽ không thấy được chủ ý của tác giả. Cũng như tôi, mấy lần trước
đọc bài thơ "Hoa Nhài" đã không phát hiện ra chi tiết thú vị này.

Khổ thứ nhất bài thơ, tác giả để chàng trai rất thờ ơ khi nhắc đến
đóa hoa Nhài (tượng hình tình yêu cô gái dành cho chàng trai) của cô gái:

"Cô mang theo một đóa hoa Nhài"

Sang khổ thơ thứ 2, tác giả cho chàng trai đã có những chú ý tới
cô gái qua chi tiết miêu tả hình ảnh bông hoa cô cầm theo kỹ hơn: "đóa
Nhài nho nhỏ", qua đó thể hiện tình cảm của chàng trai dành cho cô
gái đã có phần gần gũi hơn, thân mến hơn:

"Vẫn bình dị những đóa Nhài nho nhỏ"

Nhưng sang đến khổ thơ thứ 3 thì tác giả lại để chàng trai buồn bã buông lời trách cứ cô gái:

"Không thương nhớ những cánh Nhài nho nhỏ"

Từ "một đóa Nhài", đến "đóa Nhài nho nhỏ", rồi "những cánh Nhài nho nhỏ", là tỉ lệ thuận tình cảm của chàng trai với cô gái: từ thờ ơ đến để ý, rồi chú ý, quan tâm và yêu.

Điểm đặc biệt nữa ở bài thơ "Hoa Nhài" là tác giả đã sử dụng câu thơ bậc thang để diễn tả tâm trạng, tình cảm của chàng trai với cô gái ở những câu cuối của 3 khổ thơ.

Từ thờ ơ, thậm chí có phần coi thường tình cảm của cô gái ở khổ thơ đầu:

"Tôi mỉm cười.
  Nhìn mây bay
    Hờ hững."

Đến sự chú ý, quan tâm, thích thú tới cô gái ở khổ thơ thứ 2.

"Và tôi cười.
  Hờ hững ngó mây trôi."

Rồi tới khổ thơ thứ 3, khổ thơ kết thúc bài thơ thì không còn câu thơ bậc thang. Từ 3 bậc thang, xuống 2 bậc thang, rồi đến không còn bậc thang để diễn tả tâm trạng, tình cảm từ thờ ơ, hững hờ đến thích thú, rồi yêu của chàng trai với cô gái. Khoảng cách tình cảm của chàng trai với cô gái cứ ngắn dần, ngắn dần đến không còn khoảng cách qua từng lần giảm bậc thang trong 3 khổ thơ.

Thêm một điểm thú vị nữa là ở bài thơ "Hoa Nhài", tác giả đã cho chàng trai cười 2 lần và 2 nụ cười đó nếu không chú ý thì người đọc cũng sẽ dễ bỏ qua chi tiết thú vị này.

Lần thứ nhất: "Tôi mỉm cười." là nụ cười kiêu ngạo, có chút khinh dễ khi lần đầu chàng trai nhận ra tình cảm cô gái dành cho mình.

Lần thứ hai: "Và tôi cười." là nụ cười thẹn thùng, thích thú, có ý chờ đợi cô gái của chàng trai mặc dù chàng trai vẫn còn tạo "ra vẻ" giữ chút "xa cách" với cô gái.

Tất cả từ cách tiếp cận đóa hoa Nhài, đến nụ cười của chàng trai và cách dùng câu thơ bậc thang đều đồng nhất sự phát triển tình cảm của chàng trai với cô gái: từ thờ ơ, lạnh nhạt đến thân thiện, quan tâm, rồi yêu.

Đó là những điểm khá thú vị trong bài thơ "Hoa Nhài" của nhà thơ Đặng Xuân Xuyến.

Vũ Thị Hương Mai

TIỂU NGUYỆT

QUÊ NGƯỜI

"Tình yêu làm đất lạ hóa Quê hương"
- Chế Lan Viên -

Hạnh Ngân bước vào hội trường của khách sạn Hương Sen, khách mời tham dự buổi hội thảo về đề tài *"Ảnh hưởng của nền Văn hóa Phật giáo đối với đời sống xã hội"* đã đông đủ. Nàng bước lên phía trước theo sự hướng dẫn của một nữ thành viên trong ban tổ chức, nàng ngồi vào hàng ghế khách mời dành cho trường đại học Văn Hiến. Đây là lần đầu tiên Hạnh Ngân tham dự một buổi hội thảo qui mô như thế, nàng cảm thấy mình thật hân hạnh và may mắn được là khách mời trong buổi hội thảo quan trọng nầy.

Hạnh Ngân nhìn đồng hồ đeo tay, sắp đến giờ khai mạc. Một chàng trai trạc 32, 33 tuổi vội vã bước lại chiếc ghế trống bên cạnh nàng, ngồi xuống và quay sang mỉm cười chào nàng làm quen. Hạnh Ngân cúi chào đáp lễ, nhìn tấm giấy trên bàn, biết anh là người đại diện cho thư viện Phương Mai.

Buổi hội thảo bắt đầu. Cô MC xinh xắn trong chiếc áo dài xanh mầu da trời nói lời giới thiệu: "Kính thưa quý đại biểu! Có thể nói trong tâm hồn của mỗi chúng ta, đều thấm đượm ít nhiều triết lý sống của nhà Phật. Những hình ảnh về ngôi chùa hàng ngàn năm gắn bó mật thiết với làng xã Việt Nam; những tư tưởng, tình cảm và nếp sinh hoạt của văn hóa Phật giáo đã để lại những dấu ấn sâu đậm trong phong tục tập quán, trong văn học và nghệ thuật của người Việt Nam rất phong phú và đa dạng. Để mở đầu buổi hội thảo về *Ảnh hưởng của nền Văn hóa Phật giáo đối với đời sống xã hội".* chúng tôi xin được trân trọng giới thiệu Giáo sư Tiến sĩ Cao Huy Anh có đôi điều chia sẻ, mở đầu cho chương trình hôm nay. Xin kính mời Giáo sư…".

Hạnh Ngân bị cuốn hút theo giọng nói ấm áp, nồng nhiệt, lôi cuốn của vị Giáo sư có mái tóc bạc trắng về *"Văn hóa Phật giáo"* thì bỗng cảm thấy vương vướng dưới chân. Nàng nhìn xuống thấy người bạn ghế bên cạnh đang cúi khom người nhặt một vật gì đó bị rơi dưới chân nàng. Hạnh Ngân co chân lại, rồi nàng đỏ mặt khi anh đưa trả cái túi xách của nàng bị rơi vừa nhặt dưới chân lên. Hạnh Ngân xấu hổ vì đã lơ đễnh đánh rơi túi xách mà không hay, nàng lí nhí "cảm ơn" trong sự e thẹnngập ngừng. Thỉnh thoảng nàng liếc nhìn sang anh, giả vờ như vô tình, thăm dò chàng trai tốt bụng này; đôi khi bắt gặp ánh mắt nhau, anh cúi chào, mỉm cười thân thiện. Hạnh Ngân nghĩ thầm: "Một anh chàng khá đẹp trai, chững chạc, với vầng trán rộng thông minh; đặc biệt là ánh mắt thân thiện, nụ cười rộng mở; thật hân hạnh khi được làm quen với anh ta". Nghĩ thế, nhưng nàng vẫn chú ý nghe lờithuyết giảng của diễn giả, bởi đây là cơ hội để nàng học hỏi, mở rộng kiến thức, mở rộng tầm nhìn về văn học - nhất là văn hóa Phật giáo, là cội nguồn của văn hóa dân tộc.

Khi Giáo sư Cao Huy Anh dứt lời, anh quay nhìn nàng trong tiếng vỗ tay còn rào rào. Anh thân tình chia sẻ:

- Ông giáo sư uyên thâm quá! Cô nghĩ vậy không?

Bị hỏi bất ngờ, Hạnh Ngân giật mình, trông nàng ngượng nghịu:

- Anh muốn hỏi nghĩ gì?

- Tôi muốn biết cô nghĩ thế nào về bài diễn thuyết vừa rồi? - Anh ngập ngừng, Xin lỗi! Tôi hơi đường đột.

Hạnh Ngân bình tĩnh:

- Dạ! Không sao. Bài nói chuyện của ông Giáo sư thật công phu, sâu sắc - đây là lần đầu tiên tôi được tham dự một cuộc hội thảo về văn hóa Phật giáo.

- Tôi cũng đã có dịp tham dự vài lần, mỗi lần như mở thêm ra một chút sự hiểu biết cũng như cách nhìn về văn học nghệ thuật Phật giáo đối với đời sống hiện thực quanh mình.

Qua vài câu trao đổi xã giao tình cờ nhưng hai người đều cảm thấy như tự nhiên hơn, thân thiện hơn. Hạnh Ngân rất vui vì được tham dự buổi hội thảo nầy, may mà chị Thảo của nàng đã về kịp. Nhận được giấy mời, Hạnh Ngân náo nức chuẩn bị cho chuyến đi ba ngày để tham dự cuộc hội thảo về Văn học Nghệ thuật mà nàng từng mong ước. Sắp đến ngày khởi hành, chị Thảo đi công tác cả tuần lễ, không ai đưa đón bé Trang đi học, đã nhờ nàng giúp giùm. Nàng tiếc vô cùng, tưởng là không tham dự được; may mà chị Thảo hoàn thành chuyến công tác quay về sớm hai hôm, thế là Hạnh Ngân vội vã lên đường; tự nhiên nàng nhận ra, đây là một duyên lành mà cuộc đời đã dành cho mình. Giống như từ một giảng viên trợ giảng cho khoa Ngữ văn trường đại học vừa được thành lập, Hạnh Ngân đã hoàn thành học vị tiến sĩ; để trở thành giảng viên chính thức của trường, rồi làm Trưởng khoa. Nàng luôn dành thời gian để đọc, nghiên cứu về Phật giáo, trước hết là để tìm nguồn an lạc cho chính mình, và sau đó là góp phần làm đẹp đời sống.

Yên lặng một lát, anh nói:

- Xưa kia, nhà tôi gần chùa, nên tôi hay vào chùa chơi; cảnh chùa trang nghiêm, thanh tịnh, cây cảnh xanh tươi cho tôi sự an bình. Tự lúc nào hình ảnh Đức Phật từ bi như luôn ở trong tôi, tôi luôn mật niệm hồng danh ngài những lúc có thể. Có lẽ, cô cũng có duyên sâu với Phật?

Hạnh Ngân bối rối, kể:

- Tôi là học sinh của trường trung học Bồ Đề, nên có học ít nhiều giáo lý của nhà Phật; từ đó Phật giáo là nền tảng tôn giáo trong tôi và tôi tin về sự nhiệm mầu không thể nghĩ bàn của Phật pháp.

- Tư tưởng Phật giáo đã góp phần củng cố đạo đức xã hội, tôn vinh những giá trị văn hóa dân tộc, khơi dậy tinh thần đoàn kết, tương thân tương ái, góp phần tạo nên nhân cách con người.

Hạnh Ngân mạnh dạn:

- Chẳng hạn, Phật giáo đã có nhiều đóng góp đáng kể đối với sự phát triển kinh tế - xã hội của đất nước trên nhiều lãnh vực, trong đó nhìn thấy rõ nhất là lãnh vực giáo dục.

Anh nhìn nàng mỉm cười vừa tỏ rõ sự đồng cảm với những điều nàng nói, vừa nhận ra ở nàng có cái gì hay hay. Thái độ vừa cởi mở, vừa e ngại; vừa gần gũi, vừa xa lạ đã lôi cuốn anh.

Anh tiếp lời:

- Phật giáo đã trở thành một hệ tư tưởng - tôn giáo có sức sống lâu dài và có những ảnh hưởng sâu sắc đến đời sống con người Việt Nam nói riêng và cả thế giới nhìn chung.

Hạnh Ngân nghĩ thầm, "Anh ta là người của thư viện, thảo nào…", và có phần ngưỡng mộ anh về những gì hai người vừa trao đổi. Sự hiểu biết, tế nhị của anh làm nàng thêm kính mến. Phần anh, nhìn nét đoan trang, phúc hậu toát ra trên khuôn mặt chỉ phớt một chút phấn son, và trong giọng nói từ tốn của nàng, như cuốn hút anh.

Bất ngờ, anh tự giới thiệu:

- Tôi tên là Tâm, xin lỗi - cô có thể cho biết quý danh để tiện việc xưng hô, được không?

Hạnh Ngân e ngại, nghĩ thầm, nếu không có "ý gì" đang không lại muốn biết tên người ta làm gì - nhưng rồi nàng cũng cho anh biết tên mình. Sự cởi mở, thân thiện của anh đã làm nàng không còn ngại ngần, e dè mà trở nên tự nhiên hơn; trao đổi những suy nghĩ, những cảm nhận về tôn giáo cũng như về văn học nghệ thuật. Anh và nàng có cùng quan điểm, mong muốn có được môn học giáo lý Phật giáo trong chương trình học đường; để từ đó các em có thể xây dựng được một nền tảng đạo đức về sau.

Tiếng cô MC giới thiệu:

- Tiếp theo chương trình, xin kính mời nhà văn, nhà nghiên cứu Phật học Huệ Tâm có bài tham luận.

Anh bước lên sân khấu cùng tiếng vỗ tay rào rào trước sự ngạc nhiên có chút thích thú của Hạnh Ngân - "Hóa ra anh ta là một nhà văn, nhà nghiên cứu Phật học, được mời…". Nàng ngưỡng mộ và kính trọng anh hơn khi nghe bài nói chuyện của anh. Giọng nói lưu loát, chân tình, không soạn trước; thỉnh thoảng chỉ liếc nhìn tấm giấy đặt trên bàn; như anh đã thuộc lòng, lấy ra từng lớp từ trong đầu. Tự nhiên Hạnh Ngân có cảm giác mình nhỏ bé, thiếu sót đủ thứ, khó mà sánh với anh. Giọng anh hùng hồn, lôi cuốn, cả hội trường lặng im theo dõi. Nàng nghe hơi thở mình dồn dập, hồi hộp, một thoáng bâng khuâng, một niềm lao xao khó tả.

Sau buổi hội thảo, ban tổ chức mời tất cả khách mời dự cơm trưa. Tâm đưa Hạnh Ngân lại ngồi chung bàn với mình, anh săn sóc nàng thật chu đáo. Tâm gắp bỏ thức ăn cho nàng, luôn miệng nói "Em ăn đi, món này lạ và ngon lắm đó!". Hạnh Ngân mắc cỡ nhưng nàng cảm thấy vui, vì chưa bao giờ có người nào chăm sóc nàng kỹ như anh. Hạnh Ngân thấy món nào anh gắp cho cũng ngon, cũng thích. Tuy là bữa tiệc chay, nhưng là lần đầu tiên nàng cảm thấy rất "mê" ăn chay. Hạnh Ngân lại có ý nghĩ: "May mà mình có duyên tham dự được buổi hội thảo này".

Sau bữa cơm trưa, Tâm mời nàng cùng đi uống cà phê ở một quán cà phê vườn. Hạnh Ngân e ngại, nàng lúng túng chưa biết trả lời ra sao thì anh đã nói:

- Hạnh Ngân đừng ngại, phía bên kia đường có quán cà phê tương đối thoáng mát; chúng ta cà phê nói chuyện vui một lát, coi như thư giãn, chờ giờ trở lại hội trường.

Tâm đưa Hạnh Ngân sang bên kia đường vào quán cà phê vườn Thảo Nguyên nằm thụt sâu trong con ngõ hẹp. Họ chọn một bàn dưới gốc cây sứ, bên hồ non bộ lớn nằm giữa khoảng sân rộng, có nước chảy róc rách, thoáng mát. Tâm gọi cho mình ly đen đá và cho nàng ly nước ép trái cây. Anh tự nhiên gọi mà không cần hỏi ý nàng, như cả hai đã từng quen vào đây và dùng hai loại nước nầy vậy. Cử chỉ nầy khiến Hạnh Ngân vừa ngạc nhiên, vừa thích thú, cảm mến. Hai người say mê nói chuyện, thảo luận về văn học, nhất là dòng thơ Phật giáo, hay gọi là "thơ Thiền". Hạnh Ngân đã tiếp chuyện với Tâm một cách say mê, hào hứng, và vô cùng tâm đắc. Anh nói về tác phẩm văn học nào, nàng cũng có thể góp chuyện trôi chảy. Tâm cũng như Hạnh Ngân, cả hai đều thầm nghĩ; đây là nhân duyên mầu nhiệm đối với cuộc đời mình; đã sắp xếp, xui khiến được gặp gỡ nhau, ngồi bên nhau; cuốn hút như có sợi dây vô hình dần dần gắn kết hai tâm hồn họ lại, tuy mới gặp mà đã thấy như thân thiết nhau từ lâu lắm rồi.

Chương trình hội thảo hai ngày đã kết thúc. Họ trao đổi nhau số điện thoại, email, địa chỉ để liên lạc. Buổi sáng tiễn Hạnh Ngân lên xe về lại thành phố Phan Thiết, Tâm đã nắm chặt tay nàng: "Em đi bình an" - do dự giây lâu - "Và nhớ anh nhé!" Hạnh Ngân cảm thấy như mình chực khóc. "Dạ!" - Hạnh Ngân ngập ngừng: "Anh cũng vậy nhé!"

Những lời chúc, lời chào nhau mỗi sáng như không thể thiếu, đã đem lại niềm vui, niềm hạnh phúc cho ngày mới. Những vần thơ đầy yêu thương, tin tưởng của Tâm qua email, luôn khiến nàng bồi hồi, xao xuyến, như chưa bao giờ được sống với cảm giác yêu thương sôi nổi, nồng nhiệt như vậy bao giờ. Đáp lại, Hạnh Ngân đã gởi đến anh từng cái nhắn tin bất chợt với những lời thơ nhung nhớ, mà từ trước chưa bao giờ nàng viết được trôi chảy, nhanh chóng.

Tâm đã có lần tâm sự, hình bóng Hạnh Ngân luôn hiện hữu trong anh, ngày nào không nói chuyện với nàng là anh không an lòng được, dù là qua điện thoại, qua mạng internet. Hạnh Ngân cũng vậy, nàng luôn nhớ, luôn nghĩ về anh; luôn hình dung ra anh đang đi, đứng, nằm, ngồi ở nơi thành phố cảng biển, cách xa nàng mấy trăm cây số. Dường như khoảng cách không thể ngăn được tình yêu thương đã nồng thắm trong trái tim mỗi người!

Rồi một ngày, anh đến thăm nàng - anh muốn biết nơi nàng đang sống và làm việc; để có thể hình dung ra nàng mỗi sáng, mỗi chiều, với cảnh vật chung quanh, cho nỗi nhớ thương thêm sâu đậm. Tâm được mọi người trong gia đình nàng đón mời, quí mến và xem anh như một thành viên trong gia đình. Dịp này, Tâm đã ngỏ lời mời nàng đến thăm quê anh, để biết nơi anh đã sinh ra và lớn lên. Nàng hứa, sẽ đến. Thâm tâm Hạnh Ngân cũng rất muốn hiểu rõ hơn về mảnh đất thân thương đã ôm ấp, nuôi dưỡng con người mà nàng ngày đêm yêu thương, ngưỡng mộ.

Trong một dịp đưa sinh viên đi thực tế gần nơi anh đang sống, Hạnh Ngân đến thăm quê anh. Tâm đón nàng ở bến xe, đưa nàng về quê anh cách đó hơn hai mươi cây số. Tâm chở nàng trên chiếc xe gắn máy cũ mà mẹ anh đã mua cho khi anh tốt nghiệp đại học. Trên đường từ bến xe về nhà, Tâm không ngớt trò chuyện, giới thiệu cùng nàng những nơi chốn đã ghi dấu tuổi thơ anh qua bao tháng năm nghèo khó, bất hạnh để đến trường. Hạnh Ngân cảm thấy vô cùng diễm phúc được ngồi bên anh, ngay sau lưng anh. Nàng khẽ ôm anh - một cảm giác say đắm, hân hoan, như đã được chạm vào da thịt người mình yêu thương, nhung nhớ bấy lâu.

Xe chạy dần vào cái thị trấn bé nhỏ, yên vắng, dễ thương. Hạnh Ngân nhận ra một tình yêu mới lạ sôi nổi, nhen nhóm trong lòng khi Tâm dừng lại một phút bên con đường anh đi qua hằng ngày, ngôi trường xưa anh từng học - hình ảnh nào đối với nàng cũng quyến rũ, tuy xa lạ nhưng sao vô cùng thân quen. Có lúc, nàng có cảm tưởng như chính mình đã từng sống, từng ở, từng đi đứng nơi đây.

Tâm đưa nàng về thăm ngôi nhà cấp bốn, rêu phong, xưa cũ của anh, với sự hân hoan nồng nhiệt. Cảm giác xao xuyến yêu thương dạt dào ánh lên trong từng tia mắt nàng như từng đợt sóng mỗi lúc một dâng cao, đang vỗ nhịp vào trái tim bé nhỏ của nàng. Hạnh Ngân nhìn anh với lòng biết ơn, với sự kính trọng, yêu mến. Đồng thời, nàng cũng thầm ước nguyện với lòng, là sẽ yêu thương anh mãi mãi, dù gặp phải bất cứ hoàn cảnh khó khăn nào. Hạnh Ngân tin rằng đây là niềm hạnh phúc yêu thương của nàng.

Tâm đang sống với người chị gái đã lập gia đình, vì ba anh đã ra đi khi anh vừa tám tuổi, và mẹ anh đã mất sau khi anh vừa tốt nghiệp đại học một năm. Chị Nhàn - chị gái anh, rất yêu thương em trai mình; nên dù đã lấy chồng, có con, chị vẫn ở lại căn nhà của ba mẹ để có thể gần gũi, săn sóc, giúp đỡ Tâm những gì chị có thể.

Chị Nhàn nhìn Hạnh Ngân, chỉ cười tủm tỉm, có chút bẽn lẽn, e dè; nhưng ánh mắt nụ cười chị đã làm cho nàng rất yên lòng, khi anh đưa Hạnh Ngân về giới thiệu. Hạnh Ngân đến bên chị. Chị nắm tay Hạnh Ngân bóp nhẹ: "Cảm ơn em đã yêu thương thằng Tâm của chị, chị chỉ mong các em yêu thương nhau mãi như thế!". Lời chỉ ngắn ngủi, đơn sơ là vậy, nhưng sao Hạnh Ngân nghe đôi mắt mình cay cay, sống mũi nóng lên. Hạnh Ngân lí nhí nói lời cảm ơn chị: "Em rất hạnh phúc khi biết chị đã yêu thương, tin tưởng, nhận em là em!". Ngước nhìn thấy chiếc bàn thờ ba má Tâm, nàng ngập ngừng xin phép chị Nhàn và anh, được thắp nén hương. Chị Nhàn thoáng liếc nhìn Tâm, rồi vui vẻ đưa nàng lên gác. Tâm đốt hương đưa cho Hạnh Ngân. Hạnh Ngân lâm râm cầu nguyện, nàng thầm nguyện hứa sẽ mãi mãi yêu thương Tâm và xin nhận nơi này làm quê hương thứ hai của đời mình.

Hạnh Ngân đi theo sự hướng dẫn của Tâm một cách ngoan ngoãn, vui vẻ, như cả hai đã cùng dự định. Anh đưa nàng đến thăm An, người bạn học cũ rất thân của anh. Nàng nhận ra niềm vui và cả sự hãnh diện của Tâm, khi giới thiệu nàng với những người bạn của anh; như một sẻ chia cùng nàng những tình thân, những mối quan hệ gắn bó, mà anh đã sống. Hạnh Ngân được đón tiếp niềm nở, quí mến như họ đã quí trọng anh. Uống tách trà nhà An sao mà thơm lạ; ly cà phê ở Nguyên Khang, Ngọc Khánh, đậm đà tình nghĩa; nàng cảm thấy một niềm vui, niềm hạnh phúc sao mà thân thương, gần gũi quá.

Tâm giới thiệu cho nàng từng chỗ, từng nơi anh đi bộ thể dục mỗi sáng, mỗi chiều; nơi anh hay ngồi cà phê cùng bạn bè (hay một mình) vào những ngày rảnh rỗi hoặc buồn. Kia là quán bánh xèo bên gốc đa cổ thụ mà những chiều mưa lạnh anh hay ghé ăn để nhớ về người mẹ thân yêu hay làm cho anh ăn ngày nào. Con đường nhỏ này cũng có thể đi vòng đến khu vườn ao rộng sau nhà anh, những lần câu cá, bắn chim cùng lũ bạn trong xóm, thuở xưa. Anh vui như đang trở về với ký ức hồn nhiên ấy, được sống lại thời tuổi thơ nhiều ghi dấu êm đềm; khiến nàng có cảm nghĩ như một người bạn đang đồng hành cùng anh trở về những tháng ngày xa xưa thân ái, không thể nào quên.

Sau cùng, Tâm đưa nàng đến quán cà phê "Hoa Giấy", nơi mà anh và vài người bạn văn hay ngồi thư giãn, trò chuyện thơ văn những ngày chủ nhật. Hạnh Ngân được gặp gỡ như gần hết những người bạn văn đang sống gần gũi bên anh. Nàng cảm thấy mình vừa là một khách mời đặc biệt, vừa là một thành viên thân thiết của quê anh. Người này hát, người kia đọc thơ cho nàng nghe, với sự quí mến chân tình. Nhận ra sự tự nhiên và chân phác của họ, Hạnh Ngân không còn e ngại, rụt rè như bản tính nhút nhát của nàng. Theo lời đề nghị của Tâm, nàng đã hát đáp tặng các anh một bài, như là để tặng cho chính anh vậy.

Buổi chiều, trước khi đưa nàng ra ga quay trở lại Phan Thiết, Tâm đưa Hạnh Ngân viếng thăm một ngôi chùa lớn. Anh giới thiệu cùng nàng về ngôi chùa. Sự hình thành và phát triển, cũng như sự linh thiêng, mầu nhiệm của ngôi chùa đối với Phật tử cả nước.

Bước vào cổng chùa, Hạnh Ngân thấy lòng an bình, thư thái;

một cảm giác mới mẻ, vui tươi khi được hít thở bầu không khí tĩnh lặng rộng lớn, hòa mình vào khoảng không gian xanh ngát lá hoa. Tâm và Hạnh Ngân may mắn được gặp vị Sư trụ trì vừa từ trong chánh điện đi ra, Thầy đưa cả hai lên ngôi tháp mới xây, lạy Phật. Thầy lại hướng dẫn cho hai người đi giểu quanh tháp ba vòng; mới chịu bước xuống. Sự ân cần đặc biệt của Thầy trụ trì làm Hạnh Ngân xúc động vô cùng, nàng nghĩ rằng, Tâm và nàng, chắc đã có duyên lành với Phật pháp từ nhiều kiếp!

Đi bên anh, sống gần anh, nàng cảm thấy yên ổn, tự tin, bao nhiêu âu lo quanh đời như bỗng bay mất hết.

Gần đến giờ tàu khởi hành, khi tiếng còi tàu cuối cùng báo hiệu chuyển bánh, Tâm bối rối ôm hôn tạm biệt nàng, tay nắm tay không muốn rời xa.

*

Hạnh Ngân trở về sau chuyến công tác và ghé thăm quê Tâm, những hình ảnh ấm áp, đằm thắm nơi quê anh luôn sống dậy, réo gọi trong lòng nàng. Nhiều đêm trăn trở, thao thức, không tài nào ngủ được.

Một đêm, khoảng gần ba giờ sáng, nàng ngồi bật dậy, lại bàn viết mở máy, gởi cho Tâm bài thơ ngẫu cảm vừa thoáng hiện:

NGÀY EM ĐẾN QUÊ ANH

Ngày em đến quê anh
Trời đang mưa, bỗng nắng.
Đất lạ, Quê Người,
Bỗng hóa thân quen
Bạn đông vui, bên tách trà thơm
Chuyện văn thơ văn tiếng cười rộn rã
Bữa cơm tiễn đơn sơ sao ngon lạ!
Người tiễn đưa người, ấm mãi bàn tay.

Tiểu Nguyệt

NGUYỄN HẢI THẢO
CUỐI NĂM

Cuối năm ngồi lại bên quán cũ
quán thưa người và phố cũng thưa
buồn về đậu khẽ trên mi mắt
lòng rỗng không... chán ngán... ơ hờ...

Bạn bè cũ cuối năm tứ tán
về đón xuân mỗi đứa một phương
còn lại ta nhâm nhi vị đắng
nghe cô đơn chảy suốt trong hồn!

Cuối năm ngắm thời gian vội vã
trôi qua nhanh từng phút... từng giây...
ta rồi cũng sẽ già thêm tuổi
thêm hắt hiu bóng xế bên đời

Cuối năm đọc lại bài thơ cũ
bao kỷ niệm xưa bỗng hiện về
ta đã có một thời để nhớ
một thời tim xanh ngát ước mơ

Cuối năm đọc lại bài thơ cũ
thoáng chút bâng khuâng, chút ngậm ngùi...
em giờ chắc tha phương đâu đó
chỉ còn ta ngồi đếm xuân trôi...

LÊ HỮU MINH TOÁN
CHÙM THƠ THẤT NGÔN TỨ TUYỆT

Tiếc Giêng Hai

Ta về
thắp lại
mùa trăng cũ
Nghe những tàn phai chuyện đổi đời
Vườn xưa một bóng sầu hoang phế
Cồn mây trắng mộng
tiếc Giêng Hai.

Đêm trừ tịch

Ta ngồi khoảng lặng đêm trừ tịch
Tiếng pháo giao thừa vắng giữa khuya
Chùm mây u uẩn
trôi biền biệt
Xuân vừa chạm ngõ đã thu về....

Dâu bể

Tôi chở vạt buồn
qua sông nhớ
Phơi chùm lụa nắng ủ hương cau
Từng trang ký ức
chìm dâu bể
Tôi lạc mất tôi giữa núi sầu...

PHÙNG QUANG THUẬN

TUYẾT

Tuyết vẫn lạnh như ngàn xưa đã lạnh
Lửa bây giờ không đủ ấm tay nhau
Một chiều đông nhìn lại tóc phai màu
Chợt nhớ quá những ngày xuân nắng ấm

Tuyết bất biến và ngàn năm tinh khiết
Gió qua hồ hờ hững khác khi xưa
Cành chơ vơ giữa ngày tháng năm thừa
Chừng tuyệt vọng chờ mùa xuân lá biếc

Tuyết vẫn lạnh và ngàn sau vẫn lạnh
Tình giờ như con gấu bệnh ngày đông
Nằm im đợi trong hang buồn hiu quạnh
Biết có còn thấy lại nắng xuân không?!

LÂM BĂNG PHƯƠNG

ĐÔI MẮT

Đôi mắt anh, ngày xưa thương lắm vậy.
Em nhìn vào là thấy cả trời yêu.
Đường đến trường đại học những buổi chiều.
Anh đứng trông đợi chờ lòng hớn hở.

Đôi mắt ấy, luôn tươi cười rạng rỡ.
Đưa em đi trên mọi nẻo đường vui.
Cùng sẻ chia bao cay đắng ngọt bùi.
Vòng xe đạp lui cui không mệt mỏi.

Đôi mắt anh hình như còn biết nói.
Rằng yêu em và luôn muốn chở che.
Hiểu lòng anh em đã cùng theo về.
Chúng mình sống những năm đầy hạnh phúc.

Mấy mươi năm với dòng đời xuôi ngược.
Bao thăng trầm khắc khoải bởi lo toan.
Những suy tư trong đục lẫn gian nan.
Mắt mờ mỏi trải dần theo năm tháng.

Đôi mắt đăm chiêu, có khi trầm lặng.
Dõi bước con qua bao chặng đường đời.
Đôi mắt buồn khi nghĩ chuyện xa xôi.
Vẫn chan chứa đong đầy tình nồng ấm.

Ôi, đôi mắt có ít lần thương cảm.
Nhìn cuộc đời qua lăng kính thời gian.
Ngẫm nhớ ra có được mất hay còn.
Một mái ấm vuông tròn là viên mãn.

Lời muốn nói lên đây còn giới hạn.
Dệt vần thơ ý tận đáy lòng em.
Đôi mắt anh là một khoảng trời xanh.
Đôi mắt ấy luôn dành cho em đó.

NGUYỄN QUỐC HƯNG
CUỐI NĂM ÔN CHUYỆN CÙNG BẠN CŨ

Nhìn lại thời gian trôi chóng quá
Sáu mươi bảy tuổi đến rồi ư!
Cây cũng đã bao mùa xanh lá
Ta mấy việc thành, mấy việc hư?

Chiều nay ngồi đọc thư bạn cũ
Người nhắc một thời xưa học chung
Vai thơm áo lụa, hồn thanh tú
Ước vọng vời cao, mắt sáng hùng

Đâu biết cuộc đời thay đổi thế
Bạn bè ta trôi dạt trăm nơi
Đứa lên rừng, đứa tìm đến bể
Ta về quê xa thị thành vui

Giờ ngoảnh lại tóc pha màu muối
Nợ áo cơm sắp trả xong rồi
Sức khỏe dù mỗi ngày mỗi đuối
Mong bạn và ta vẫn cứ tươi!

BÙI DŨNG

BẤT CHỢT EM

Chợt em ngời nét mi ngoan
Kiêu sa năm ngón chợt bàng hoàng tôi
Răng hạt bắp nét mặn môi
Thanh xuân thuở ấy bên trời ước ao

Tân kỳ suối tóc em nâu
Mộng trong tôi cũng đã màu nâu theo
Giật mình tuổi ở bên đèo
Thời gian nhầu nhĩ như bèo hoa trôi

Ngắm nhỏ xinh chút bồi hồi
Gái nhà ai chợt rạng ngời... ngày vui!
Chút hồn nhiên chút buông lơi
Diệu kỳ vệ nữ ơn trời nét duyên.

TỰ HÀN

SÁNG MỞ CỬA ĐÓN BAN MAI

Sáng mở cửa đón ban mai
Vàng thu reo vui ùa vào trong mắt
Những nguồn năng lượng từ muôn phương tích cực
Chảy vào hồn một chút lâng lâng

.

Không còn những trở trăn già nua như những dòng sông
Không còn những muộn phiền miên trường theo năm tháng
Không còn những lông bông một thời quá vãng
Chỉ còn mặt trời
Chỉ còn ban mai
Chỉ còn mặt đất
Và Em
Và khát khao

.

Sáng mở cửa đón ban mai
Vàng thu reo vui ùa vào trong mắt
Nắng ở đâu là nắng dịu hiền nhất
Mắt Em

.

Em!
Người đàn bà gồng gánh nắng mưa
Cùng anh đi qua bao mùa khát vọng
Vết chân chim hằn sâu lên mắt
Vẫn nụ cười ươm mầm
Gieo những đời hoa

.

Sáng mở cửa đón ban mai...

HOÀNG ANH 79

ĐỒI GIÓ TRĂNG

Ru ta chén rượu mềm môi
Ngủ say đi nhé trên đồi gió trăng
Buồn rơi theo lối ăn năn
Bây giờ chỉ khói sương giăng mịt mù

Đâu rồi mắt biếc tiểu thư
Tình trôi xa lắc tàn thu mấy mùa
Còn yêu chi nụ cười xưa
Để mình hiu quạnh giọt mưa rớt lòng

Nhớ chi một chút hương nồng
Đêm nằm rượu chảy lớn ròng tim, đau
Trả đời lại gánh công hầu
Mà ta trót nợ bên cầu chiêm bao

Trả em cái vẫy tay chào
Câu kinh sớm tối nhiệm mầu ta ru
Cuối đường còn mớ phù du
Đưa tay bám víu mà cưu mang mình

Lỡ rồi thôi kiếp phù sinh
Sông hồ rộng lớn mà tình đơn côi
Tàn đêm chén rượu đầy vơi
Em ơi có biết đất trời điêu linh!

BT ÁO TÍM

GỌI

Tôi gọi người hay gọi mùa đông
Mà sao sương trắng ngập cả lòng
Sắt se cơn gió mùa đông bắc
Tê buốt tình nhau giữa mênh mông.

Giờ biết gọi ai ở chốn này
Khi trời bàng bạc những áng mây
Cuộc người hư ảo như là mộng
Mộng đã tan rồi, mây trắng bay.

Tôi khát gọi người trong chiều nay
Mùa se se lạnh thoáng heo may
Quanh đây vắng quá, chìm khoảng lặng
Cố nén trong tim tiếng thở dài.

Biết gọi về đâu vơi nỗi buồn
Chiều nghiêng nắng ngã tím hoàng hôn
Thời gian trôi mãi không về nữa

Đọng lại bên đời những khói sương...

HỒ XOA
MÙA HOA MUỘN

Đi tìm hạt gạo trong cơm
Thấy mùa hoa tóc trắng thơm lưng chiều
Đá mòn từ độ suối reo
Từ mùa xưa đã lưng đèo chênh vênh

Ngày buồn từ thuở mang tên
Môi khô từ bữa người quên tô hồng
Từ bờ bến cũ theo sông
Con tu hú hát trên đồng rạ khô.

NGUYỄN THÁI DƯƠNG
MIẾNG GỪNG XUÂN

Em cắc ca cắc củm
Tận ngoài Trung gởi vào
Bao miếng gừng thơm lựng
Hình ngón tay ngọt ngào

Cuối năm ngồi chia nhau
Chút quà từ quê quán
Phép Tết mình ngắn hạn
Đâu kịp về xa xôi

Cữ này thường rợp trời
Chùm pháo bông... bịn rịn
Đồng nghiệp, đứa bùi ngùi
Đứa bồn chồn thầm kín

Mắt anh hay... giật mình
Không chỉ vì pháo vỡ
Mà còn vì nức nỡ
Tiếng sóng chiều ba mươi

Tiếng sóng vỗ bồi hồi
Là miếng gừng gửi tới
Quê nhà đang vời vợi
Bỗng như còn tấc gang

Ôi lòng biển miền Nam
Ngọt miếng gừng Trung bộ
Anh ngồi quay quắt nhớ
Câu "muối mặn gừng cay"...

ĐÀO MINH TUẤN
CỨ MẶC TÌNH TRÔI

Chiều buông lá vàng rơi nhẹ
Bên bờ hiu quạnh sơn khê
Ngồi nghe trong từng nỗi nhớ
Tình vương bởi mái tóc thề

Nhân tình đêm vọng lời ca
Tỳ bà tay ngoan nhấn phím
Đong đưa tấu khúc ta bà
Tròn vành giấc ngủ đồi sim

Hoang vu dốc đồi thoai thoải
Áo dài mỏng dính nguôi ngoai
Vùi trong ngọc ngà hương tóc
Lịm yêu giây phút mệt nhoài

Có không tịnh cõi tình trần
Hay đời chỉ kiếp phù vân
Tình yêu trong cơn huyễn ngộ
Đau đời cứ nhẹ bước chân

Thì thôi quyện hương nỗi nhớ
Bên đời nhặt những câu thơ
Mưa thu rơi nhằm mắt biếc
Lệ tuôn ngày tháng mong chờ

Thì thôi tình như ước hẹn
Cứ mặc cho cuộc tình trôi...

HÙNG NGUYỄN

ĐẾN CHIÊM BAO
CŨNG HẸP

Ngày buồn như lịch sử
Đêm buồn thương bể dâu
Chiêm bao ai nấy giữ
Đừng để lạc vào nhau.

Chỉ một đầu nỗi nhớ
Bên nớ đã quy hàng
Trăm năm ta trắc trở
Thắp đèn chi, dở dang.

Mây một trời hai đất
Nắng một sáng hai chiều
Tình một hư hai thật
Người một vững hai xiêu.

Lòng chiêm bao mấy rộng
Không có chỗ ta vào
Đứng nhìn người say mộng
Buồn, thở dài thiết tha.

Đêm dài như kinh thánh
Buồn chảy như thiên hà
Đèn thắp chi đỏng đảnh
Xanh mướt, buồn người ta.

Chiêm bao còn xa lạ
Mơ cũng chẳng ra hồn
Chợt hay mình bất quá
Đứng bên ngoài càn khôn.

Đến chiêm bao cũng hẹp
Có chỗ nào riêng ta?
Đếm chi từng đơn kép
Gần thì gần, mà xa...

HỒ TỊNH VĂN

NĂM NĂM TÌNH CHỚM NỞ

(Tặng Lê Thương Lan)

Năm năm tình chớm nở
Hương thầm len trong tôi
Nhớ mùa hoa cỏ dại
Mắt nhìn em tinh khôi

Năm năm rồi em ạ
Từ độ trăng giao mùa
Từ độ trời trở gió
Tà áo em bông đùa

Năm năm như một khắc
Năm năm như một ngày
Năm năm dài dằng dặc
Đời còn nhiều đắng cay

Vần thơ em dậy sóng
Lòng ta thêm hồi hồi
Năm năm hồn ngây dại
Khi tình ta lên ngôi

Xây cho đời huyết mạch
Nhịp đập trái tim hiền
Năm năm rời hoang hoải
Ta tìm em bình yên...

HOÀNG LYNH
MỘT LẦN RỒI MÃI MÃI...

Em đi mà nắng xanh xao lạ
Một chút hao gầy vương tóc mây
Vườn xưa, chim chích thôi hót sớm
Và gió, và sương cũng lẻ bầy...

Em đi, gió quặn tung trời đất
Bụi cuốn mù đường, tan tác hoa
Trong ta, bão lòng không lắng xuống
Cứ nghe phút chốc lại vỡ òa!

Em đi, ta thấy đời hiu quạnh
Còn đâu tha thiết những sớm chiều
Đời vắng em rồi, khung cửa hẹp
Ta biết làm gì với cô liêu?

Em đi, ừ nhỉ, ta xa cách,
Chớ phải đâu mình không thấy nhau
Một chút vô tình thôi, đủ đắng
Chỉ nhắc thế thôi, dạ dàu dàu...

Em đi mà chẳng xa biền biệt,
Nên nửa nụ cười còn quanh đây
Vòng tay bên ấy, ta mong ấm
Thắp lửa cho em sưởi mỗi ngày!

Saigon, 28/11/2018

NGUYỄN MINH TƠ
SAY

Ta say
một chút nắng vàng

Hoàng hôn rớt lại
điệu đàng ngày thu

Say mây
ngực núi xa mù

Say em suối tóc
ngực tù thân anh

Say đêm
ru ngọn gió lành

Cho ta nếm tận ...
mong manh cuộc người.

30-9-2020

TRỊNH BỬU HOÀI

CHIỀU LẠNH PHÁ TAM GIANG

Đối mặt chiều thăm thẳm phá Tam Giang
Mây lớp lớp giăng đầu ngọn núi
Những cánh chim xa như hạt bụi
Theo gió ngàn bay tận cuối trời

Chiếc thuyền câu như cánh lá rơi
Lẻ loi giữa mênh mông trời nước
Nỗi nhân gian ai nào hiểu được
Thuyền kia quanh quẩn một kiếp người

Chợt thấy mình bé nhỏ giữa trùng khơi
Lòng mông lung đôi bờ viễn mộng
Ngọn Túy Vân trút ưu phiền theo gió lộng
Tiếng chuông chùa bàng bạc phá Tam Giang

Cửa Tư Hiền khép biển mênh mang
Thương nỗi trầm tư của người ngư phủ
Giọt mồ hôi mấy đời truyền thụ
Có hao mòn trong ánh tà huy

Mặt trời mang hơi ấm ngày đi
Hoàng hôn xuống rưng rưng đời hạ bạc
Ai bện gió quất qua làng ào ạt
Đem bão giông vào xóm nhỏ lạnh lùng

Phá Tam Giang nghìn đời ung dung
Bao lớp người đi rồi người đến
Dẫu biết buồn vui như định mệnh
Vẫn mặn mòi nuôi vị ngọt sinh linh…

LƯƠNG THIẾU VĂN
VỤN VẶT GIỮA ĐỜI, MỘT CHẶNG ĐƯỜNG VĂN HỌC
CỦA NHÀ THƠ TRỊNH BỬU HOÀI

Trong một ngày cuối năm 2018 tôi có dịp về Châu Đốc cùng anh em văn nghệ của tập san Quán Văn khi ra mắt số Quán Văn chủ đề chân dung văn học Trịnh Bửu Hoài. Trước khi chia tay anh tặng chúng tôi mỗi người một tập tạp bút *Vụn Vặt Giữa Đời*. Tập sách dày hơn 800 trang do nhà xuất bản Hội Nhà Văn cấp phép. Khi nhận sách tặng tôi thầm nghĩ không biết bao giờ mình mới đọc xong tập tạp bút nầy vì đối với tôi nó quá đồ sộ.

Trong mùa Côvid năm nay, tôi có gởi tặng anh bộ sách thơ phổ nhạc 5 quyển và 2 tác phẩm mới in, anh gởi lại tặng tôi một số tập thơ của anh đã in trong những năm gần đây, điều nầy làm tôi rất vui bởi lẽ khi trở lại văn chương sau nhiều năm ngừng viết, có lẽ tôi là người tiếp cận và đọc tác phẩm của anh rất trễ. Đặt mấy tập thơ mới nhận lên kệ sách nơi dành riêng cho các tác phẩm Trịnh Bửu Hoài mà tôi có được từ trước, tôi bắt gặp tập tạp bút *Vụn Vặt Giữa Đời* ở đó, trong đầu tôi chợt có một suy nghĩ: Sao mình không dùng thời gian để đọc tác phẩm nầy một lần trọn vẹn nhỉ?

Tôi có một thói quen mỗi khi nhận một sách của bạn văn gởi tặng cho mình là đọc lướt qua bằng cách đọc nhảy cóc những bài thơ hay bài văn mà mình cảm thấy ấn tượng sau đó để vào kệ sách và nếu có thời gian sẽ đọc kỹ hơn. Tập *Vụn Vặt Giữa Đời* của anh tôi cũng đã đọc như thế. Té ra khi bắt đầu đọc kỹ và nghiêm túc, tập tạp bút của anh viết không khô khan như ta tưởng mà nó lại hấp dẫn và lôi cuốn ngay từ đầu bởi những câu văn được viết bằng tình cảm, tấm lòng và sự chân thật không thể nào hơn được.

Như chúng ta biết nhà thơ Trịnh Bửu Hoài yêu văn chương từ nhỏ, cho đến nay anh đã xuất bản trên 50 tác phẩm gồm cả thơ lẫn truyện, tiểu thuyết, du ký, biên khảo... còn thơ văn in chung trong các sách khác thì nhiều lắm khó có thể kể hết được, nói như thế để thấy được việc sáng tác và cống hiến cho văn chương nước nhà của anh đáng nể biết bao nhiêu.

Đọc *Vụn Vặt Giữa Đời* của Trịnh Bửu Hoài điều đầu tiên tôi rút ra được anh là một trong những người cẩn thận đối với văn chương đã tập hợp những bài viết về thơ, truyện, tản văn mà anh cho là khá tiêu biểu vào một tập sách. Ngoài ra trong tập sách còn có những bài viết về một nhận định, chuyên đề mà anh tham gia hoặc để ý tới, những bài phỏng vấn của báo chí, nhà phê bình về thơ văn anh. Anh còn góp nhặt những bài viết nhận định về thơ truyện của anh từ các nhà nghiên cứu phê bình có tiếng tăm đến các bạn văn đồng nghiệp, đặc biệt anh rất trân quý những bài viết của lớp trẻ viết về mình, chính điều đó cho ta thấy anh luôn để ý lắng nghe các ý kiến khác nhau về tác phẩm, để viết sao cho có tình có nghĩa với con người quê hương đất nước mà mình đang sinh sống tồn tại.

Tập tạp bút *Vụn Vặt Giữa Đời* có hai nội dung chính: Phần đầu đề cập đường đến văn chương của nhà thơ Trịnh Bửu Hoài: Những ký ức về thời đi học, mối quan hệ trong gia đình, về trường học, về những người thầy ảnh hưởng đến niềm say mê văn chương của anh và trên hết là năng khiếu của anh sớm bộc lộ từ nhỏ được nhà thơ thủ thỉ tâm tình một cách cởi mở. Trong phần nầy Trịnh Bửu Hoài muốn dẫn dắt người đọc đến việc hình thành niềm say mê văn chương của anh từ đâu mà có; cũng ở phần "Trước khi vào sách" anh tâm sự một cách thật lòng: *"Khi bước vào cuộc văn chương, tôi làm thơ, vì mê thơ... Thuở ấu thơ, nghe những lời ru của mẹ; thời tiểu học, học những bài ám đọc; tâm hồn tôi lâng lâng vì những vần điệu ru hồn ấy."*.

Trong bài "Thời tôi đi học" ta bắt gặp một Trịnh Bửu Hoài với một tâm hồn ngây thơ trong trẻo khi để ký ức ngày tháng cũ ùa về khi nói đến những năm tháng thơ dại ấy: nói về cha, ông nội, cô út, ngôi trường sơ cấp Miếu Điền và những người thầy đầu tiên của mình với một lòng thương yêu và chính những mái trường mà anh đã trải qua từ trường tiểu học Mỹ Đức A, trường trung học tư thục Hòa Bình, trường công lập Thủ Khoa Nghĩa. Chính từ ngôi trường công lập nầy tình yêu văn chương của anh phát tiết và bắt đầu được thầy cô, bạn bè biết đến nên dù sau đó vì tình trạng quân dịch anh phải chuyển về Long Xuyên học các trường tư thục như Bồ Đề, Phụng Sự nhưng vẫn không quên tham gia viết báo, làm văn nghệ với các bạn bên trường Thoại Ngọc Hầu như anh kể trong bài "Thành phố Long Xuyên và tôi".

Hình ảnh những người thầy giúp rèn nên nhân cách tình yêu văn chương cho anh sau nầy như thầy Phan Văn Nhựt, thầy Nguyễn Văn Hầu cũng được anh nhắc đến với lòng tưởng nhớ và kính trọng biết bao.

Tiếp theo tập tạp bút anh chọn lọc những bài tạp văn, du ký, biên khảo ngắn khác để đưa vào tập tạp bút, có lẽ những bài nầy ít nhiều anh chưa đưa vào các tác phẩm mình đã in, hơn nữa nó ghi đậm dấu ấn về một vùng đất đã cưu mang anh từ nhỏ và hình thành một nhà thơ Trịnh Bửu Hoài được nhiều người biết đến như ngày nay. Những kỷ niệm về mối quan hệ khắng khít trong gia đình được anh nói đến trong "Ký ức ngày xuân". Anh tham gia nhiều cuộc hội thảo, bắt đôi chân mình phải đi không ngừng và ghi chép tỉ mỉ những nơi mình đã đi qua để có những bài du ký, những bài biên khảo có giá trị để giới thiệu đến mọi người về một vùng đất biên viễn miền Tây của đất nước đang từng ngày thay đổi: *Một vùng công nghiệp không khói, Người góp phần khai mở nền văn xuôi miền Nam, Một góc nhìn về tiểu thuyết đồng bằng sông Cửu Long, Nét đẹp người Chăm, Đua bò ở Bảy Núi, Châu Đốc tân cương, Tao đàn Chiêu Anh Các, Miếu tiên sư, Thành phố ngã ba sông, Thiên Cấm Sơn, huyền bí và thơ mộng, Vùng đất biên cương có nhiều sản phẩm du lịch trời cho, Miếu Bà Chúa Xứ núi Sam, một di tích tín ngưỡng dân gian độc đáo của vùng biên thùy Tây Nam bộ...*

Anh còn có các bài viết thể hiện tình cảm gắn bó thân thiết với bạn bè văn nghệ: Những người được anh nhắc đến có thể lớn hơn anh nhiều tuổi như nhà thơ Viễn Phương, nhà văn Mai văn Tạo, Kim Đan, Kiên Giang, Mang Viên Long, Ngô Nguyên Nghiễm hay những người đồng trang lứa như Phạm Hữu Quang, Lâm Tẻn Cuôi, Nguyễn Thành Xuân, Tường Vân, Trung Nguyên, Tô Bửu Lưỡng, Dương Anh Chiến, Thùy Linh Thụy Vũ, Võ Chân Cửu... khi nói về họ anh luôn giữ được niềm tôn kính, thân mật gần gủi một cách chân tình. Chẳng hạn khi nói về Phạm Hữu Quang trong bài: "Giang hồ trong cõi thơ cõi người"bằng mấy câu chí tình:

"Nhiều người thuộc và thích hai câu thơ trong bài Giang Hồ của Quang:

... Giang hồ ta chỉ giang hồ vặt
Nghe tiếng cơm sôi cũng nhớ nhà.

Quang viết khiêm tốn vậy thôi, chứ Quang đi giang hồ là giang hồ thiệt. Mê bạn, khoái rượu, thích ăn ngon... quên cả đường về. Quang chịu đi là cạn túi mới quay về.

Tôi vẫn chơi thân với Quang, dù tính cách hai người khác nhau, chỉ có một điều chúng tôi gặp nhau: mê thơ, và biết trọng nhau dù trong hoàn cảnh nào. Quang và tôi vẫn đối xử với nhau một mực như thuở ban đầu."

Tôi vẫn nhớ như in bài thơ "Bạn tôi" trong bài "Người bạn thơ bạc mệnh" khi anh viết về Lộc Vũ:

Bạn dừng chân phiêu bạt
Về bên bến quê buồn
Quanh năm nghề hạ bạc
Neo đời một khúc sông.

...

"Từ úa vàng tâm sự đến trái tim không già" nói về nhà thơ Kim Đan với bao kỷ niệm khi làm tờ tập san Khuynh Hướng số 1, *Giật mình tóc trắng như sương, Mãi mãi những bóng hình, Hương từ góc khuất bay xa, Không thể nào quên, Vĩnh viễn là người phương xa* cũng thể hiện những hoài niệm về tình bạn chân thật đậm nét tâm tình biết bao.

*

Phần hai anh gọi là phần phụ lục gồm hai ý: phỏng vấn và tình văn.

Nói là phần phụ lục nhưng theo tôi nó không kém phần quan trọng khi muốn tìm hiểu về con đường văn chương của nhà thơ Trịnh Bửu Hoài. Để nắm bắt được hai ý nầy tôi nghĩ các bạn nên đọc lại cảm nhận của anh được in trên tai trước và tai sau của bìa sách:

- *Tôi viết để trút tâm sự của mình lên trang giấy, để chia sẻ cảm xúc với những người đồng cảm, để đem cái đẹp mình cảm nhận được đến với mọi người.*

- *Tôi làm thơ là để giãi bày nỗi lòng của mình. Một phút trải lòng trên trang giấy tôi thấy mình được sống thêm một chút trong đời sống tinh thần; thả được nỗi buồn xuống trang giấy thấy lòng mình nhẹ đi... Tôi làm thơ bằng cảm xúc, nên trước hết thơ là của riêng tôi, sau đó thơ sẽ là của những ai có sự "gặp gỡ" với nỗi niềm của tôi. Mỗi người làm thơ đều có độc giả của riêng mình. Không thể làm thơ bằng "trái tim tập thể" để cầu mong có số lượng độc giả là "mọi người".*

- *Thời đẹp nhất của mỗi người rồi cũng qua đi, ta hãy sống hết mình bằng trái tim cháy bỏng để sau nầy không phải quá nhiều luyến tiếc...*

- Với nghề: "Với tôi, nghề văn cũng như mọi nghề khác trong xã hội, chỉ khác nhau ở chức năng mà thôi. Nghề nào cũng có nhân cách và tài năng. Ai giỏi nghề thì đắt khách. Ai có lương tâm thì tồn tại.". Trong văn chương lòng đố kỵ luôn làm cho con người trở nên thấp kém và cũng tự hủy hoại sự nghiệp mà mình đeo đuổi. Bản thân tôi cũng bị những kẻ như thế làm hại mình nhưng mình vẫn đứng lên được trên đôi chân của mình.

Và trong bài viết ngắn "Trước khi vào sách" anh có viết: "Tôi là người cẩn trọng giữ gìn bản thảo không những của mình mà của cả bạn bè... Và tôi cũng rất cảm động khi đọc lại những bài bạn bè, đồng nghiệp viết về mình dù những nhận định, cảm xúc chủ quan hay khách quan, dù chính xác hay không, tôi đều trân trọng tấm lòng bè bạn, đồng nghiệp đã dành cho mình, xem đó là những động lực quí báu, những việc làm đầy ý nghia góp sức cho tôi đi tới con đường dài không bến đỗ. Tôi cũng xin đưa vào tập sách nầy trong phần phụ lục như một kỉ niệm trong đời cầm bút, dù nó rất riêng nhưng cũng không có gì quá đáng khi được mọi người chia sẻ".

Ở điều nầy thì tôi rất đồng tình với ý kiến của anh, nên khi đề cập tôi chỉ xin được trích dẫn một số lời phỏng vấn hay cảm nhận về tình văn của đồng nghiệp, bạn bè dành cho anh mà không thêm thắt hay chen vào ý kiến riêng của mình để nó khách quan hơn.

Phần phụ lục phỏng vấn ta bắt gặp một số tên tuổi thân quen trên văn đàn như: Đynh Trầm Ca, Đoàn Thạch Biền, Phạm Chu Sa... Cho thấy độc giả dành thiện cảm cho anh rất nhiều, lứa tuổi tìm đọc sách của anh được lớp trẻ đọc nhiều hơn người lớn, tôi cho đó là một thành công của anh và anh lí giải về điều nầy: "Tôi viết về đề tài tình yêu... Tôi đã sống trong thế giới tình yêu từ thời học sinh, và đó là thời đẹp nhất của đời tôi, nên đã có ít nhiều ảnh hưởng đến trang viết của mình. Trong tiểu thuyết của tôi thường có những chương thuần túy tình yêu, mơ mộng, mô tả những cảnh đùa vui, vô tư của tuổi trẻ. Độc giả lớn tuổi cho rằng những đoạn nầy không cần thiết, nhưng các bạn trẻ thì rất thích. Tôi nghĩ, văn học không chạy theo thị hiếu, nhưng không thể không cần độc giả.".

Cũng qua các bài phỏng vấn ta bắt gặp một Trịnh Bửu Hoài suy tư về sự phát triển của văn chương, về vùng đất mà anh khi đó với cương vị chủ tịch Hội Văn học Nghệ thuật tỉnh An Giang trả lời nhà văn Đoàn Thạch Biền đăng trên tập san Áo Trắng số 61, tháng 3-2002: *"Để có lực lượng kế thừa, chúng tôi luôn quan tâm phát hiện và bồi dưỡng các cây viết từ cơ sở, trong đó nguồn lớn nhất là trong trường học. Chúng tôi đã tổ chức giải thưởng văn chương Thủ Khoa Nghĩa hằng năm trong các trường trung học, hiện nay đang phát động giải lần thứ 9. Qua giải nầy chúng tôi đã có một số cây viết trẻ triển vọng và đang trưởng thành như: Trí Tính, Ngọc Diệp, Trương Thị Thanh Hiền, Đặng Ngọc Kiều Oanh, Nhâm Quí Phương... Câu lạc bộ Văn thơ của trường đại học An Giang đã có nhiều buổi giao lưu với văn nghệ sĩ của hội. Chúng tôi dự định sẽ liên kết với trường để in tuyển tập thơ văn của sinh viên"*.

Và anh đã có lời nhắn gởi đến các bạn đọc Áo Trắng khi phóng viên Hồ Quốc Nhạc đề cập đến mà tôi nghĩ cũng là lời nhắn gởi chung đến lứa tuổi học sinh đang tràn đầy sức sống có những ước mơ đang ấp ủ thực hiện: *"Tôi xin nói riêng với các bạn đang mặc áo trắng, đang sống trong tuổi hoa niên: Thời đẹp nhất của mỗi người rồi sẽ qua đi, các bạn hãy sống hết mình bằng trái tim cháy bỏng để sau nầy không quá nhiều luyến tiếc..."*.

Trong phần phụ lục 2 Tình Văn: Đây là phần nhà thơ Trịnh Bửu Hoài góp nhặt lại những bài viết về thơ, tiểu thuyết, bút ký, biên khảo của anh... được các nhà nghiên cứu phê bình, các bậc đàn anh, bạn đồng nghiệp, ngay cả các bạn viết trẻ đang tập tành vào văn chương anh cũng trân trọng đưa vào. Bạn đọc có thể thấy ở bìa sau của tập tạp bút nầy, nhà thơ Trịnh Bửu Hoài đã lược trích những nhận định về thơ văn của anh của các nhà thơ, nhà văn có mối quan hệ gắn bó với anh nhiều năm nay. Nên ở phần nầy tôi cũng chỉ làm công việc của người trích dẫn lại. Những lời nhận định khác còn lại nhằm làm nổi bật thêm tình cảm và về văn chương của Trịnh Bửu Hoài mà thôi:

- Theo Lục Tùng: Thơ Trịnh Bửu Hoài thường nhẹ nhàng như tiếng sương buông, như hồn thu phả vào hồ tĩnh lặng... nhưng gợi cho ta những bất ngờ thi vị:

Một vầng trăng

Rụng xuống đồi
Cỏ năm giếng nước
Cùng phơi bóng vàng
Một mình em
Giữa nhân gian
Có nghìn giếng mắt
Cũng mang nỗi buồn
(Ngũ Hồ Sơn)

- Hồ Ngọc Mân cũng có nhận xét khá hay về thơ thiếu nhi của Trịnh Bửu Hoài qua bài viết "Thơ cho tuổi thơ của Trịnh Bửu Hoài":

"Thơ thiếu nhi của Trịnh Bửu Hoài mang được chất tươi trẻ, hồn nhiên, trong sáng, nhí nhảnh của tuổi thơ. Bằng hình ảnh chân thực thiết tha của một thanh niên đối với các em thiếu nhi, Trịnh Bửu Hoài đã sáng tác được nhiều bài thơ hay.".

- Nguyễn Thanh Nhã có nhận định về truyện, du ký của anh:

"Ngoài thơ, tôi cũng đã đọc một số truyện dài, truyện ngắn, du ký của Trịnh Bửu Hoài như Tình yêu trong veo, Mùa hội vía, Non nước Hà Tiên. *Về lĩnh vực nầy anh cũng có biệt tài với lời văn ngắn gọn, bố cục chặt chẽ dễ cuốn hút người xem và nhất là ý tưởng trong sáng trong cốt truyện, gần gũi đời thường không xa rời thực tế."*

(Nhà thơ Trịnh Bửu Hoài, người con của vùng đất trù phú An Giang)

- Trong bài "Vài cảm nghĩ khi đọc *Thơ thời áo trắng* của Trịnh Bửu Hoài" của Lê Minh tôi bắt gặp cảm nghĩ đồng điệu: *"Thơ thời áo trắng của Trịnh Bửu Hoài có sức truyền cảm lạ lùng: vừa nhẹ nhàng vừa sâu lắng. Tập thơ chẳng những hấp dẫnngười đọc bằng hình thức trình bày trang nhã, tươi tắn mà suốt 45 bài thơ đã tỏa ra một cảm tình dạt dào, long lanh, trong sáng. Nói cách khác, toàn tập thơ được ướp toàn một chất men tình đằm thắm, dễ làm say đắm lòng người."*

- Trong bài "Trịnh Bửu Hoài, nguồn thơ như dòng chảy êm đềm, bất tận của những nhánh sông rạch đồng bằng, hiền hòa và long lanh vẻ đẹp",Nguyễn Lang Quân cũng có nhận định về thơ tình của anh: *"Thơ tình của Trịnh Bửu Hoài là một nhịp thở nhẹ nhàng, đầm ấm, ngát hương tình ái. Với tình yêu, anh không có thái độ thống thiết kêu gào, hay bi lụy, thở than, mà lúc nào anh cũng nhìn người tình qua ánh mắt long lanh của một kẻ tình si đầy ngưỡng vọng".*

Nhà thơ trẻ Vĩnh Thông khi cảm nhận về tập thơ *Ký ức* của anh cũng có lý lẽ riêng của mình: *"... Có lẽ tập thơ* Ký ức *là một tác phẩm khá ấn tượng trong số "gia tài" văn chương của Trịnh Bửu Hoài tính đến nay. Ấn tượng bởi một lẽ, tập thơ đầy tâm sự, hoài niệm với quê hương, với bạn bè, với những vùng đất mà tác giả đã đi qua trong hơn nửa đời người, đúng như tên của nó:* Ký ức.*".*

Nói thật lòng, nếu nhà thơ Trịnh Bửu Hoài không xuất bản quyển tạp bút *Vụn Vặt Giữa Đời* thì những người yêu văn thơ của anh có thể không nghĩ đến những tác phẩm của anh xuất bản được nhiều đến thế, anh có thể phóng bút viết nhiều thể loại từ thơ, truyện ngắn, bút ký, du ký, biên khảo mảng nào anh cũng để lại những dấu ấn đậm nét khó phai, nhưng anh vẫn luôn trung thành với một thể loại gắn bó với anh từ thời đi học: đó là thơ. Đối với tôi, thơ Trịnh Bửu Hoài, dù sáng tác qua rất nhiều thời gian khác nhau, trải qua nhiều biến thiên của thời cuộc, tuổi tác vẫn luôn luôn trong trẻo, hồn nhiên, dòng thơ của anh như một dòng chảy chuyên chở phù sa màu mỡ tưới mát cho cánh đồng văn chương chữ nghĩa mang đậm tình yêu quê hương, tình người, tình bạn, mang đậm nét hiền hòa hồn hậu người dân miền Thất Sơn một thời là vùng biên viễn xa xôi của đất nước.

Và người quan tâm có thể khái quát sự nghiệp văn chương của anh qua các bài phóng vấn, những bài cảm nhận, phê bình nghiên cứu các tác phẩm văn học của anh qua ngòi bút của các bạn văn gần xa từ Bắc vào Nam. Như vậy *Vụn Vặt Giữa Đời* chẳng phải là một tác phẩm cần thiết đối với những ai yêu văn thơ của Trịnh Bửu Hoài hay sao?

Bên bờ Kênh Tẻ, tháng 11-2020
Lương Thiếu Văn

ĐỖ VU GIA

LẠNH VỀ NHỚ GỎI SẦU ĐÂU

Lạnh về bỗng nhớ gỏi sầu đâu!

Mùa lạnh về, không khí se se, lá sầu đâu sẽ bắt đầu vàng rồi rụng dần, những bông non e ấp nhú ra những chấm bông nhỏ li ti, trăng trắng, núp ló trong những mầm lá non tơ mơn mởn. Đọt bông sầu đâu non mời gọi món ăn dân dã mà đậm đà quyến rũ: món gỏi sầu đâu, một món ăn đặc sản ở miền Tây Nam Bộ – miệt giáp biên giới Campuchia, vô cùng đặc biệt và đặc sắc.

Nói đặc biệt vì món ăn này chỉ xuất hiện ở các địa phương dọc biên giới Campuchia chớ không phải ở khắp miền Tây. Nói đặc sắc vì nó là đặc sản độc đáo phản ánh văn hóa ẩm thực vùng miền vừa dân dã, mộc mạc vừa trên cả tuyệt vời đối với những ai có đam mê khám phá khu rừng ẩm thực huyền diệu và kỳ bí.

Về cây sầu đâu.

Trước hết, cần phân biệt cây sầu đâu được nói ở đây với cây xoan (theo cách gọi ở miền Bắc), hay cây sầu đâu/sầu đông (theo cách gọi ở miền Trung), dù về hình thức không dễ phân biệt. Dân gian bảo cây xoan hay sầu đâu/sầu đông ở vùng miền Bắc, miền Trung có chất độc, ăn sẽ chết. Ở miệt ngoài, người ta thường dùng lá xoan, lá sầu đâu/sầu đông lót ổ gà đẻ để trừ loại bọ mạt bám trên cơ thể gà. Hoặc lót trong lu trong vại để giú (rấm) trái cây. Có khi còn nấu lá xoan, lá sầu đâu/sầu đông để tắm trừ ghẻ. Đã thế, ai dám thử để phân biệt có độc hay không? Có điều, nhìn kỹ sẽ thấy cây sầu đâu làm gỏi này có vỏ cây sần sùi hơn, chứ không giống vỏ cây hai loại kia. Mong rằng có ai đó tìm cách thử dùm để xác định. Nếu biết chắc bọn chúng chỉ là một thì sẽ nuối tiếc biết bao vì lâu nay đã phí hoài một loại đặc sản ngay sát bên mình...

Thường cây sầu đâu để tự nhiên sẽ rụng lá già, trổ bông và vươn mầm lá mới từ khoảng cuối năm âm lịch khi đông về (tính chất này rất giống hai loại kia). Nhưng ở Tây Nam Bộ, nếu người ta thường xuyên bẻ nhánh sầu đâu thì nó sẽ lại đâm cành mới vươn đọt lá mới, cho nên có thể làm gỏi sầu đâu quanh năm. Nhưng phổ biến nhất và ngon nhất vẫn là dùng đọt lá sầu đâu trong khoảng thời gian từ tháng Chạp đến Giêng, Hai.

Gỏi sầu đâu ngày xưa.

Gỏi sầu đâu ngon nhất là làm bằng đọt lá non, đặc biệt khi có cả bông non, vì bông non của sầu đâu sẽ tạo ra vị bùi bùi cho món gỏi. Thời điểm sầu đâu có bông kèm đọt lá non là khoảng thời gian đông về kéo dài qua tới đầu xuân.

Gỏi sầu đâu ngày xưa phổ biến nhất là làm với cá khô, nhất là khô lóc. Chẳng biết có phải vì cá khô lúc nào củng sẵn có trong nhà ở vùng miền Tây Nam Bộ. Khi muốn ăn gỏi, chọn loại khô phổ biến, ngon, nhiều thịt là khô lóc mà làm. Nghệ thuật ẩm thực thì muôn màu muôn vẻ, nhưng về cơ bản, để làm gỏi sầu đâu khô lóc cần ba bước chính.

Đầu tiên, người ta nướng khô, xé khô thành miếng nhỏ rồi ướp khô với nước mắm giấm đường (hoặc nước mắm me) trong khoảng năm phút cùng tỏi ớt bằm tùy khẩu vị.

Tiếp theo, tuốt lá, đọt, bông sầu đâu, trụng (chần) sơ qua nước sôi, vớt ra để ráo. Công đoạn này nhằm mục đích làm giảm bớt vị đắng của đọt sầu đâu. Sau này có người muốn giữ nguyên sơ vị đắng nên không thực hiện việc này.

Cuối cùng, trộn đều khô và đọt lá sầu đâu lại với nhau, tùy theo khẩu vị có thể thêm tí nước mắm giấm đường cho vị đậm đà hơn, thêm rau húng xắt (húng cây hoặc húng lũi) vào trộn đều. Thế là xong!

Ngoài ra, có khi người ta còn làm gỏi sầu đâu với cá lóc nướng trui. Các công đoạn cơ bản cũng giống như vậy.

Gỏi sầu đâu ngày nay.

Ngày nay, cuộc sống có nhiều thay đổi, việc tiếp nhận và sáng tạo trong chế biến gỏi sầu đâu cũng có nhiều biến tấu.

Về nguyên liệu cơ bản là khô hoặc cá thì hầu như không thay đổi.

Nhưng sự biến tấu lại rất đa dạng.

Với khô, người ta có thể dùng nhiều loại khô khác nhau, nhưng tất nhiên phải là khô cá đồng, phổ biến nhất là hai loại khô lóc và khô sặc bổi (sặc rằn). Nhưng với kinh nghiệm bản thân, tôi cho rằng gỏi sầu đâu ngon nhất vẫn là nên dùng khô lóc.

Với cá, có lẽ ngoài cá lóc nướng trui, người ta còn làm gỏi sầu đâu với cá trê nướng. Điều này tôi biết được từ một chị bạn người Khơ Me gốc ở vùng Tri Tôn, An Giang.

Ngoài nguyên liệu chính là khô và cá, người ta thêm vào có khi là thịt heo ba rọi luộc, có khi là tôm luộc hoặc nướng. Ngoài lá, đọt, bông sầu đâu, có thể thêm các loại rau khác: dưa leo, khế, chuối chát, củ hành tây, và tất nhiên không thể thiếu loại rau thơm chính là húng cây hoặc húng lũi. Nhưng nếu biến tấu quá nhiều, món gỏi sầu đâu sẽ không còn đúng hương vị gốc nữa.

Lại có một biến tấu khác.

Có người muốn thưởng thức trọn vẹn vị đắng nguyên sơ của lá sầu đâu, đã chọn cách ăn kèm chớ không làm gỏi, và cũng chỉ đặc biệt ăn kèm với khô hoặc cá lóc nướng. Nghĩa là người ta dọn khô và đọt lá sầu đâu để riêng, khi ăn, bẻ một miếng khô, kẹp vài lá sầu đâu rồi chấm nước mắm me. Vị đắng sẽ thấm đẫm và càng đậm đà đối với dân nghiện món gỏi này, nhưng sẽ rất khó tiếp nhận đối với người mới quen. Nước mắm me được làm gồm me chua chín, tỏi ớt bằm, cùng nước mắm và một ít đường, độ chua mặn ngọt tùy khẩu vị.

Ăn như vậy sẽ cảm nhận được hết vị đắng, vị bùi, vị ngọt ở cổ họng do món lá sầu đâu nguyên chất tạo ra. Tất nhiên, cách này chỉ phù hợp với những ai là cao thủ đã quen, đã ghiền món sầu đâu mà thôi...

Món gỏi sầu đâu độc đáo và đặc sắc ở đâu?

Dù chế biến gỏi sầu đâu theo cách xưa hay nay, dù mộc mạc hay biến tấu, hay còn nhiều kiểu biến tấu ở tương lai, thì sự độc đáo có một không hai của món gỏi này chính là ở vị ngọt ngào, mặn mà của khô lóc, của cá nướng, của thịt luộc, tôm luộc đã thấm đẫm gia vị mặn mặn, ngọt ngọt, chua chua, hòa cùng vị đắng kỳ lạ mà bùi bùi ngọt ngọt của sầu đâu để lại nơi cổ họng sau khi ăn. Một cảm giác vừa dân dã chân thành vừa bí hiểm thâm thúy mà đầy sức quyến rủ với thực khách sành ăn, chẳng khác gì cảm giác của một vị giám khảo chuyên ngồi ghế chấm thi hoa hậu, chuyên đối mặt và đưa ra những nhận xét đối với các nhan sắc rực rỡ kiêu sa, bây giờ bỗng tình cờ đối mặt một cô thôn nữ rắn rỏi, mặn mà, mạnh mẽ với nước da bánh mật căng tràn sức sống, với đôi mắt đen láy hồn nhiên, mộc mạc chân thành…

Tất cả các nguyên liệu làm nên món gỏi sầu đâu hòa trộn thành một hương vị không thể nào tả hết, mà chính xác hơn là không thể tả nổi. Hình như mọi cung bậc mặn ngọt đắng cay của cuộc đời đều gom tụ ở món gỏi sầu đâu.

Tôi gọi đó là chiều sâu triết lý của món ẩm thực này. Có nên chăng?

Sài Gòn – Mùa dịch COVID 19 – Cuối 2020
Đỗ Vu Gia

LÊ NGUYỆT

NỖI BUỒN NGÀY Tết

Ba năm nay, mỗi lần Tết đến là Trầm lại cảm thấy rưng rức buồn. Tâm trạng bần thần khó nói nên lời cứ đeo bám lấy chị suốt trong những ngày Tết.

Tám năm trước, khi bước chân về nhà chồng, chị không bao giờ nghĩ rằng bắt đầu từ ngày đó mình sẽ không còn được sum họp gia đình trong những buổi đoàn viên bên cạnh cha má và các anh chị nữa. Chị vô tư cho là ngày Tết thì sẽ cùng chồng về thăm cha mẹ và gặp gỡ chị em. Nhưng Trầm là con dâu út trong một gia đình có ba chị chồng và hai anh chồng. Bắt đầu từ ngày hai mươi tháng Chạp thì cơ man công việc bu lấy chị, làm mứt dừa mứt chuối mứt bí đao, dưa củ kiệu dưa củ hành. Quét dọn vườn tược, lau chùi nhà cửa bàn ghế không một phút ngơi tay. Đến Ba mươi Tết thì nấu cúng đón ông bà, soạn bánh mứt để chồng chị mang đến cho các anh chị và bà con dòng họ.

Mùng Một thì các anh chị và con cháu gom về đầy nhà, nấu nướng, ăn uống, nhậu nhẹt, ca hát, họ về thì trời cũng tối rồi.

Mùng Hai lại phải lo trà và làm mồi nhậu cho khách đến thăm, chủ yếu là sui gia của cha má chồng và sui gia của các anh chị. Trà, rượu lại hết một ngày.

Mùng Ba thì phải dậy sớm làm gà để cúng ra mắt. Sau đó thì hàng xóm tới chơi, nhậu với cha chồng.

Mùng Bốn lại trông nhà cho cha má đi tạ lễ bà con lối xóm hai bên.

Mùng Năm thì hết Tết rồi. Nhưng phải là mùng năm chị mới được cùng chồng về thăm cha má mình, làm sao gặp mặt đầy đủ anh chị em?

Năm nào cũng vậy, Trầm không nói ra, chỉ âm thầm chịu đựng và đêm đến thì lặng lẽ khóc một mình. Tại sao chị Hai, chị Ba, chị Tư, chị em bạn dâu thứ Năm, thứ Sáu lại có thể tự do vậy còn chị thì không được về thăm cha má mình trong những ngày Tết? Năm đầu tiên về làm dâu, má chồng chị đã lên tiếng trước:

- Tết nhà mình nhiều việc lắm nhen con. Tại con là dâu út nên cực hơn mấy chị kia. Phải tới mùng Năm mới được về nhà cha mẹ ruột.

Và từ đó, mặc định ngày về quê ăn Tết của chị là mùng Năm.

Cũng năm đầu tiên ấy, chị cảm thấy hờn chồng vì anh chưa một lần an ủi hay nhắc nhở chị về việc về thăm cha má chị. Đến tối mùng bốn, anh kêu chị sửa soạn mai về quê, chị mát mẻ:

- Không đi nữa.

- Sao vậy?

- Hết Tết rồi. Về cũng không gặp được các anh chị.

- Thì về thăm cha má.

- Còn ý nghĩa gì nữa?

- Nói kỳ hôn. Vậy giờ về hay không về?

- Không về.

- Tùy em.

Trầm quay vào tường, cắn chặt môi để khỏi bật khóc. Chị chỉ muốn anh năn nỉ vuốt ve chị một tiếng, không ngờ anh hời hợt tới như vậy. Con gái mới có chồng năm đầu tiên mà Tết nhứt lại không được về thăm cha má mình. Chị Tư của chồng Trầm cũng làm dâu vậy nhưng mùng một là đã về sum họp rồi. Chị lăn sát vào tường cố không cho anh chạm vào người mình, chẳng biết anh có hay chị buồn chăng mà lại lặng im nằm cạnh rồi ngủ thiếp đi.

Trầm cứ nghĩ sáng ra má chồng chị sẽ kêu chị về quê, nhưng chị thật bất ngờ khi nghe bà nói:

- Sao con? Không được khỏe hả? Nghe thằng Bản nói bây mệt nên không về quê.

Lúc ấy, chị chỉ muốn khóc òa lên. Chị nhớ má mình kinh khủng, nếu năm nay chị không về Tết chắc là má lo lắm, không biết lý do nào và không chừng má lại đến xem chị có chuyện gì hay không. Lần đầu tiên chị cảm thấy mình đã sai lầm khi chọn anh làm chồng, anh không giống như anh trước kia đã từng thề non hẹn biển với chị, đã từng hứa hẹn sẽ cho chị cuộc sống hạnh phúc hoàn toàn, sẽ lắng nghe chị về tất cả nếu như chị có uất ức gì trong quá trình làm dâu hãy mạnh dạn chia sẻ với anh. Anh yêu và đeo đuổi chị bao nhiêu năm thừa biết chị được cha mẹ thương yêu và gia đình chị rất quan trọng ngày họp mặt vì ai cũng ở cách xa nhau. Vì lẽ gì hôm nay lại vô tâm như vậy? Anh không hiểu chị, một chút cũng không và bỗng nhiên chị muốn trả thù anh, cũng như trả thù cho sự ngu muội của mình.

Chị mím môi thưa với má chồng:

- Con thấy uể oải nên chẳng muốn đi xa.

- Vậy nghỉ ngơi đi con rồi chừng nào khỏe về thăm anh chị sau. Nhà mình bề bộn làm con không về Tết được thiệt cũng bậy với anh chị quá.

Trầm dạ rồi nhanh chân bước vào phòng, chị nằm lăn ra giường, úp mặt xuống gối rưng rức khóc. Khóc mãi và cảm thấy lòng nặng trĩu không vơi bớt một chút muộn phiền.

Những năm sau chị về thăm cha má vào mùng năm. Chị không bao giờ nhắc anh nhưng qua lần đó, anh hối hận và xin lỗi chị, tuy nhiên anh vẫn không thể để chị về sớm hơn vì anh muốn gia đình mình được đông đủ và qua cách nói của anh, anh muốn chị là nhân vật quan trọng của gia đình, là chủ nhà. Chị lại cảm thấy mình giống như một người ở không hơn không kém.

Cha má chị hiểu, thương chị nhưng không nói gì. Cha chị quyết định chọn ngày họp mặt anh em là mùng năm để có đầy đủ mọi người. Chị cố tạo ra bộ mặt vui tươi hí hửng nhưng nước mắt chứ chảy hoài không cách nào ngăn lại được.

Nhưng sum họp vào ngày mùng năm vì chìu chị chỉ xảy ra được có một năm. Năm sau thì cha má của chị đều mất, cha má chị mất trước cha má chồng mấy năm. Bây giờ chị hoàn toàn độc lập, mặc dù hàng năm Tết đến cũng tất bật nhưng chị có thể để anh ở nhà một mình, chị và hai con về ngoại. Nhưng mỗi lần về ngoại thì chị lại cảm thấy buồn, thiếu thốn một cách lạ kỳ.

Anh em của chị bắt đầu gom về nhà vào ngày mùng hai. Bây giờ là đứa em trai út thờ chúng cha má. Ngày anh em tề tựu cũng được đổi lại mùng hai, nhưng không còn cha má nữa, chị nhớ hình ảnh cha mình ngồi uống trà với con trai và con rể, miệng luôn nở nụ cười, dáng má đi tới đi lui chơi cùng cháu nội cháu ngoại, hỏi han đứa nầy đứa kia, lụm cụm bọc đồ cho từng đứa đem về, ai cũng ngăn má:

- Tụi con 6 đứa, đứa nào cũng có 5 phần quà hết rồi, má lo làm chi.

Má cười hề hề:

- Xách về cho tụi nhỏ ăn nhớ bà ngoại (nội).

Má ngồi ăn cơm chung nhưng không bao giờ gắp thức ăn cho mình, mà lăng xăng cho các con dù ai cũng đã lớn và có tuổi. Khi các con xin phép về, má núm níu cháu, ôm từng đứa dặn dò nhớ nhắc ba mẹ lâu lâu về thăm ông bà. Lần nào chị cũng khóc, chị muốn ở với má lâu hơn, kể cho má nghe mình đã sống như thế nào nhưng quả thật thời gian rất ít.

Ngồi nhắc về cha má, anh Hai nói:

- Cha má mình chết rồi. Chết là hết, là không còn gì, cha má bây giờ thật sự không còn gì nữa, chỉ còn có anh em tụi mình thôi và rồi tụi mình cũng sẽ chết. Điều an ủi là cuối đời cha má đã nhìn thấy con cái đề huề, đứa nào cũng kinh tế ổn định và hiếu thảo với cha má. Anh nghĩ như vậy mình cũng tròn hiếu đạo làm con rồi. Vấn đề bây giờ là phải giữ được thông lệ nầy, mỗi năm ngày giỗ cha má có bận cách mấy cũng phải tranh thủ về đốt cây nhang, gặp gỡ mọi người. Bệnh hoạn thì viếng thăm nhau. Tập cho con mình nhìn thấy không gì có thể qua tình thân ruột thịt. Cha má mình thương thì để trong lòng, không nên mỗi lần nhắc là mỗi lần khóc, nếu có linh hồn cha má cũng không muốn vậy đâu.

Anh Hai không nói sai, và chị biết rõ điều đó. Nhưng mỗi lần về thăm nhà chị đều không dằn lòng được, nơi đây chị đã sống cả quãng đời niên thiếu bên cạnh cha má, được yêu thương chiều chuộng. Chị sẽ noi gương ông bà, sẽ cho các con của mình những ngày ấm êm như vậy.

Lại sắp đến một cái Tết nữa, càng ngày chị càng thấy mình thiết tha quá đỗi với gia đình lớn xưa. Chị mong đợi gặp các chị, các anh, được ríu rít trở về thời thơ ấu và bỗng lo một ngày nào đó, đàn con của cha má sẽ thiếu đi một người…

Lê Nguyệt

HUỲNH DUY LỘC
TÌM LẠI MÙA XUÂN

Tình cảm gia đình cha mẹ Tân đã rạn nứt khi anh còn nằm trong bụng mẹ.Sau khi sinh, mẹ giao anh cho bà ngoại rời bỏ quê nhà lên đất Sài Gòn hoa lệ. Ngoại nuôi Tân bằng nước cơm chắt pha đường, mỗi khi anh khóc bà nhét chiếc núm vú bằng cao su vào miệng. Tình cảm đầu đời của Tân được hình thành từ lòng yêu mến cái bình nhựa vô cảm, phía trên miệng bình là chiếc núm vú cao su cùng với gương mặt, ánh mắt,nụ cười hiền hậu của ngoại và giọng ru à... ơi... trăn trở theo nhịp võng đong đưa: "Trời mưa bong bóng phập phồng. Mẹ đi lấy chồng con ở với ai". Hình ảnh tình yêu thương của mẹ luôn là nỗi khát khao theo Tân suốt những ngày tháng lớn dần, luôn là một ẩn số suốt cả cuộc đời mà anh luôn tìm hiểu vẫn chưa đi đến được tận cùng. Nhà đơn chiếc chỉ có hai bà cháu nên anh thường chạy sang nhà dì Năm chơi bởi vì có Liên, con gái của dì, tuổi cô bé cũng đồng trang lứa với anh. Hai đứa luôn quấn quýt bên nhau, hái lục bình chơi trò chơi nhà chòi, mua bán, đám cưới... hay dầm mưa trên đồng bắt ốc... tình cảm ấy được nuôi dưỡng theo thời gian hai đứa lớn lên. Cả hai cùng cắp sách đến trường, dìu nhau qua những chiếc cầu tre lắt lẻo. Ở lớp, Tân luôn bênh vực Liên mỗi khi có mấy đứa con trai nghịch ngợm, chọc phá hay anh giúp Liên cắt giấy màu học môn thủ công, bắt bướm chích phoóc-môn, hái cây họ dương xỉ ép khô theo yêu cầu của cô giáo. Hai đứa rất mê những mẩu truyện cổ tích ngoại Tân thường kể vào những đêm trăng rằm. Thích thú nhất là được ngồi trong lòng ngoại, miệng anh nhai miếng bánh tráng nướng giòn rụm, mê say theo giọng trầm ấm của bà. Từ khi bỏ quê nhà ra đi, mẹ Tân không trở về, thỉnh thoảng bà gửi cho ngoại chút tiền. Ngoại nói với anh: "Mẹ con đã lập gia đình, đi làm ăn ở tận Buôn Mê Thuột". Ngày Tân thi đậu đại học, dì ba sang rước ngoại về chung sống với gia đình dì để tiện chăm sóc. Những năm tháng lên Sài Gòn ăn học, lòng anh lúc nào cũng đau đáu nhớ quê, nơi ấy có bến nước, chiếc cầu tre, có Liên vào những đêm rằm ngồi nghe giọng bà trầm ấm kể chuyện. Mới thoáng đó mà đã hơn mười năm, vậy mà Tân luôn ngỡ mình còn nhỏ bé. Anh khao khát được ngồi trong lòng bà nghe kể chuyện như những ngày ấu thơ và cùng Liên vui đùa với những trò chơi tuổi thơ.

Lần này về thăm, tuổi ngoại đã qua lục tuần, nhưng đôi mắt vẫn sáng, luôn tỏ ra cho con cháu thấy nơi bà còn niềm tin mạnh mẽ, lạc quan vào thế hệ mai sau. Tuy vậy, anh vẫn bắt gặp trong ánh mắt ngoại một nỗi buồn sâu xa thầm kín. Mỗi trưa thấy mấy đứa nhỏ, con cháu dì Ba, chào thưa đi học, Tân nhìn bà với ánh mắt gần như tạ lỗi, anh thỏ thẻ nói:

- Con lên Sài Gòn ăn học rồi đi làm, ít khi có dịp về thăm bà. Giờ vừa về lại quen tính nhõng nhẽo thuở nhỏ đòi bà kể chuyện, nướng bánh tráng cho ăn.

Ngoại nhìn anh với ánh mắt nhân hậu, bao dung, bà cười nói:

- Con biết suy nghĩ chín chắn như vậy cũng an ủi lòng bà. Ngoại chỉ mong con làm việc gì cũng vậy, phải sống thật lòng, luôn quan tâm, chia sẻ với mọi người.

Bà ngưng giọng, với tay cầm tách nước trà đưa lên môi, Tân nhìn hai ánh mắt bà hoe đỏ, lòng anh đầy những lo lắng chưa biết hỏi ngoại điều gì thì bà kéo vạt áo bà ba lên tém lau vệt trầu trên môi:

- Ngoại nuôi con từ nhỏ cũng như nuôi con Hai mẹ con. Mưa trên trời mưa xuống có bao giờ từ dưới mưa lên đâu.

Như chợt nhớ ra điều gì, bà ngưng giọng giây phút rồi nói tiếp:

- Nhưng mà con Hai, mẹ con...

Nghe ngoại ngập ngừng, buông thõng câu nói, anh vội hỏi với lòng nôn nóng luôn muốn biết tin tức về mẹ:

- Mẹ... mẹ con sao hở ngoại?

Trầm giọng, bà nói:

- Nhưng mà thôi, sau này con lập gia đình sẽ thấu hiểu điều đó mà.

Ngoại lấy miếng cau tươi, lá trầu, phết chút vôi. Những ngón tay gầy guộc của bà cuốn miếng trầu cho vào chiếc ống bằng đồng. Tay bà cầm cây sắt ngoáy liên tục cho đến khi chất trầu cau, vôi mềm hòa quyện nhau, bà dùng ngón tay trỏ vét cho vào miệng nhai bõm bẽm. Mắt ngoại hướng về phía xa xa, nghĩ ngợi... Một lát sau bà với tay lấy chiếc ống nhổ lên kê gần miệng nhả bã trầu. Tân nhanh tay xé cho ngoại miếng thuốc, bà cầm lấy đưa lên hàm răng xỉa với ánh mắt trìu mến. Lòng Tân rượi buồn khi biết bà đang khóc, ngoại cầm lấy tay anh, kéo xích lại gần, nói trong giọng nghẹn ngào:

- Sao đến tuổi này rồi mà bây chưa chịu cưới vợ?

Tân bối rối khi nghe bà nhắc đến chuyện lập gia đình. Ấp a, ấp úng anh trả lời:

- Dạ... dạ... con... cũng tính... nhưng phải ráng đi làm dành dụm và lo cho công danh trước đã rồi...

Anh buông thõng câu nói, đặt hai bàn tay lên đôi bờ vai gầy của ngoại xoa bóp, nói nịnh:

- Đàn ông mà! Bốn mươi chưa có sự nghiệp chưa có nhà thì coi như cuộc đời hư... có công danh rồi cưới vợ muộn gì hé ngoại?

Bà giả như giọng hờn trách:

- Bây nói vậy! Cha già con muộn, lúc đó ngồi than!

Bà cười méo xệch bờ môi, đưa tay xoa xoa đầu Tân như thuở anh còn bé:

- Thôi đi, cậu nhỏ, đừng có giấu bà, chắc bây chưa quên được con Liên phải hôn? Mấy lần gửi thư về, bây luôn nhắc, hỏi thăm nó. Để bà kể chuyện này cho nghe. Tội nghiệp Liên, nó có hiếu vâng lời mẹ đi lấy chồng... Nén lòng ưng người mà mình không yêu. Nó sống với những ngày buồn không hạnh phúc. Vợ chồng cự cãi, cắn đắn nhau suốt. Chồng nó là thằng rượu chè be bét, ngày nào cũng xách giỏ gà đi đá, ruộng vườn bỏ bê, giao hết cho vợ, không phụ tiếp lao động đã đành còn hành hạ tinh thần. Nó là con trai út, đất vườn cha mẹ để lại và phần hương quả, cứ cầm cố rồi bán hết miếng này sang miếng khác. Cờ bạc, ăn nhậu, phơi nắng phơi sương, rồi bệnh chết với chứng lao phổi. Giờ Liên sống với bé Hoài, con gái nó. Nhiều người thấy nó hiền, siêng năng, giỏi việc đồng áng nên họ gạ mai mối, nhưng lòng nó nào ưng chịu. Nghe ngoại nói lòng anh chùng xuống buồn và cảm thấy mặc cảm lỗi lầm. Làm sao anh quên được thứ cảm xúc đầu đời rất lạ ấy. Ngày Liên áp má vào vai anh mặc cho những giọt nước mắt lăn chảy. Tân nhớ rõ mồn một hình ảnh Liên tức tưởi chạy sang nhà nói với anh rằng: "mẹ buộc cô phải lập gia đình với một người mà Liên chưa hề để lòng thương nhớ". Thật phi lí trái ngang chỉ vì lời hứa giữa hai gia đình. Nên những ngày mẹ Liên lâm bệnh, bà muốn được yên lòng khi biết chắc con mình đã có nơi có chốn. Lúc ấy Liên bảo anh tìm cách giữ hạnh phúc hai đứa. Anh phải làm thế nào? Nói với ngoại sang nhà dạm hỏi, chưa chắc mẹ Liên bằng lòng khi hai gia đình đã có hôn ước trước. Còn dắt Liên lên Sài Gòn. Má Liên sẽ ra sao? Bà đang bệnh nặng. Ngày cưới của Liên cũng là ngày Tân nhận được giấy báo thi đậu đại học ở Sài Gòn. Đang mãi hồi tưởng, bỗng ngoại cầm lấy tay anh nói:

- Thôi chút bây qua thăm con Liên đi, nó cũng hay sang đây chăm sóc bà. Ngồi nhắc bây rồi khóc.

Tân rót tách trà, anh cầm hai tay, cung kính, nhỏ nhẹ nói:

- Thôi ngoại uống nước xong, nằm nghỉ. Con ra sau thăm vườn một chút.

Đỡ ngoại nằm xuống, Tân bước vội ra sau hè, đi vòng qua mấy bờ đất rồi anh đi thẳng ra trước sân nhà bên. Tân đứng lặng nơi bờ sông, chiếc cầu ván ngày xưa, thuở anh và Liên thường bơi nghịch nước khi ngoại ngồi giặt quần áo. Giờ đã thay bằng chiếc cầu xi măng, gió se se chút hơi lạnh, sóng lăn tăn nhẹ va bờ, nước ập vào mấy lỗ hang cua tạo ra những âm thanh gần gũi thân quen "bùm... bụp... bùm... bụp...". Mắt anh rượi buồn nhìn những mảng đất ven bờ bị trôi đi do tác động của sóng từ những chiếc đò máy, bờ mỗi ngày mỗi lở thêm. Dù vậy Tân vẫn có cảm nghĩ: "sông giờ sao nhỏ bé không rộng lớn mênh mông như thời thơ ấu". Sông mãi chung thủy một màu phù sa, thỉnh thoảng một vài giề lục bình hay thân chuối bập bềnh trôi ngang. Mắt Tân rực sáng niềm vui khi anh tìm lại được màu tím của những cánh hoa lục bình mà ngày xưa anh và Liên thường chơi trò chơi đám cưới.

Tân hít thật sâu căng lồng ngực, nuốt từng ngụm không khí ngây ngất mùi hương bấy lâu anh không còn được cảm giác lâng say ấy. Hương sông rất lạ, khó mà diễn tả cho được. Hương của sông hòa chút mùi cỏ rạ, lục bình, trái bần chín rụng, chút phù sa lẫn mùi tanh tanh của cá, se se của gió, hanh hanh của nắng. Ai đã từng ngụp lặn, đắm mình trong sông rồi cắt lòng rời xa, thì mới thấu được sự giày vò thèm khát nhớ mong nó đến chừng nào. Tân say sưa trôi vào giấc mơ thơ ấu với những âm thanh "chốc... chốc..." của bầy cá lòng tong đua nhau đớp mồi. Anh mường tượng hình ảnh người phụ nữ nào đó đang ngồi rửa chén trên chiếc cầu nơi bến sông phía trên dòng nước. Tân muốn chạy vụt vào nhà như những ngày thơ ấu, miệng gọi to: "Liên ơi... Liên ơi..." rồi hai đứa dắt tay nhau hồn nhiên, cầm cần câu xuống bến sông, cả hai ngồi cạnh nhau, tay anh giật thật nhiều cá cho Liên tha hồ ngồi gỡ câu và móc mồi.

Mặt trời bên kia sông dần lên cao, khứu giác Tân cảm nhận một làn hương thơm của hoa ngâu. Anh nghe tiếng bước chân rón rén phía sau lưng. Tân quay người thật nhanh cũng vừa lúc Liên đứng tựa vai vào thân cây dừa. Dù trải qua bao giông bão cuộc đời, cô vẫn nuôi dưỡng mái tóc đen dài. Có điều anh bắt gặp trên vầng trán Liên loáng thoáng những nếp thời gian và đôi mắt đọng chứa âu lo, khắc khoải xa vời... Tân bước đến cạnh Liên, cầm lấy bàn tay trái của cô, bàn tay đã từng ấp ủ nương che, những ngón tay mà có lần anh run run bối rối, lần tìm ngón áp út để đeo vào đó chiếc nhẫn được làm bằng hột nhãn. Giờ những ngón tay ấy không còn mềm mại, nhưng hơi ấm vẫn lan tỏa thấm dần... thấm dần vào lòng tay anh như ngày xưa. Mắt Liên nhìn ra bờ sông nghĩ ngợi, bàn tay cô nằm bất động trong lòng tay anh. Bỗng Liên giật thót người, thu bàn tay về giấu ra phía sau lưng. Tân bối rối nói như hơi thở:

- Em vẫn còn giận anh sao?

Không nhìn Tân, Liên nói như lời thì thầm hối tiếc pha chút hờn trách tủi thân:

- Bây giờ anh về nhưng...

Liên buông thõng câu nói, quay người dợm bước trốn chạy. Tân kiên quyết, anh vịn chặt hai bờ vai cô:

- Anh đã hiểu tất cả. Hãy cho anh cơ hội chuộc lại lỗi lầm của mình. Bé Hoài, con gái em... cần có sự chăm sóc yêu thương dạy dỗ của người cha.

Liên oằn người thoát khỏi đôi bàn tay của Tân. Cùng lúc bé Hoài và nhóc Tuấn, con trai của anh Tư ở nhà bên cạnh vừa xuất hiện. Chúng ì ạch kéo lê hai thân cây chuối xuống cầu nơi bến sông. Bé Hoài đặt cây chuối xuống chạy vội đến bên Liên, ôm đùi mẹ:

- Mẹ ơi, tụi con tập bơi nhe mẹ.

Liên vuốt mái tóc con, mỉm cười dặn dò:

- Đừng bơi ra xa nghe, cặp theo bờ thôi.

Hai đứa nhỏ đẩy thân chuối xuống nước rồi phóng ùm, mỗi đứa ôm một thân cây chuối, hai chân đập chùm chũm.

Nhìn theo hai đứa nhỏ bơi, lòng Liên dâng lên niềm vui, quay sang nhìn Tân:

- Bé Hoài giống hệt em hồi nhỏ, thích bơi và chơi nhà chòi. Giờ nhìn hai đứa nó quấn quýt bên nhau cũng giống như...

Không đợi Liên nói hết ý nghĩ, anh cắt lời cô, nói tiếp:

- Giống như em và anh ngày xưa.

Hai má Liên ửng hồng, cô xoay người né ánh nhìn của Tân.

Những ngày nghỉ phép năm không như Tân đã nghĩ trước khi về rằng: "nó sẽ kéo dài dằn vặt anh với những nỗi nhớ mong công việc". Giờ Tân cảm thấy sao thời gian trôi qua vùn vụt. Không đủ cho anh cùng bé Hoài rong ruổi bước chân ngoài đồng, hai chú cháu hồn nhiên tìm bắt ốc, hái bông so đũa nấu canh chua, tước lá dừa dạy cho bé cách thắt chong chóng hay cắt giấy xếp xuồng, thúng rồi thắp đèn cầy cắm lên thả trôi theo dòng nước. Mải thả hồn mình theo những hoài niệm tuổi thơ, bỗng anh nghe tiếng Liên gọi vào nhà ăn cơm, Tân mới hay sắp hết thêm một ngày nữa. Ngồi bên Liên và bé Hoài bên mâm cơm đạm bạc, nhưng thật ấm áp, hạnh phúc. Anh thoáng ngậm ngùi hối tiếc, chỉ còn đêm nay là đã hết năm. Anh phải quay về Sài Gòn với những công việc bộn bề đang chờ. Liên mang bánh mứt đặt lên bàn thờ, Tân cũng vừa đun sôi ấm nước, anh cho trà vào bình, không quên cho vào đó những đóa hoa ngâu còn đọng sương đêm. Liên thắp mấy nén nhang, kim đồng hồ trên tường chỉ điểm không giờ. Bé Hoài thay xong bộ quần áo mới mà Tân đã mua cho. Cô bé hồn nhiên, lễ phép chạy ra khoanh tay trước mặt Tân, anh xoa xoa đầu bé, móc trong túi áo ra bao giấy màu đỏ:

- Chú chúc bé Hoài ngoan, mau lớn học giỏi và luôn yêu thương mẹ Liên nhe.

Bé Hoài ngoan ngoãn chúc anh những lời chúc tốt đẹp ngày đầu năm mới. Tân cúi xuống ôm bé Hoài vào lòng, đặt lên trán bé một nụ hôn nồng ấm không phải thứ tình cảm chú cháu mà là tình phụ tử. Liên cảm động, hai mắt cô hoe đỏ rưng rưng những giọt lệ hạnh phúc.

Cô bước đến bên Tân, ngồi xuống ôm bé Hoài vào lòng:

- Nào, bé Hoài của mẹ ngoan. Thôi, khuya rồi vào ngủ đi con.

Bé Hoài câu cổ Liên, hôn lên trán cô, ngoan ngoãn chào Tân rồi đi vào buồng. Liên đứng dậy, vai cô khẽ chạm vai Tân, Liên nói:

- Hoa ngâu nở thơm quá kìa, mình ra vườn đi anh.

Tân cầm lấy bàn tay Liên, hai người sánh bước bên nhau. Sương đêm lành lạnh, Liên nép vào người Tân:

- Thoáng đó mà mau quá phải hôn anh? Bé Hoài Tết này tròn mười tuổi rồi.

Tân im lặng, anh choàng tay qua vai Liên. Bầu trời đêm không trăng, nhưng những vì sao trên cao sáng lấp lánh. Ngoài sân vườn trắng xóa những đóa hoa ngâu tỏa hương thơm dịu dàng, Liên áp má vào ngực Tân, hai mi mắt cô khẽ khép, Tân luồn những ngón tay, mân mê từng sợi tóc Liên, giọng anh trầm ấm, ngọt ngào:

- Anh tin chắc ngày mai trời nắng ấm, anh sẽ trở về hứng lấy những giọt nắng đong đầy hai bàn tay này để sưởi ấm tay em. Bé Hoài sẽ như bao đứa trẻ khác, được cha đưa rước mỗi ngày đến trường.

Huỳnh Duy Lộc

KHA TIỆM LY
MÁI TÓC NGÀY XƯA

Ngày nay, phụ nữ đã được giải phóng khỏi bốn bức tường phong kiến nên sự hiện diện của nữ giới ngoài xã hội ngày càng nhiều. Ra đường, người phụ nữ luôn tiếp xúc, chinh phục tình cảm của mọi người thì việc chỉnh tề, lịch sự được quan tâm hàng đầu, trong đó TÓC có thể nói đã đóng góp đáng kể vào vai trò nầy. "Cái răng cái tóc là gốc con người". Quả vậy, với mái tóc phù hợp, được chăm sóc kỹ càng, vẻ đẹp của người phụ nữ được tăng lên gấp bội. Chính vì thế mà các tiệm uốn tóc, viện tóc, thời trang tóc, viện thiết kế mẫu tóc... mọc lên khắp nơi. Tại các cửa hàng mỹ phẩm, các sản phẩm làm đẹp mái tóc luôn chiếm ưu thế!

Chưa bao giờ các kiểu tóc lại phong phú, đa dạng, cầu kỳ, phức tạp như hiện nay: Có những kiểu rất đẹp như cả một tác phẩm nghệ thuật, lại có những kiểu xù xì tổ quạ hay kiểu cá tính nổi loạn....

Ngay cả sợi tóc cũng luôn bị biến dạng theo thời trang. Ban đầu là "uốn quăn như lông chó xù", rồi lại duỗi thẳng. Sợi tóc bị "tra tấn" liên miên từ duỗi rồi uốn, uốn rồi duỗi; từ đen đến nhuộm với nhiều màu sắc khác nhau tùy theo màu tóc của thần tượng mỗi người: Hạt dẻ, bạch kim, hay long lanh "bảy sắc cầu vồng"!

Nam giới cũng không chịu thua với những kiểu tóc mát mẻ như Âu Dương Chấn Hoa, hay để phủ vai "cho giống nghệ sĩ", mà nếu nhìn từ sau thì khó phân biệt được giới tính. Có những kiểu lạ đời, chắc cũng bắt chước từ các sao chiếu bóng hay sao bóng đá, mà người ngoài cuộc chỉ biết nhìn hình dáng mà *đặt đại* cho cái tên, như đánh rối, bờm ngựa…; có kiểu cũng không biết phải gọi ra sao vì nó chẳng giống con giáp nào, như xung quanh hớt trọc, chỉ chừa một dải từ trán đến trợt đỉnh đầu một chút, giống như của mấy chàng mọi da đỏ năm xưa; hay hớt trọc hết, chỉ chừa lại một mảng sau ót lòng thòng! Dị hợm hơn là hai bên tai và phía sau được "đẩy" thẳng lên, rồi phần nầy lại được tông đơ chấn sát để tạo thành chữ hay những hoa văn tùy theo yêu cầu của… "đầu chủ"!

Thấy những kiểu tóc liên tục thay đổi của ngày nay, nhiều người cứ tưởng là người xưa không biết chăm sóc cũng như làm đẹp cho mái tóccủa mình! Thật ra thời nào cũng có thời trang của thời nấy. Các bạn chớ nên quên rằng câu thành ngữ "cái răng cái tóc......" đã có nguồn gốc từ thời… *cố hĩ!* Hãy xem lúc đó, các ông bà chúng ta chăm sóc mái tóc thế nào?

Bài này chỉ nói về mái tóc của người nông thôn Nam bộ thuở xưa.

Trước tiên, xin nói phớt qua về mái tóc của nam giới.

Ở nam giới, dường như có một mô-đen chung tùy theo lứa tuổi. Còn nhỏ thì "ba vá miểng vùa" để cho khỏi bị "ông bà quở",hay "hớt trọc cho mát". Lớn hơn chút nữa thì "hớt cua cho gọn". Khi đến tuổi trưởng thành thì "đờ mi cua", "hớt cao", "hớt thấp". Đôi khi cũng thấy vài người *chơi* "đờ mi Phật" (hớt trọc), nhưng chẳng phải họ muốn chơi trội mà chỉ vì một lời hứa nào đó với đấng thiêng liêng mà thôi!

Nói thêm về việc trẻ em để ba vá. Thực ra cái "mốt" ba vá nầy là "bản quyền" của các chú tiểu trong chùa. Các em được cha mẹ gởi vào chùa tu; lý ra phải cạo trọc cho đúng điệu nghệ kẻ xuất gia, thế nhưng các sư phụ bảo rằng mấy chú còn nhỏ, tham sân si còn nặng, không thể nhứt thời dứt bỏ, cho nên quý sư phụ cho chừa lại ba vá tượng trưng cho tham sân si, để mấy chú ngày ngày trông thấy mà từ từ dứt bỏ; khi lớn lên một chút, khoảng 14, 15 tuổi thì sư phụ cho chừa chỉ một vá phía trước, ý rằng "tham sân si" đã bỏ được hai phần rồi! Lý thuyết thì vậy, chớ thực tế thì có khác! Hỏi, các sư phụ đã cạo trọc mấy mươi năm, thì có chắc gì dẹp hết tham sân si chưa?

Dù hớt cao hay hớt thấp, tóc cũng chỉ thường được chải "năm

năm", tức đường ngôi nằm giữa chia đều tóc hai bên, hoặc "bảy ba", tức đường ngôi chia tóc bên bảy, bên ba. "Sang" hơn một chút là chải "tăng gô". Cách chải cũng đơn giản thôi: Phía "bên bảy", chải thẳng từ trước ra sau, rồi dùng lược chắn ngang từ đường ngôi qua mép tai, sao cho phía trước phùng lên một "cục" càng lớn càng tốt, vì vậy còn được gọi là "tăng gô phùng".

Chải "lưỡi mèo" đơn giản hơn: Không dùng lược chắn ngang cho phùng lên mà lại lấy tay vừa đè xuống, vừa đẩy tóc ra phía trước cho giống... lưỡi mèo (?)

Khi lên chức "ông" thì chải quật lên từ trước ra sau - không đường ngôi - "cho có vẻ ông già". Quý cụ già hơn, "bới củ tỏi" cũng không hiếm.

Muốn tóc giữ được nguyên nếp suốt ngày, các anh xoa "bờ ri ăn tin" (brillantine) vào tóc trước khi chải. "Bờ ri ăn tin" có hai loại xanh và đỏ được đựng trong một hộp hình trụ với đáy hình chữ nhựt nên có thể bỏ gọn vào túi áo; "Bờ ri ăn tin" loại màu xanh hiệu ba số năm (555), còn màu đỏ được in hình một thành phố nào đó. Cả hai là loại mỹ phẩm phổ thông chiếm lĩnh thị trường lúc bấy giờ.

Dùng "bờ ri ăn tin" chẳng những tóc sẽ giữ được nguyên nếp ban đầu mà còn làm cho tóc bóng mượt đến nỗi "con ruồi đậu cũng té". Ruồi sợ té nên không dám bám vào (?), nhưng bụi cát miền quê thi tha hồ, làm cho mái tóc thành màu xám xịt!

Câu: "Cái răng cái tóc là gốc con người" có lẽ dành cho phái yếu nhiều hơn, khẳng định một lời khuyên về việc giữ gìn răng, tóc. Thực vậy, một phụ nữ dù có gương mặt đẹp đẽ và thân hình cân đối cỡ nào mà trên đầu chỉ có vài cọng tóc le hoe, cộng thêm "hàng tiền vệ" trống trơn, hay lởm chởm đưa ra như cái bàn nạo, thì đúng là "ma chê quỷ hờn" thực sự.

Ngày xưa chưa có dầu gội với nhiều mùi hương phong phú như ngày nay. Muốn tóc được sạch sẽ, quý chị thường lược tro để gội đầu: Bỏ tro bếp vào một cái gàu múc nước được thắt *(không dùng "đan")* bằng lá dừa nước không già mà cũng không non lắm (còn màu vàng) đã đến thời kì phế thải; Bên trên đổ nước, phía dưới được hứng bằng cái vịm sành -kiểu như lược cà phê bằng phin vậy; hoặc dùng trái bồ kết nấu sôi vài dạo. Gội đầu bằng nước tro hay nước bồ kết thì không có bọt bằng xà bông, nhưng về độ sạch thì không kém mấy. Gội xong, các chị xả lại bằng nước bông bưởi. Mái tóc bây giờ có hương thơm dìu dịu, "hương gây mùi nhớ" cho những anh trai đa tình trộm nhớ thầm thương!

Lâu lâu "xài sang" một bữa, các chị gội bằng xà bông Cô Ba của nhà sản xuất Trương Văn Bền thì coi như chẳng có gì bằng!

Nếu bây giờ tóc phải nhuộm màu mới gọi là đẹp, là sang, là hợp thời trang; thì xưa kia phải đen mướt, phải óng ả mượt mà mới đạt tiêu chuẩn… quốc gia! Muốn vậy, các chị phải vuốt tóc bằng dầu dừa mới thắng. Mùi đặc trưng của dầu dừa mới cũng là hương liệu độc đáo, đâm ghiền cho người chung chiếu chung chăn, và đảm bảo không "đụng hàng" với bất kì loại mỹ phẩm nào, kể cả ngày nay!

Mô-đen tóc cũng không đa dạng như giờ, và cũng như phái nam, phái nữ dường như cũng có tính thống nhất cho từng lứa tuổi: Khi còn nhỏ thì cắt bum bê với hai cái *kẹp xỉa* hai bên tai, đến khi trổ mã thì tóc đã được nuôi dài đến thắt lưng và được kẹp với cái *kẹp ba lá* bằng i-nốc từng chiếm lĩnh thị trường toàn quốc thời bấy giờ. Nếu kẹp cao trên ót, tóc sẽ nhổng lên như cái đuôi ngựa, gọi là "tóc đuôi ngựa"; Nếu kẹp trên lưng thì làm sao cho phần tóc phía trên kẹp phình ra, gọi là "kẹp lơi". Chỉ có các cô đào hát hay "con nhà giàu" mới "kẹp lơi"; con nhà nông không dám kẹp kiểu nầy, nếu không muốn bị mắng là … "nhổng nhảnh"! Tóc thề, tức tóc không kẹp mà xõa ngang lưng là đặc quyền của dân thành thị.

Khi có chồng, dù tuổi mới mười sáu, mười bảy, các chị cũng không kẹp tóc nữa vì đã "qua thời con gái", mà phải "bới lên cho đàng hoàng". *Đầu tóc (miền Nam không dùng "búi tóc")* càng to càng được khen đẹp. Khi qua… bảy tám lần sinh nở, tóc bị rụng nhiều, các chị phải dùng *đầu tóc mượn* cho *đầu tóc* đừng nhỏ quá, khó coi.

Đầu tóc mượn chỉ hỗ trợ cho *đầu tóc* được lớn hơn nhưng nó không thể làm cho *đầu tóc* chắc chắn hơn, ngược lại nó dễ sút xổ hơn, nhất là lúc có chuyện phải đi nhanh hoặc khi… đánh ghen! Cụm từ "sứt đầu tóc mượn" là chỉ hậu quả của việc làm hấp tấp thái quá.

Cũng nên nói thêm, muốn *đầu tóc* khó bị bung và cho coi

"sang" hơn, quý bà thường bao *đầu tóc* bằng một *bao lưới tóc*. Và nếu không dùng *đầu tóc mượn* để cho *đầu tóc* được lớn hơn, thì người ta dùng *"bánh tiêu"* được bán sẵn để úp lên *đầu tóc* nào chưa đạt tiêu chuẩn thẩm mỹ, kiểu như xài tóc giả bây giờ vậy! Tuy nhiên, *bao lưới tóc* và *"bánh tiêu"* cũng chỉ được mấy bà hương cả, hương quản, hoặc mấy bà điền chủ xài mà thôi. Với con nhà nông rặt nòi chẳng ai dám *rớ* tới, bởi ngại tiếng đời "nghèo mà bày đặt làm sang"! Ôi! Làm đẹp cũng phải chọn giai cấp! Bất công thay!

Với các cụ bà, tóc đã bạc trắng và chỉ còn lưa thưa nhưng cũng phải bới lên dù *đầu tóc* bây giờ chỉ bằng củ tỏi! Các cụ cũng không dùng *đầu tóc mượn*, thứ nhứt là không có *đầu tóc mượn* nào tiệp với màu tóc của quý cụ bà; thứ hai, cũng để tránh tiếng mỉa mai "già rồi mà còn "sửa sạn" *(soạn/ làm dáng)*! Mới hay, ở nông thôn xưa kia, người ta không phải chỉ sống vì mình và rất ngại lời nói thị phi! Tuyệt đối quý cụ không ai dám cắt ngắn, bởi: "Thân thể phát phu thọ chi phụ mẫu…", hơn nữa, cắt tóc ngắn "coi không giống bà già"!

Từ khi có chồng, trên đầu tóc của các chị luôn giắt cây móc tai. Hỏi, thì được trả lời là cho đầu tóc không bị xổ, và để… xỉa răng! Khi lớn lên, mới biết đó còn là vật cứu nguy cho ông chồng bị chứng "lên ngựa" khi đang chăn gối! Không ít bà "xài kĩ", cây móc tai được mẹ tặng từ thời con gái mà vẫn tồn tại cho đến lúc bạc đầu; lúc đó nó chỉ còn có nhiệm vụ duy nhất là ghim vào "củ tỏi" để không bị xổ, chứ răng còn đâu để xỉa, và "có gì đâu" nữa mà để cứu nguy! Sau bảy mươi năm, cây móc tai bây giờ "lên nước" bóng lộn, nhưng ngắn hơn thuở đầu đến… ba phân bởi độ hao mòn vì mỗi ngày phải ghim vào, rút ra hàng chục lần! Và tất nhiên quý cụ quý hơn ngà ngọc!

Ngày nay nhiều loại dầu gội cao cấp chen kín thị trường đã làm cho việc chăm sóc, dưỡng nuôi tóc của phái nữ được tiện lợi hơn, thơm tho hơn. Nhưng với quý cụ ông, thỉnh thoảng vẫn nhớ lại mùi tóc dầu dừa của người vợ tào khang; nhớ mái tóc dài mượt mà với cây *kẹp ba lá* năm nào của người thương thời trai trẻ…

Kha Tiệm Ly

DŨNG TRẦN

GÁNH HÀNG RONG

Một ngày cuối tuần. Chân trời phía Tây chưa kịp đổ ráng chiều đã sầm sập tối. Dọc theo quốc lộ 91, ánh đèn vàng hiu hắt trải dài, soi đường cho một người phụ nữ gánh gánh hàng rong lội bộ về hướng Cần Thơ. Gió tháng chạp thổi mạnh từng cơn khiến gánh hàng chòng chành, suýt bị lùa xuống con kinh. Trở vai giữ lấy thăng bằng, người phụ nữ lại tiếp tục gánh đôi bầu tre lầm lũi đi trong chiều ngược gió, chẳng ai biết chị ta đã lội bộ được bao nhiêu cây số và đi đâu, về đâu.

Trời lại chuyển mưa.

Bỗng một chiếc bán tải mở đèn xi-nhan trờ tới, gã tài xế thò đầu ra cửa xe, cất giọng gấp gáp:

- Lên xe, tui cho quá giang, mưa đến rồi kìa!

Chị bán hàng rong xua tay:

- Cảm ơn!

Vội quẩy gánh hàng đánh vòng qua chiếc ô tô, chị ta đi như chạy. Mưa bắt đầu nặng hạt. Thoáng chốc, bóng chị bán hàng rong mờ dần rồi mất hút. Chiếc bán tải lao đi một đoạn rồi bỗng nhiên tấp hẳn vô lề. Đợi chị bán hàng rong đến gần, gã tài xế gằn giọng:

- Làm gì cảnh giác dữ vậy bà chị! Biết chị đang ở trọ nhà Tư Soạn, sẵn tiện chung đường tui cho quá giang. Chị lội bộ biết chừng nào mới tới. Mưa gió ướt gánh hàng đã đành lại còn mang bệnh vào thân thì khổ.

Hết cách từ chối, chị bán hàng rong ra hiệu nhờ gã tài xế xếp đôi bầu tre lên thùng xe, rồi nhanh nhẹn ngồi vào bên ghế phụ. Cả hai người đều ướt sũng. Khi đã yên vị đâu đó, gã tài xế nhấn chân ga, chiếc bán tải lại lao vút đi trong mưa.

*

Qua lời chỉ đường của Tư Soạn, Thu tìm đến nhà Bảy Phúc, gã tài xế hôm nọ ở trong khu dân cư Cái Sơn - Hàng Bàng. Gặp chiếc xe bán tải đang đậu phía trước, Thu xác định được ngay nhà của anh ta. Cửa đóng. Tìm không thấy chuông cửa, Thu cất tiếng gọi, chất giọng miền Trung của cô vang lanh lảnh. Vừa lúc đó, Bảy Phúc, cũng vừa chạy chiếc SH về. Thu thoáng giật mình, xen lẫn một chút bối rối khi gặp người đàn ông hào hoa lịch lãm đang đứng trước mặt, nhất là anh ta đang nhìn cô bằng ánh mắt đầy thiện cảm. Sau vài câu chào hỏi xã giao, Bảy Phúc mời khách vào nhà. Trong khi chủ nhà đang pha trà, Thu để ý gian phòng khách không được ngăn nắp, bụi phủ một lớp trên đồ đạc, thi thoảng xộc lên mùi ẩm mốc, cô có cảm giác dường như căn nhà này thiếu vắng bàn tay phụ nữ. Trên vách đối diện với cửa chính ra vào treo nhiều bằng khen, giấy khen mang tên Tô Văn Phúc. Thì ra, Bảy Phúc là cán bộ Trung tâm quĩ đất thành phố…

Như sực nhớ ra, Thu bước đến gánh hàng rong của mình, mở nắp bầu tre lấy ra một bọc quà đã chuẩn bị sẵn, trịnh trọng đặt trên bàn tiếp khách.

- Gì vậy? - Bảy Phúc tròn mắt hỏi.

- Dạ, em gởi biếu anh Bảy ít bánh mứt miền Trung và chai rượu Bàu Đá - Thu ngập ngừng. Nhân tiện, em xin lỗi vì quên cảm ơn hôm trước anh Bảy cho đi nhờ xe.

Nhấp xong ngụm trà nóng, Bảy Phúc ngả người ra ghế sa lông cười ha hả:

- Ép buộc người ta đi quá giang, tui không bị nếm mùi võ nghệ Bình Định là may phước lắm rồi. Lẽ ra, tui cảm ơn người đẹp đây mới phải!

- Cái anh này! - Thu lườm mắt.

Không ngờ câu nói bông đùa của Bảy Phúc đã xóa đi khoảng cách giữ kẽ giữa hai người, họ chuyện trò rôm rả. Thu tâm sự, quê cô ở vùng giáp ranh với miền núi, quanh năm chỉ biết làm nông "bán mặt cho đất, bán lưng cho trời" kiếm cái sinh nhai. Đã vậy, nạn hạn hán, bão lụt triền miên. Do cuộc sống khó khăn nên Thu phải thôi học, đi làm công nhân kiếm đồng lương phụ giúp cha mẹ. Năm mười tám tuổi, Thu lấy chồng là chủ của một cơ sở đồ mộc có tiếng trong vùng. Nhờ chí thú làm ăn, vợ chồng Thu chẳng mấy chốc trở nên khá giả, họ sống rất hạnh phúc và có với nhau hai đứa con gái. Đang yên lành bỗng tai họa ập đến, chồng Thu uống rượu say xỉn chạy xe không làm chủ tốc độ tự gây tai nạn, hậu quả anh ta bị chấn thương sọ não. Mặc dù chồng Thu giữ lại được mạng sống nhưng đầu óc anh ta lơ ngơ như một đứa trẻ. Gia đình Thu phút chốc lâm vào cảnh túng quẫn, một mình cô cáng đáng nuôi hai đứa con ăn học và người chồng tật nguyền. Tuy quen khổ cực từ nhỏ nhưng sức chịu đựng của cô lại có hạn, không ít lần Thu đâm nghĩ quẫn, vì hai đứa con gái mà cô gượng dậy đương đầu với số phận. Gởi tạm chồng con cho hai bên cha mẹ chăm sóc, Thu khăn gói vào Sài Gòn tìm việc làm. Qua giới thiệu của người quen, Thu đã thử nhiều việc từ phụ bán quán ăn, bán vé số cho đến giúp việc nhà… Tiền lương tạm ổn nhưng chi phí sinh hoạt lại đắt đỏ, dè sẻn lắm cũng chỉ đủ tiền thuốc thang cho chồng. Biết được hoàn cảnh của Thu, một người chị cùng quê thương tình cho cô vay tiền sắm gánh hàng rong đi bán dạo, chủ yếu là các mặt hàng khô có thương hiệu đặc sản miền Trung. Nhờ có duyên mua bán nên Thu mua may bán đắt, chưa đầy một tháng cô đã trả hết nợ, còn lời vài triệu đồng gởi về quê. Hơn mười năm trời, từ một gánh hàng rong, Thu thu vun vén lo cho gia đình đâu đó đàng hoàng, hai đứa con gái cũng đã vào học Đại học…

- Anh nhà hiện có khỏe không Thu? - Bảy Phúc chợt đổi cách xưng hô.

- Vẫn vậy anh à - Thu chép miệng.

- Ở Sài Gòn làm ăn ngó bộ được lắm, sao Thu lại về miền Tây?

Nghe Bảy Phúc thắc mắc, Thu không trả lời mà mỉm cười đầy ý nhị, rồi đánh trống lảng qua chuyện khác:

- Anh được mấy cháu? Chị nhà hiện làm gì?

Bảy Phúc bảo gia đình anh ta rất ổn, có hai người con đã lập gia đình và ra ở riêng. Mọi người đều khỏe. Nhận ra Bảy Phúc không muốn kể nhiều hơn về gia đình anh ta, Thu có cảm giác như bị hụt hẫng nên uống hết tách trà, cô liền xin phép cáo từ. Giữ khách không được, Bảy Phúc xuýt xoa:

- Hoàn cảnh gia đình Thu vẫn còn khó khăn, cô ghé nhà là tui vui rồi, quà cáp làm gì không biết! Hay là Thu cho tui mua đứt gánh hàng này được không? Giá bao nhiêu cũng mua. Mua hết.

- Anh Bảy mua nhiều vậy để làm gì? - Thu hỏi

- Ủng hộ vậy mà!

- Dạ, em chỉ bán cho khách mua để dùng. Còn mua vì lòng thương hại thì em không bán đâu ạ!

Dứt lời, Thu quẩy gánh hàng rong lên vai, bước thoăn thoắt rẽ sang một con hẻm. Tiếng rao hàng lanh lảnh cất lên: "Ai… bánh in, bánh cốm, bánh đậu xanh, kẹo mè xửng, rượu Bàu Đá, đặc sản miền Trung… đây!".

Bảy Phúc đứng chôn chân cạnh chiếc xe bán tải, anh ta cố dõi theo tiếng rao lanh lảnh của người bán hàng rong mỗi lúc một xa dần.

*

Sài Gòn vào một hôm chập choạng tối. Đang cùng chị bạn gánh hàng đi bán dạo ở công viên Phú Lâm, Thu nghe có tiếng phụ nữ la lên thất thanh "cướp, cướp!" liền quay ngoắc lại… Tên cướp chạy xe máy chở theo đồng bọn ngồi sau ép xe của một cô gái vào lề giật túi xách. Đôi bên giằng co. Nổi máu côn đồ, tên cướp ngồi sau đạp mạnh làm cô gái lẫn xe máy lăn kềnh, trong khi tên cầm lái tăng ga kéo lê cô gái trên mặt đường. Không chút do dự, Thu cùng chị bạn rút cây đòn gánh phóng nhanh ra đường chặn bọn cướp lại. Thấy hai người phụ nữ cản mũi, tên cầm lái hung hăng rú ga cho xe lao thẳng vào họ… Bỗng hai tiếng "bốp, bốp" vang lên khô khốc, chiếc xe bọn cướp loạng choạng chực ngã. Bị đánh bất ngờ, bọn cướp quẳng xe rút dao chém loạn xạ, nhưng những "đường roi có nghề" của hai chị bán hàng rong cứ nhằm thẳng vào hung khí của bọn cướp vụt tới tấp khiến một tên gục xuống đường, tên còn lại co giò tháo chạy. Được sự hỗ trợ kịp thời của đội tuần tra và người đi đường, bọn cướp bị tóm cổ. Người ta xúm lại coi rất đông, trong đó có cả đồng bọn bọn cướp làm nhiệm vụ cản địa. Giả vờ khen hành động ra tay nghĩa hiệp của hai chị bán hàng rong, bọn chúng lấy điện thoại ghi hình hai chị để chờ dịp trả thù. Quả nhiên sau đó, Thu và chị bạn bị nhóm giang hồ săn lùng khắp hang cùng ngõ hẻm, làm liên lụy đến một số anh chị em bán hàng rong tha phương cầu thực.

Không khí trong bàn tiệc cuối năm chợt lắng xuống. Thấy mọi người ai nấy đều trầm ngâm, một chị lớn tuổi quê Cà Mau giục mọi người cạn ly rượu Bàu Đá. Nhăn mặt "khè" một hơi, chị ta vỗ đùi cái bốp, nói:

- Bà mẹ... rượu nó chạy tới đâu, biết tới đó. Đã thiệt chớ!

Nhiều tiếng lao xao rộ lên.

- Băng cướp này lộng hành quá! Sao công an không còng đầu hết chúng đi cho dân nhờ?

- Mấy bà tưởng công an có ba đầu sáu tay chắc! Chừng nào chấm dứt tệ nạn xã hội thì may ra...

- Vậy thì ai còn dám tuyên chiến với cái ác nữa?

- Chắc chắn vì sợ bị trả thù nên con Thu mới trôi dạt về miền Tây mần ăn. Ơn trời, người tốt đi đâu cũng được gặp may, nó vớ được mối hàng lớn bán đâu hết đấy, cứ cái đà này phất lên mấy hồi. Nay mai lên làm bà chủ, nhớ ưu ái tụi này nghe mậy?

Chị lớn tuổi vội cắt ngang:

- Mấy người không biết gì hết để tui nói nghe, không phải con Thu sợ trả thù mà chính tui rủ nó về miền Tây mần ăn. Ở đây, tuy việc "mua thúng bán bưng" không bằng Sài Gòn nhưng được cái không khí mát mẻ, yên lành rất hợp với mẫu người "đẹp nết, đẹp người" như con Thu!

Thu mỉm cười bẽn lẽn, khuôn mặt trái xoan đỏ ửng. Cả bàn tiệc lại được dịp cụng ly hò dô vui vẻ.

- Thôi, gần tới giờ lên xe dìa quê ăn Tết rồi, ngưng nhậu đi mấy mẹ. Phụ nữ mà say sưa thì còn ra thể thống gì! - Một chị đứng lên cắt ngang bữa tiệc

- Say thì lên xe giường nằm ngủ một giấc, sáng mai mở mắt ra là "gặp ải, gặp ai" đón liền - Chị sồn sồn ngâm nga - "Yêu cho biết sao đêm dài, cho quen với nồng cay"...

- Uống cho cố vào rồi lên xe thế nào cũng giành lái với bác tài!

- Hi, hi, hi...

Thu có việc riêng phải đi trước, cô hẹn mọi người gặp nhau ở bến xe liên tỉnh. Khoác túi xách căng phồng lội bộ ra đầu hẻm, Thu gọi xe ôm chạy về khu dân cư Cái Sơn - Hàng Bàng. Thật ra, Thu đến nhà Bảy Phúc gởi biếu quà Tết. Hơn một năm qua, Bảy Phúc tình nguyện làm cầu nối cho Thu bỏ hàng ở khắp các quận nội ngoại thành với số lượng không nhỏ, nhờ đó mà công việc làm ăn của cô luôn gặp thuận lợi. Bảy Phúc có bàn với Thu chuyện hợp tác làm ăn, nghe qua thì hấp dẫn nhưng cô vẫn còn do dự chưa trả lời dứt khoát. Linh cảm mách bảo Thu không nên hùn hạp buôn bán, nhất là với một người đàn ông từng trải, có chức quyền và độc thân như Bảy Phúc. Điều gì sẽ xảy ra với một phụ nữ trẻ sống xa nhà và người đàn ông đã thôi vợ? Lửa gần rơm ư? Khát khao yêu đương và dục vọng ư? Hay là buông xuôi cho sự cám dỗ? Ai bảo con người ta không có những phút xao lòng? Giấu bên trong lớp vỏ bọc cứng rắn, đôi khi quê mùa cục mịch kia, là sự rung động thầm kín. Mỗi lần soi gương, Thu ý thức được mình vẫn còn thanh xuân, dù sắp bước vào ngưỡng tuổi bốn mươi… Bất giác, hình ảnh hai đứa con gái và người chồng bệnh tật hiện ra kéo Thu quay về với thực tại.

Chiếc bán tải của Bảy Phúc vừa đi đâu về, máy còn nóng hổi. Dặn anh xe ôm đợi phía trước, Thu bước đến gõ cửa nhưng không thấy ai lên tiếng. Cửa khép hờ. Nóng ruột, Thu đẩy cửa đi thẳng ra nhà sau. Không có ai. Nhớ lại có lần Bảy Phúc vui miệng kể, anh ta có một nhà kho ở phía sau vườn, Thu liền bước ra đó. Quả nhiên, phía sau có một nhà kho, đồ đạc chất lên tới nóc. Nhìn qua khung lưới B.40, Thu giật bắn người vì trong kho chứa toàn hàng bánh kẹo của cô được đóng thành kiện, tất cả đều bị mốc meo, bao bì rách mướp đến thảm hại. Thu đứng chết lặng nhìn thần tượng của mình từ từ sụp đổ.

Thấy có người, lũ chuột túa ra chạy rần rần, con nào con nấy biết nói.

Thu sợ hãi rú lên, quay đầu chạy thẳng một mạch. Ra đến chỗ chiếc bán tải, Thu gặp người em họ của Bảy Phúc và cũng là "mối hàng lớn" của cô, anh ta run rẩy tiết lộ Bảy Phúc mới bị bắt vì liên quan đến đường dây tham nhũng đất đai!

Dũng Trần

LÊ YÊN

MỆNH GIÁ

Ráng chiều nhuộm tím chân trời. Không khí đã dịu đi, gió thong dong thật dễ chịu. Cô đặt con ngồi lên chiếc xích đu dưới gốc cây mận đong đưa nhè nhẹ. Đứa bé cười vui với đôi mắt sáng bình yên bên cạnh mẹ. Cách đó không xa, trước hiên nhà, chú út đang lật ngửa chiếc nón đếm những đồng tiền kiếm được sau một ngày vất vả. Thỉnh thoảng lại phá lên cười… Cô nghĩ trong thế giới của chú niềm vui và nỗi buồn có giống thế giới cô không?

Chú út là em chồng. Gia đình chỉ có ba anh em, chồng cô là anh hai, đến cô em gái và chú Út. Cô về làm dâu nhà chồng không bao lâu thì bố mất vì bệnh nan y, còn mẹ và hai em. Thời gian sau cô Ba lấy chồng trên phố. Nhà chỉ còn chú Út, mẹ và vợ chồng cô. Nghe mẹ kể lại. Hồi nhỏ chú rất khỏe mạnh. Vì một tai nạn xe hơi, chú đã thoát chết nhưng từ đó trở nên ngờ nghệch hơn so với trẻ cùng tuổi. Chú không còn đi học, cũng may vẫn còn biết đọc và viết chữ. Cái tật cà lăm cũng từ lúc xảy ra tai nạn đó! Chú trở nên ít nói, được cái hay cười. Mọi người trong xóm ai cũng thương cái nết hiền lành của chú. Chú học được nghề hớt tóc của bố. Chỗ là một quán nhỏ trước nhà hớt cho người già và trẻ nhỏ trong xóm. Là chị dâu nhưng tuổi của cô cũng chỉ ngang tuổi chú út.

Có tiếng xe về đầu ngõ, chú Út lật đật chạy ra mở cổng rào. Tiếng mẹ chồng cô nghe lanh lảnh:

- Làm gì mà mở điện từ trong ra ngoài, mấy người không trả tiền nên không biết xót!

Ngày nào cũng qua chập choạng tối, chồng cô chở mẹ về đến nhà. Mẹ có một gian hàng bán tạp hóa ở chợ. Chỉ là trá hình. Công việc chính của mẹ là cho vay nặng lãi và chơi huê hụi với các tiểu thương trong chợ. Chồng chạy việc cho mẹ. Mẹ bảo cô: "Con cô còn nhỏ, ở nhà vừa chăm con vừa lo việc nhà".

Tối về cô phải làm sổ cho mẹ, Mẹ cẩn thận không để chồng vừa đi thu tiền vừa làm sổ…

Những con số làm con nợ biến dạng… Họ từ con người cơ khổ xuống bần cùng méo mó. Có người phải bán cả nhà tổ để trang trải nợ nần. Những đồng tiền vấy máu, những con số như bạch tuột nhiều chân quấn lấy con nợ xiết chặt. Tay cô run lên từ con số của mẹ. Những tờ giấy vô tri vô giác với nhiều mệnh giá khác nhau được lòng tham nuôi sống. Chúng như con ma rỗng linh hồn không đáy. Con người khiến nó nên tội.

Gia đình chị Tư xóm trên. Chồng cờ bạc nợ nần… Chị với gian hàng làm ăn nhỏ nuôi con đi học, vừa trả nợ cho chồng. Chiều nào chị vừa dọn hàng ra, mẹ cho người đến chờ, chị bán được đồng nào là lấy trước. Chị kể có khi bán đến hết hàng, trong túi chị chỉ còn được ít tiền để mua đồ ăn cho con. Cuối cùng không chịu nổi, chị đã cho con nghỉ học bỏ xứ đi.

Cô rùng mình khi nhìn những đồng tiền của mẹ. Đêm ngủ cô mơ thấy nó bò lổm ngổm khắp nhà, chúng rống lên cười ma quái đuổi theo cô. Giật mình cô thét lên bật ngồi dậy, mồ hôi vã ra ướt đẫm. Dù với mệnh giá bao nhiêu chúng cũng chỉ là những tờ giấy. Nó chỉ có giá trị khi con người cho phép. Tại sao ta để nó biến thành những ông chủ tối tăm… Tiền chỉ là những tờ giấy… là tờ giấy mà thôi! Cô quay qua ôm lấy con mình. Cô sợ hơi hám đồng tiền bám vào thiên thần nhỏ của cô.

Nhìn chồng nằm bên cạnh, cô cảm giác như ai đó xa lạ… Xa lạ như trước khi cô bước lên kiệu hoa về nhà chồng. Cái tâm của anh ở đâu không còn nhìn thấy. Cô chỉ thấy một công cụ lòng tham và đồng tiền. Một lối sống bản năng thui chột… Cuộc hôn nhân của cô là do mai mối. Người ta muốn tìm một cô dâu gia giáo có học, bù vào cái người ta không có. Vì muốn lấy chồng gần nhà để thăm nom ba mẹ nên cô đồng ý. Càng ngày cô cảm giác mình đang lạc vào nơi không thuộc về mình.

Thỉnh thoảng mẹ đưa tiền cho cô như là trả lương việc làm sổ mỗi ngày. Cô trả lời mẹ: "Dạ mẹ. Con chưa cần dùng. Khi nào có việc gì con xin mẹ. Mẹ liếc một cái rõ dài: "Tiền mà chê. Nghèo bày đặt thanh cao."

Chiều nay. Như mọi ngày, sau khi xong công việc nhà cơm nước chuẩn bị sẵn. Cô lại đong đưa con trên chiếc xích đu quen thuộc. Chú Út về tới, lại gần mẹ con cô, trên tay cầm một bó hoa dại, lắp bắp nói:

- Tặng… tặng… chị hai nè.

Mỗi bông một màu, thật đẹp.

- Chú hái ở đâu vậy?

- Ở… ở… bên kia… đường.

- Đẹp lắm! Cám ơn chú Út.

Cô thấy chiều đẹp hơn với bó hoa dại.

Chú Út cũng cười thật vui… Có lẽ niềm vui lan tỏa giữa hai con người lạc trong một nơi được gọi là gia đình.

Chú Út lật ngửa cái nón đội đầu. Móc hết túi quần, túi áo. Những đồng tiền kiếm được chú chưa kịp xếp ngay ngắn. Cô nhìn chú Út vuốt từng tờ giấy bạc với nhiều mệnh giá một cách trân trọng. Cô nghĩ thầm: "Những tờ giấy bạc này chắc hạnh phúc lắm. Vì nó được kiếm bằng công sức lao động của chú Út. Sạch sẽ, nhẹ nhàng. Chúng ngoan hiền nằm trong chiếc hộp đựng tiền, khe khẽ hát và lim dim ngủ. "Đồng tiền luân chuyển từ tay người nay qua người khác. Và dưới mỗi chủ nhân nó lại có một khuôn mặt khác…". Cô lại suy nghĩ: "Mệnh giá đồng tiền có mua được giá trị con người không? Có đấy! Nó mua được nhiều thứ trên đời. Nó mua được giá trị ảo như một chiếc áo khoác lên người. Khi lột trần sự giả dối ấy, đối diện bản ngã chính mình. Giá trị thật lộ nguyên hình.".

Đồng tiền có hai mặt. Hãy nghĩ đến sự tốt đẹp của nó. Có tiền để lo cho cha, mẹ, xây dựng gia đình, nuôi dạy con cái theo ý mình. Làm từ thiện, san sẻ cho những nơi nghèo khó v.v… Ngược lại. Có tiền trở nên thay lòng đổi dạ, ăn chơi, sa đọa. Có tiền lại muốn được nhiều hơn nữa nên làm ăn phi pháp, bất nghĩa, vô lương v.v… Khi ta đến thế gian với hai bàn tay trắng và khi ta đi cũng thế. Tiền là cái ta kiếm được trong thế giới tạm bợ này. Được mất trong chớp mắt. Nó không có cảm xúc, không biết đau nỗi đau của con người. Tên tội phạm chính là lòng tham núp ở trong tâm và những ai yếu đuối sẽ bị nó lấn chiếm và điều khiển… Cô thở dài, cảm thấy thương cho những nạn nhân của đồng tiền. Cho dù họ là ông chủ hay con nợ… Họ vẫn là kẻ bị thao túng đứng sau đồng tiền ở mặt này hay mặt khác…

Chú Út lại mang về một bó lá bưởi.

- Cho… chị Hai… gội đầu…

- Cám ơn chú Út nghe.

- Có… có… chi…

Chú lại cười hồn nhiên…

Người thanh niên đã gần ba mươi tuổi, nếu ai gặp lần đầu không biết chú có bệnh. Da ngăm đen với cái vẻ trầm tư khiến chú trông lớn hơn tuổi. Trong xóm nhà nào cần gì chú cũng giúp. Một thân thể lực điền, quanh năm chẳng bịnh đau. Trái ngược với ông anh ra dáng thị thành. Tối ngày ăn nhậu, ra oai với mọi người.

Sáng chú Út dậy ra quán hớt tóc, ngang qua mẹ con cô đang ngồi phơi nắng trước hiên nhà. Trên tay cầm cuốn sách. Cô buột miệng hỏi:

- Chú Út đọc sách gì đó?

- Sách… sách… chị hai… cho mượn.

Chú quay bìa cuốn sách cho cô xem. "Hiểu về trái tim - tác giả Minh Niệm". Cô thấy chú thích đọc sách, nên đưa sách cho chú đọc. Mong chú Út ngày một tỉnh ra.

Nhà chỉ còn lại mẹ con cô. Đêm qua cu cậu nóng mọc răng, cả đêm quấy khóc. Dỗ cho con ngủ trên tấm phản gỗ láng bóng, mát rượi. Cô thiếp đi hồi nào không hay. Giật mình bật dậy cảm giác ai đó đang nhìn mình. Chú Út đứng gần đó nhìn mẹ con cô. Đôi mắt… ánh nhìn khiến cô bối rối… Chú vội quay đi. Cô lên tiếng:

- Chú Út về lâu chưa?

- Mới… mới… về.

- Chị… Hai ngủ… không đóng cửa…

Cô bị ám ảnh bởi đôi mắt chú Út. Ánh nhìn ấm áp, lo lắng… Cô không dám nghĩ thêm nữa. Cô mong là cảm giác đánh lừa. Ánh mắt đó, cô chưa từng bắt gặp ở chồng mình. Chồng cô chỉ có một cái nhìn đục lờ của bản năng...

*

Ngôi nhà ba gian rộng, vắng đến độ cô nghe được tiếng bước chân mình. Ngồi nhìn con ngủ ngoan, đôi môi xinh còn mơ ngậm vú mẹ, cô thương lạ! Có con rồi cô hiểu thế nào là núm ruột... Thấy thương ba mẹ nhiều hơn. Đồng tiền không thể hiểu được thế nào là máu chảy ruột mềm, thế nào là cốt nhục tình thâm...

Chợt có tiếng gọi lớn ngoài cổng:

- Cô Hai ơi! Cô Hai!

Cô bước vội ra xem chuyện gì. Chị Ba nhà dưới lộ, ào vô như cơn lốc. Nói trong tiếng khóc:

- Cô Hai làm ơn cứu con chị. Chị mang ơn cô nhiều lắm.

- Có chuyện gì chị nói em mới biết.

- Thằng Út nhà chị bị tim bẩm sinh. Hôm rồi bác sĩ cho đi viện tim. Nhà không tiền nên chị lần lữa mãi. Sáng giờ cháu nó lên cơn mệt dữ lắm. Cô Hai có thể cho chị mượn một ít tiền không? Chị sẽ thu xếp trả lại sau. Chị đội ơn cô Hai nhiều lắm.

Cô chưa biết tính sao vì quá bất ngờ. Chị Ba nhấp nhỏm khóc:

- Gấp dữ lắm cô ơi!

- Chị chờ em chút.

Nói rồi cô chạy vội vô nhà. Đây là lần đầu tiên cô tự ý mở tủ mẹ. Ngày thường mẹ vẫn hay nói. "Tiền mẹ để trong tủ, mua gì gấp cứ lấy." Số tiền mẹ để hờ ở nhà cũng không nhiều, cô đếm vội vàng được ba triệu. Không suy nghĩ, cô cầm hết số tiền đưa cho chị Ba.

- Đây chị. Chỉ có ba triệu. Chị cho cháu đi lẹ rồi tính tiếp.

Chị Ba cám ơn rối rít rồi chạy ào đi với đôi chân trần. Có lẽ lúc này trong tâm người mẹ, mạng sống con là tất cả, không có khái niệm bản thân như thế nào.

Cô đến bên chiếc nôi con trai bình yên say ngủ. Một cảm giác đau thắt lồng ngực. Giờ hoàn hồn rồi cô bắt đầu lo. Một mơ hồ sợ. "Nói sao với mẹ đây". Gần đây cô nghe xa, nghe gần từ mẹ, chuyện chồng cô với nhỏ Kiều con ông Hai tiệm vàng ngoài chợ.

Trời đã xuống chiều. Chú Út lại ngồi trước hàng ba đếm tiền, cô ôm chặt con trong lòng đi lui đi tới. Không có tâm trạng đong đưa trên chiếc xích đu như mọi ngày. Tiếng xe máy ngừng trước cổng làm tim cô thót lại. Cô nhìn ra con ngõ. Hôm nay không phải chỉ có mẹ mà còn có vợ chồng cô Ba trên phố về chơi. Cô ba lấy chồng đủ lâu nhưng chưa có con. Nghe đâu dượng ấy không sanh được. Mỗi lần về thăm nhà, cả hai vợ chồng nhìn con trai cô mà thèm lắm.Cô Ba sà tới bên đứa bé nựng nịu. Thằng bé toét miệng cười khoe mấy cái răng sữa mới mọc, thật đáng yêu.

Bữa cơm qua trong vui vẻ. Nhà có khách nên mẹ không hỏi chuyện. Vợ chồng cô Ba nói với mẹ chuyện xin con nuôi. Mẹ liếc nhìn cô với cái nhìn khó hiểu… Cô chợt rùng mình.

Cơm nước xong vợ chồng cô Ba đi nghỉ. Cô chưa biết mở lời với mẹ như thế nào. Tiếng mẹ cao giọng:

- Vợ thằng Hai đâu?

- Dạ. Mẹ gọi con!

- Chiều nay con Ba cuối lộ vô nhà mình có chuyện gì vậy?

Cô biết không gì qua mắt được mẹ. Cô thuật lại cho mẹ nghe tất cả. Mẹ không kịp nghe hết câu chuyện đã nổi giận với vẻ mặt thật đáng sợ:

- Ai cho cô cái quyền đó. Tự ý lấy tiền của tôi cho người ta mượn. Quá lắm rồi.

Mẹ hét lên và thế là mâm ly trên bàn bị lôi xuống đất. Tiếng động làm cả nhà chạy đến. Chồng cô lên tiếng:

- Chuyện gì vậy mẹ?

- Mày hỏi con vợ mày đó.

Chồng quay qua nhìn cô. Không đợi chồng hỏi cô đã nói luôn một hơi cho cả nhà cùng nghe. Tiếng mẹ chồng cô tru tréo.

- Phải. Chỉ có nó biết thương người, còn tôi ác đức.

Một cái tát tai nảy lửa. Cái tát đầu tiên của chồng. Cái tát vô lý khiến cô không biết mình sai chỗ nào. Tiếng ồn ào khiến con cô sợ hãi khóc thét lên. Cô Ba giật đứa nhỏ trên tay cô. Chú Út đứng chắn ngang trước mặt cô…

Tiếng chồng cô:

- Cô coi lại cô đi. Hãy biết thủ phận mình. Còn hỗn với mẹ sẽ biết tay tôi.

Quay qua chú Út, chồng cô gằn giọng:

- Còn mày. Tao dạy vợ, mắc gì mày xía vô. Đồ khùng.

Cô nhìn chú Út. Trong cô có một thứ vỡ nát mà biết không thể hàn gắn được. Đôi mắt chú Út khép lại như nén xuống, hai tay nắm chặt run lên. Cô sợ… Tới trước mặt mẹ nói:

- Con xin lỗi mẹ vì đã tự ý quyết định. Con sẽ không làm như vậy nữa.

Nói xong cô lại ẵm con vô phòng. Tiếng mẹ còn với theo:

- Khôn hồn mà ăn ở. Tao cưới vợ khác cho thằng Hai đừng trách. Không phải chỉ mình cô biết sanh con.

*

Mấy ngày sau đó… Cô lặng lẽ. Trong cô ngổn ngang những suy nghĩ trái ngược. Có một điều ngày một rõ trong cô là "Phải rời đi". Cô không muốn con mình sống trong môi trường này. Cô cũng không thể chôn đời mình trong địa ngục đồng tiền. Như thế không công bằng với bản thân… Khi đã bình tâm. Cô không còn giận nữa. Cô thấy mẹ và chồng cô thật đáng thương. Người ta không tách tội ra khỏi phạm nhân. Khi cái ác xuất hiện, người ta thường lên án tội nhân, ghét bỏ họ và quên mất tội ác thật sự phía sau… Làm sao tìm ra mầm sự ác và tách nó khỏi con người. Đấu tranh với nó. Chống lại nó. Trong lòng con người, mầm mống đầu tiên là sự ích kỷ, đố kị… rồi ghét nhau. Từ sự nhỏ nhen này con người muốn trèo lên, đạp đổ giá trị đạo đức, bất chấp cái đúng. Thế là cây ác ra trái tham lam, ra cành vô cảm, sẵn sàng làm tổn thương người khác. Một khi cái ác làm chủ đồng tiền, thì hậu quả thật khôn lường…

Trời quê thật yên bình. Ráng chiều từng sắc thẫm màu đan nhau, ửng lên một vầng sáng thật đẹp trước khi chìm vào đêm. Cô đong đưa con trên chiếc xích đu dưới gốc cây mận, trên là những chùm hoa nấp vào tán lá. Còn bao chiều đong đưa trên xích đu? Cô luyến tiếc chiều quê… Cô nhớ chùm hoa dại của chú Út. Hương hoa bưởi vẫn ở lại trong ký ức... Cô đi rồi, một mình chú Út thật tội nghiệp. Cô đã làm bạn với chú trong khoảng thời gian đủ cho chú giữ lại một nụ cười. Cô xót xa…

Chú Út lầm lũi trở về. Từ hôm xảy ra chuyện chú trở nên lầm lì, xa vắng. Cô gợi chuyện:

- Chú Út có gì vui không?

Quay nhìn cô một giây. Chú lên tiếng:

- Chị… Hai có… có vui… không?

Cô cười nhẹ… Những câu hỏi không có câu trả lời. Cô lại lên tiếng:

- Tôi có làm gì cho chú buồn không?

Chú Út nhìn vào bóng chiều xa xăm… Cô thấy nỗi buồn ngập trong ánh nhìn đó. Cô không muốn xoáy vào tâm bão… Người đàn ông đó cô đơn trong tòa tháp của mình. Bản thân cô thì sao? Nào có khác gì… Sự tương quan giữa con người với nhau qua một cầu nối. Đó là sự thấu hiểu, có thấu hiểu thì mới sẻ chia và gần nhau hơn.

*

Cô dậy sớm. Chuẩn bị việc nhà đâu đó. Chồng cô chở mẹ ra chợ. Cô chỉ chờ có vậy. Gom vội quần áo và những vật dụng cần thiết cho vào chiếc túi. Kéo học bàn chỉ có ít tiền, cô tần ngần tự nhủ: "Chỉ cần ra khỏi đây rồi tính tiếp".

Cô định bụng bước qua nhà ngang chào chú Út nhưng thật bất ngờ khi thấy chú đã đứng sẵn như chờ cô. Một tay cô ẵm con, một tay với túi xách. Cô chưa biết phản ứng chú Út như thế nào nên đứng như trời trồng. Chú Út lên tiếng:

- Chị… Hai định… định … đi đâu?

Một chút tần ngần cô trả lời:

- Chưa biết. Nhưng tôi không thể ở lại.

- Chị… chờ chút…

Nói rồi chú đi vội qua nhà ngang, rồi quay lại với chiếc hộp đựng tiền trên tay. Chú mở ra, lấy hết tiền đưa đến trước mặt cô. Đặt nắm tiền vào tay cô:

- Chị… giữ lấy…

Cô chưa kịp phản ứng thì đôi tay rắn rỏi ôm lấy mẹ con cô. Một cái ôm từ biệt cho đến sau này cô khó quên được nhịp đập gấp gáp trong ngực trái người đàn ông luôn nén cảm xúc của mình. Giọt nước mắt nóng hổi lăn trên khuôn mặt rám nắng rơi xuống mặt cô. Cô lặng người…quay mặt đi để kìm nén sự òa vỡ cảm xúc… "Không hôm nay thì cũng một ngày khác cô sẽ rời đi. Vì nơi đây không phải thế giới của cô". Tiếng chú Út trầm hẳn xuống:

- Chị Hai… đi… đi.

Cô quay nhìn chú Út nói khẽ:

- Cám ơn chú.

Mọi lời nói lúc này chẳng còn ý nghĩa gì… Cô lặng lẽ giữ lại… Lặng lẽ đi… Cô đã khóc thật nhiều, những giọt nước mắt tủi hờn, thua cuộc. Cô có nhà mà không được về… Sức mạnh đồng tiền đã bật tung cô ra giữa dòng chỉ vì cô chống lại nó. Cô không là môn đồ sự ác. Cô muốn được hít thở không khí trong lành. Một bầu khí không có tính sát lạnh và mưu mô của đồng tiền. Cô ngửi thấy hương thơm sự lương thiện, cho dù với mệnh giá bao nhiêu đồng tiền cũng không mua được.

Đoạn đường trước mắt nhiều gian khổ! Nếu như bây giờ cô không chọn lại thì đến tuổi đi học con cô sao biết câu: "Tiên học lễ. Hậu học văn". Như ngày đầu làm quen với con chữ cha đã dạy cho cô. Nếu không xây dựng một nền tảng đạo đức qua giáo dục mà trước tiên là gia đình thì loài người sẽ về đâu? Con người sẽ là ông chủ tốt. Đồng tiền và danh vọng chỉ là những tên đầy tớ trung thành làm những việc hữu ích, cho người cho đời…

Hít một hơi thật sâu, cô nhìn lên và suy nghĩ: "Mặt trời trên cao rất công bằng với mọi người, chỉ trừ khi ta thỏa hiệp với bóng tối thì trong ta không còn mặt trời…".

Những bước chân dài hơn… đang tiến lên phía trước…!

Lê Yên
Sài Gòn, 1/5/2019

HOÀI HƯƠNG
NHƯ NHỮNG KHÚC TÌNH CA GAM THỨ DỊU DÀNG

Có thể chính từ việc cùng quê miền Tây Đô Cần Thơ "gạo trắng nước trong" mà tôi có duyên gặp và làm quen với nhà thơ Nguyễn An Bình. Rồi cũng từ sự tò mò về một người thơ miền Tây Nam bộ, tôi đọc tiểu sử văn học của ông mà ngưỡng mộ, hơn nửa thế kỷ với bề dày và độ chín trong văn đàn đã lan rộng trong nước và hải ngoại, hiện tại là 17 tập thơ - văn - ca khúc phổ thơđã được xuất bản, từng có rất nhiều tác phẩm thơ được chọn đăng trên các tạp chí Văn, Văn học, Tuổi Ngọc... trước năm 1975, và nhiều trang văn học của truyền thông Việt Nam sau năm 1975...

Đến khi tôi được ông tặng cho 5 cuốn ca khúc phổ thơ của ông với gần 500 bài: "Tình thơm màu giấy mới", "Qua miền đất nhớ", "Về phương Nam tìm một cánh cò", "Lời hẹn cỏ may", "Dấu chim bay", và khi tôi viết những dòng này, về cuốn sách mới nhất của ông trong năm 2020, tập truyện ngắn **"Tiếng đàn đá trên đỉnh Sơn Trà"**, còn biết thêm số ca khúc phổ thơ ông đã lên con số gần 700 bài, thì trong tôi không chỉ là ngưỡng mộ mà sự khâm phụcsức lao động nghệ thuật của một người thơ tài hoa… Vâng! Cho phép tôi được gọi ông là "ngườoi thơ".

Đọc thơ ông, luôn cảm giác trong thơ có nhạc, với những ngôn từ ngọt ngào thấm đẫm tình quê hương đất nước, có lẽ thế mà các nhạc sĩ đã đồng điệu mà phổ nhạc vào lời thơ, làm nên những ca khúc mượt mà, tha thiết, mang đậm hồn Việt. Và khi ông gửi tôi tập bản thảo **"Tiếng đàn đá trên đỉnh Sơn Trà"**, tôi đã mang tâm cảm thơ, đọc 15 câu chuyện ngắn của ông: *Chuyện tình trên Phá Tam Giang, Chuột và người, Nguồn cội, Bến sông quê, Tình yêu màu hoa anh đào, Xóm trọ, Sông Ba mùa lũ, Trên đồi sương, Mùa chim đồng dộc, Sông ngoài kia vẫn chảy, Chuyện của hai người, Bên dòng Potomac, Tấm thẻ bài, Còn xanh bóng núi, Tiếng đàn đá trên đỉnh Sơn Trà*, như đọc những câu chuyện thơ đầy nhạc cảm, những khúc tình ca gam thứ dịu dàng man mác, dù trong các câu chuyện đó, có vui có buồn, có vơi đầy tình người, có đắng đót xót xa, có thênh thang nỗi nhớ, có diệu vợi tình quê, có thao thiết yêu thương, có chênh chao xứ người, có mộng mơ lãng đãng, có liêu trai sương khói, có mơ hồ vênh vao kiếp người…

Vượt qua cảm xúc những câu chuyện đời, chuyện tình làm ám ảnh khôn nguôi về kiếp người, sao có phận khổ đến tận cam lai, hay long đong lận đận liên miên đến thế, hoặc về số phận những cuộc tình có khổ trước vui sau, sướng đó lại khổ ngay đó, hợp tan như mây khói gió đùa, phải vượt ngàn trùng xa cách đầy trắc trở rồi mới lại trùng phùng hạnh phúc… Đọc tập truyện **"Tiếng đàn đá trên đỉnh Sơn Trà"** lại là khám phá thú vị bao nét văn hóa tinh tế, cung cấp thêm chút ít kiến thức về các miền đất Việt hay ở những phương trời xứ bạn.

Đọc ***Chuyện tình trên Phá Tam Giang***, có thêm hiểu biết thế nào là *"thả lừ"*, *"mò trìa"* để bắt tôm cua cá, *"nò sáo"* nuôi trồng thủy hải sản… Hay trong ***Bến sông quê***, có thể biết thêm ít bài bản đờn ca tài tử Nam bộ với các bản cổ như: *"khốc hoàng thiên"*, *"trăng thu dạ khúc"*, *"nam xuân"*, *"phụng hoàng"*, *"kim tiền bản"*, *"vọng kim* *lang", "văn thiên tường", "phi vân điệp khúc"...,* các điệu lý: *"lý giao duyên", "lý con sáo", "lý cái mơn"…*

Đọc **Sông Ba mùa lũ**, là có thể hình dung con sông*"bắt nguồn từ ngọn núi Ngọc Rô tuốt trên vùng đất đỏ ba-zan Tây Nguyên, chảy qua mấy tỉnh Kon Tum, Đắk Lắk, Gia Lai rồi xuôi về Phú Yên theo cửa Đà Diễn ra biển khơi. Hàng nghìn năm nay đã chuyên chở biết bao phù sa màu mỡ tưới cho cánh đồng lúa Phú Yên để nó trở thành vựa lúa lớn nhất miền Trung nầy…".*

Và một cảnh tượng tuyệt mỹ trong khu rừng rậm nhiệt đới có thể làm ngây ngất bạn đọc dù chỉ là ngôn từ: *"Một đàn bướm đủ màu sắc, anh nhận ra có nhiều loài bướm đẹp đặc trưng của Sơn Trà như bướm phượng đuôi kiếm, bướm phượng đốm vàng, bướm phượng đen đuôi vàng... bay hàng đàn theo bước chân anh như tiễn anh xuống núi giống như ngày xưa các nàng tiên nữ tiễn đưa Lưu Thần và Nguyễn Triệu về trần gian vậy…"-* **Tiếng đàn đá trên đỉnh Sơn Trà**

Trong câu chuyện **Sông ngoài kia vẫn chảy**, ngoài việc cung cấp cho bạn đọc "quy trình" làm chiếc ghe xuồng: *"Làm ghe xuồng - Để hoàn thành một chiếc xuồng đạt yêu cầu, phải qua nhiều công đoạn vất vả từ việc cưa ván, bỏ mực, rọc dọn, vô vỏ, ráp cong, dằn... trong các khâu đó khâu ráp cong là khâu quan trọng nhất quyết định đến chất lượng của sản phẩm"...,* thì cách tả dọc ngang đời thương hồ miền Tây Nam bộ, qua câu văn mà thấy cả miền sông nước với những cái tên đầy ấn tượng, hình dung ra một miền nước châu thổ sông Mekong thi vị và kỳ bí để khám phá trong một chuyến du lịch nào đó trong tương lai: *"Ráng chiều, Ngàn lại lang thang trên sông nước cùng chiếc ghe hàng bông của dì Tư, khi thì qua Cái Sâu, Mái Dầm, Phú Hữu khi thì ngược lên Vàm Xáng, Phong Điền, Cầu Nhiếm, Ba Xe, có lúc lại trẩy lên Ô Môn, Thới Lai Cờ Đỏ, nơi nào có khách thì thuyền cứ đi, nơi nào có bến thì thuyền neo đậu lại…".*

Đặc biệt là trong câu chuyện **Tình yêu màu hoa anh đào,** thật thú vị khi tác giả cung cấp cho bạn đọc ít kiến thức về hoa anh đào ở Nhật mà không phải ai cũng có thể nhận biết, nếu như không phải một người có sự quan sát tỉ mỉ và tìm hiểu cặn kẽ: *"Ở Nhật có mấy trăm loài hoa anh đào khác nhau như Nhiễm Tĩnh Cát Dã Anh (Somei Yoshino Zakura) hoa có màu hồng nhạt hay trắng. Vẻngoài của chúng đặc biệt* đẹp nhờ vào lá cây không trồi ra cho tới mùa cao điểm hoa nở. Hoa có sắc hồng chuyển dần sang trắng, các biểu tượng hoa sakura đều bắt đầu từ loài nầy. Còn có Sơn Anh (Yama Zakura) cũng màu hồng nhạt, hoa năm cánh nhưng nhỏ hơn, Chi Thùy Anh (Shidare Zakura), hoa màu hồng có những nhánh rũ xuống, rồi Hàn Anh (Kanzakura) là loại hoa anh đào nở sớm, Hà Tân Anh (Kawazu Zakura). Hàn Phi Anh hoa có màu đỏ đậm giống như cái chuông... Hàn Phi Anh có thể rộ nở từ tháng 1..., có loai nở rất muộn như Nhất Diệp Anh (Ichiyou Zakura) nở vào cuối tháng tư một bông có khoảng 20 cánh, rồi Uất Kim (Ukon) hoa có màu vàng nhạt, Anh Đào Hoa Cúc (Kikuzakura) có khoảng 100 cánh trong một bông, đặc biệt là Anh Đào Mùa Thu (Jugatsuzakura) thời gian nở từ tháng mười đến tháng một và mùa xuân, là một trong những loài hoa nở vào mùa thu và mùa đông...".

Khi nói về một con sông ở Thủ đô nước Mỹ, tác giả tả ngọn nguồn sông, để qua đó cho bạn đọc có thể hình dung dòng chảy như đang được "xem" thực địa: "... *sông Potomac bốn mùa trong xanh hiềnhòa, nó là một trong những con sông dài nhất nước Mỹ, Potomac khởi nguồn từ tiểu bang West Virginia và lần lượt chảy qua các tiểu bang Maryland, Virginia và Washington DC. Đoạn sông chảy qua Virginia là dài nhất, bởi khi vào tới tiểu bang Virginia dòng sông uốn khúc nhiều lần khi nối với các phụ lưu nhỏ và mỗi lần tiếp nhận thêm một phụ lưu, dòng sông lớn hơn cho tới khi chạm mặt với thủ đô Washington DC thì dòng Potomac đã trở thành mênh mông khi xuôi về phía nam đổ vào vịnh Chesapeake rồi hòa vào Đại Tây Dương...-* **Bên dòng Potomac.**

15 câu chuyện trong **"Tiếng đàn đá trên đỉnh Sơn Trà"** của người thơ Nguyễn An Bình có thể nói là 15 cung bậc của tình yêu, mà ở đó, chữ "tình" giống như chủ thể để biến tấu những gam màu sắc cuộc đời hoặc đắng ngọt, day dứt, chung chiêng đến thương những mảnh đời bất hạnh, hoặc hạnh phúc được sẻ chia, hạnh phúc khi đoàn tụ, hạnh phúc tìm được nhau để có nhau, hạnh phúc khi biết về nguồn cội...

Những câu chuyện tình yêu trai gái tình tiết không tạo sốc, không có những tình huống gay cấn, nhưng luôn làm xốn xang trái tim bạn đọc bởi cái thương khó, chông chênh. Không thể không thương cặp đôi trai gái người mất mẹ kẻ mồ côi cha, cùng có hiếu với người còn lại, cùng chịu thương chịu khó, cùng sớt chia cho nhau vui buồn, tựa vào nhau, để rồi gắn bó với nhau ăn đời ở kiếp hạnh phúc như trong *Chuyện tình trên Phá Tam Giang.* Cũng như cảm thông và cầu mong cho nhân vật Ngàn trong *Sông ngoài kia vẫn chảy* tìm được niềm vui với mối tình thanh mai trúc mã, đi theo tiếng gọi trái tim, vừa là trả ân tình cho những người đã cưu mang cuộc đời, vừa là theo tiếng gọi của dòng sông, của kiếp thương hồ gắn bó từ trong máu thịt…Và có chút ngậm ngùi đồng thuận với tác giả về một tình yêu bị phản bội, bị xem thường như trò lừa dối để mang lợi cho mình trong câu chuyện tình buồn *Chuyện hai người.*

Trong tập truyện ngắn này có hai câu chuyện tình dễ thương vừa mộng vừa thực, vừa lãng mạn vừa sương khói liêu trai, đều cùng đề cập đến cái đẹp, một cái đẹp nghệ thuật do con người tạo tác, một vẻ đẹp của thiên nhiên của môi trường, đều có một chàng trai đi tìm một người con gái… *Trên đồi sương,* như câu chuyện "châu về hợp phố", một bản tình ca ngọt ngào với giai điệu ban đầu có chút trắc trở, để rồi cái kết đẹp như thơ, chàng họa sĩ đã gặp lại người con gái - nguyên mẫu trong bức tranh của mình trong một hoàn cảnh khá cảm thương - nàng bị tai nạn và mất trí nhớ, và rồi tình yêu chân thành từ trái tim cộng vẻ đẹp bất tử của nghệ thuật đã làm nên điều kỳ diệu. Còn câu chuyện thứ hai, cũng là câu chuyện kết của tập truyện **Tiếng đàn đá trên đỉnh Sơn Trà,** một câu chuyện tình liêu trai kỳ ảo giữa một nghệ sĩ nhiếp ảnh, không phải với hồ tinh mà với một linh trưởng của rừng Sơn Trà, vọc Chà vá chân nâu đầy mê hoặc trong vẻ đẹp hoang dã cũng như chất kỳ ảo của tiếng đàn đá - âm thanh của đại ngàn. Một câu chuyện mà qua đó còn chứa nhiều thông điệp về bảo vệ giữ gìn môi trường thiên nhiên, đừng vì lợi nhuận đồng tiền mà phá hủy vẻ đẹp và những bảo vật thiên nhiên ban tặng cho con người.

Và tiếp nối theo mạch bảo vệ thiên nhiên, câu chuyện *Sông Ba mùa lũ* là một gam buồn cảnh báo những hiểm họa khôn lường do con người nắn sóng đổi dòng những con sông Trời cho, để khi thì đồng khô ruộng hạn nứt nẻ, khi thì ngập úng lũ lụt mênh mang…

Có một câu chuyện trong tập truyện này khá sốc, nó gần như mang màu sắc lạ, và thật sự đọc xong vẫn ám ảnh đến rùng mình nổi gai người. Câu chuyện *Chuột và người*, miêu tả cảnh bắt chuột cống hàng đêm của một tay "săn chuột" bán cho các nhà hàng đặc sản có thể thu nhập tiền triệu mỗi đêm. Một con người tử tế đàng hoàng, rồi sa cơ, rồi biến mình thành một loài "chuột" làm cái nghề kinh khủng… Một câu chuyện không chỉ buồn mà còn chuyển khá nhiều những nghĩ suy về cuộc sống, con người, trách nhiệm, sự dối gian, thú ăn chơi bất chấp…

Quê hương trong thơ củangười thơ Nguyễn An Bình như một chủ thể thống nhất trong các tác phẩm thơ của ông, thì ở trong tập truyện ngắn này, ông cũng không bỏ qua "sở trường" của mình để viết hai câu chuyện đầy xúc động: *Nguồn cội* - nói về những em bé trong chiến dịch "Operation Babylift" của Mỹ di tản trẻ mồ côi ra nước ngoài trước ngày 30/4/1975, tìm về nguồn cội quê hương của mình; Truyện thứ hai là *Mùa chim dồng dộc* - Một câu chuyện tình yêu được viết qua những ký ức hoài niệm đẹp về loài chim dồng dộc ở quê nhà, loài chim cần cù chịu khó làm tổ đẻ trứng nuôi con mỗi mùa, để rồi sau đó lại cặp kè nhau tung cánh bay đi về một miền xa tiếp tục sinh sống và trưởng thành…

Tình người trong tập truyện **"Tiếng đàn đá trên đỉnh Sơn Trà"** là những câu chuyện cảm động và có thể nói gây xúc động tận tam can bạn đọc. Một *Xóm trọ* toàn những dân nghèo thênh nghèo thang ở tứ xứ tụ lại, làm nghề cũng đa nghệ, tính cách thành phần tuổi tác cũng đầy phức tạp, nhưng được cô chủ trọ có tình, không quá ngặt nghèo lấy tiền trọ, cảm thông với sự khó của mọi người mà tỏ ra hào phóng, khoáng đạt, lại luôn tìm cách động viên để người ở trọ có thêm động lực mà sống trong lạc quan. *Còn xanh bóng núi*, câu chuyện buồn the thắt của người đàn ông cựu chiến binh chiến trường K, bị vợ ruồng rẫy, rồi con chết vì bệnh, bên cạnh đó là câu chuyện một cô sinh viên bị lừa rồi mang bầu, sinh con và bỏ con… Người đàn ông sau đó dang tay mở trái tim, dốc công nhận nuôi bầy trẻ bị mẹ bỏ hay mồ côi như niềm vui cuộc đời. Cô gái sau khi tốt nghiệp có công ăn việc làm đàng hoàng, chuộc lỗi xưa bằng cách luôn góp tiền bạc giúp đỡ người đàn ông nuôi bầy trẻ, rồi biết con mình trong số trẻ nít đó… Và cái kết có hậu cho những người hảo tâm nhân hậu, họ đã cùng nắm tay chăm sóc bầy trẻ.

"Tiếng đàn đá trên đỉnh Sơn Trà" có ba câu chuyện về người Việt xa xứ: *Tình yêu màu hoa anh đào; Bên dòng Potomac, Tấm*

thể bài. Cảm giác như gam màu lạnh trong chuyện với những số phận xa xứ nhiều tâm sự, ngồn ngang những mảnh đời, vất vả trong mưu sinh…, nhưng câu chuyện lại thật ấm áp. Ấm từ màu hồng hoa anh đào Nhật Bản để sưởi những trái tim lao động Việt, ấm từ ngọn gió trên dòng Potomac vô tình hay hữu ý đã gắn kết hai con người tưởng như đã không còn có thể gặp lại nhau, ấm từ giai điệu ca khúc Somewhere my love trong phim Doctor Zhivago để gắn với cuộc tình với cô gái tên Hà…

Tập truyện ngắn **"Tiếng đàn đá trên đỉnh Sơn Trà"**của nhà thơ Nguyễn An Bình khá chân phương trong ngôn ngữ, nhiều phương ngôn mang phong cách Nam bộ, giống như một cách kể rỉ ra câu chuyện, không ồn ào, không náo nhiệt, như những khúc tình ca gam thứ giai điệu dịu dàng len lỏi, thấm dần vào tâm hồn bạn đọc, gây cảm xúc nhớ nhớ thương thương, chút hoài cảm mơ màng… Đặc biệt, có lẽ là người thơ viết văn, nên trong nhiều đoạn truyện chất thơ rất nhiều.

Một tập truyện đọc để cảm để rồi khó quên.

Tôi nhớ nhà thơ Nguyễn An Bình đã từng nói: *Làm thơ viết văn là một cái nghiệp mà tôi tự tìm đến một cách hân hoan và tự nguyện, mãi mãi đi trên con đường đó dù biết nhiều gập ghềnh chông gai lẫn những cạm bẫy nhưng con đường đó lại chứa đầy hạnh phúc và niềm hoan lạc không bến bờ.*

Chúc Phúc con đường văn nghiệp của anh sẽ được nhiều hoan lạc.

Hoài Hương
Tp. Hồ Chí Minh 06.6.2020

NGUYÊN BÌNH

NHÀ THƠ PHẠM ĐỨC MẠNH
VÀ TÁC PHẨM NGÓN TAY MẶT TRỜI

... những tia nắng ấy, được nhà thơ ẩn dụ là "ngón tay mặt trời" đánh thức chàng trai đang đắm chìm trong giấc mơ. Một ẩn dụ vô tiền khoáng hậu, làm cho tác phẩm bừng lên ánh sáng, đầu sách trang trọng lạ lùng...

Nhà thơ Phạm Đức Mạnh là hội viên HNV TPHCM. Cho đến nay, gia tài văn chương của anh là 6 tập thơ đầy đặn, in ấn trang nhã. Đọc hai tập thơ anh gởi tặng: ĐẾM LÃI NỤ CƯỜI và NGÓN TAY MẶT TRỜI (NTMT) ấn tượng đẹp đầu tiên là ngôn từ trong thơ PĐM chắt lọc, nền nã, viết từ tâm thế một con người nhân hậu, có trước có sau, không ôm đồm triết luận cao vời mà đậm nét nhân văn trong cảm xúc, trong ứng xử với nhân vật trữ tình, không cay cú, cũng không bỡn cợt kiếp phù sinh giả dối điêu ngoa, ít thấy biểu hiện nhân sinh quan về cõi đời phù du đang rất thời thượng trong thơ ca hiện nay. Phạm Đức Mạnh làm thơ với cái tâm lành, hiền hậu, anh khai ngôn với ngọn nguồn cảm xúc trong trái tim, không hề mượn ngòi bút để ngợi ca huyễn mộng, tung hê lí tưởng, cũng không đã phá tồn tại, hiện hữu quanh mình. Thơ anh lành như dòng suối mát, mà có đôi khi, suối cũng chảy qua bờ dốc gập ghềnh. Tôi nghĩ thế. Đại thi hào Gớt nói: "Thế giới rộng lớn, phong phú và cuộc sống đa dạng tới mức sẽ chẳng thiếu gì nguyên cớ để làm thơ". Nhà thơ PĐM cũng thế, anh đã từng lăn lộn với màu áo lính, khi trở về với đời thường, anh bước vào hoạt động trong lĩnh vực báo chí, kinh doanh. Vậy nên, vốn liếng thi chất, thi liệu trong anh vô cùng dạn dày, đầy đặn, phong phú, để NTMT là một tác phẩm khái quát tầm nhìn, với nhiều góc độ suy tưởng, mà chủ đề chủ đạo là những cung bậc cảm xúc hiến dâng cha mẹ, yêu thương gởi tặng cho tình yêu, những suy tưởng về thân phận con người thời đại và những hoài niệm tuyệt đẹp mà nhà thơ ấp ủ trong tâm thức. Nếu ở tác phẩm ĐẾM LÃI NỤ CƯỜI, PĐM còn sử dụng một số từ ngữ quen thuộc mang tính nghề nghiệp (tài chánh) của mình: "Một lần khờ khạo đi vay / Trắng hồn cặm cụi tháng ngày trả em / Nỗi buồn không đặt được tên / Trở thành nợ xấu triền miên rối bời" (Đếm lãi nụ cười) thì đến NTMT, ta thấy một PĐM đã cởi trói cho ngôn ngữ thơ thăng hoa muôn màu muôn vẻ.

Công ơn sinh thành dưỡng dục kết tụ và tỏa hương trong suốt tập thơ. Đó là những câu thơ rút ruột, gây hiệu ứng rộng sâu đến người đọc, được nhà thơ viết từ một tấm lòng hiếu kính vô bờ. Ta hãy lắng nghe tâm tư của thi sĩ, ngay ở bài đầu của NTMT:

Trong mơ lưu lạc trở về
Quỳ hôn lòng mẹ tái tê mong chờ. (Phiêu dạt, tr 5)

Nhà thơ luôn đau đáu trong lòng, nơi quê nhà, mẹ già đăng lòng khô héo mong chờ đàn con đang lưu lạc chốn xa. Thế mà, trong cuộc sống bộn bề, dễ gì đứa con thương cha nhớ mẹ ấy có thể gạt bỏ ngổn ngang cơm áo mà về ôm chầm lấy mẹ. Vâng, tôi hiểu, anh cũng như tôi, chúng ta chỉ về quỳ bên mẹ trong giấc mơ hằng đêm, giữa cái rần rật đua chen phố thị hoa đèn. Và đây, tuyệt đỉnh của thi ngôn anh dành cho mẹ, hạt ngọc của bài thơ chủ đề NTMT. Chúng ta hãy lắng nghe, chia sẻ và chiêm nghiệm cùng nhà thơ:

Khói bếp rề rà tắm sương
phảng phất hương nắng non thoa son buổi sớm
đánh thức tôi ngón tay mặt trời
Bừng tỉnh

bóng mẹ gầy
nhòa mất
mãi xa
xa mãi
xa.

Có còn dòng thơ nào viết về mẹ đẹp hơn không? Thi sĩ đắm chìm trong giấc mơ trở về quê nhà, nơi anh lớn lên từng ngày bên mẹ. Bạn đã từng nhìn khói bếp "rề rà" trên mái tranh còn đẫm sương mai chưa? Khói bếp của nhà thơ không chịu bay lên mà bò trườn lan quyện trên mái tranh vừa "tắm sương" đêm lạnh. Rồi những tia nắng đầu tiên của ngày mới, mà theo thi ngôn của nhà thơ, đó là "hương nắng non thoa son buổi sớm" (thi ngôn đẹp quá) để, những tia nắng ấy, được nhà thơ ẩn dụ là "ngón tay mặt trời" đánh thức chàng trai đang đắm chìm trong giấc mơ. Một ẩn dụ vô tiền khoáng hậu, làm cho tác phẩm bừng lên ánh sáng, đầu sách trang trọng lạ lùng. Và rồi, thủ pháp ngắt dòng của những câu tiếp theo biểu đạt trọn vẹn nỗi nghẹn ngào khi nhà thơ bừng tỉnh để chơi vơi. Thủ pháp ngắt dòng giữa câu tuy không mới nhưng được nhà thơ sử dụng đúng chỗ, khiến câu thơ như nhỏ từng giọt từng giọt, rót nhớ nhung vào lòng tác giả, vào lòng tôi và tất cả bạn đọc, có phải vậy không? PĐM không ôm đồm dụng ngôn kể lể công lao khó nhọc của đấng sinh thành, sứ mệnh chuyển tải gần như vô ngôn mà hiệu ứng gợi cảm mạnh mẽ vô cùng. Tôi xin phép được gọi đó là tài năng.

Tôi lại đang sốt ruột muốn khám phá hương vị tình yêu trong NTMT. Tác phẩm văn học nào mà không có bóng dáng và hơi thở của tình yêu bạn nhỉ? Hugo nói: con người không có tình yêu cũng như trái đất không có ánh sáng mặt trời. Nhà thơ PĐM nói gì về tình yêu? Trong chuyện lứa đôi, ai mà không ít nhất là một lần hối tiếc:

Giá xưa
Em - đừng rụt rè như hoa trinh nữ
Anh - như nai ngơ ngác lạc đời
Trái tim - đừng chia ba phần tươi đỏ
Thu lòng đâu nuối tiếc lả tả rơi. (Nuối tiếc. tr 19)

Hối tiếc để rồi ước ao, mà vô vọng, mà bất lực, chàng thi sĩ phải chắp tay cầu xin đúc Phật. Ôi, phải chăng, khi yêu, lòng ta trở nên thánh thiện:

Cầu xin Đức Phật từ bi
Người em mong đợi ước gì là... tôi. (Ước gì. Tr 70)

Ha ha! Thất tình mà duyên dáng quá! Tôi chào thua. Nhưng các bạn hãy xem tiếp này:

Cho dù có nuối tiếc bao nhiêu thì dòng đời vẫn cứ trôi, trôi đi như dòng sông vô tình chảy mãi, để bây giờ, ở ngưỡng hoàng hôn cuộc đời, nhà thơ của chúng ta chỉ còn biết:

Giờ ngồi đong đếm tuổi xuân
Vẫn không gỡ nổi trầm luân cõi người
Chiều thơm còn lại tiếng cười
Tôi xin dâng tặng cho người yêu tôi. (Hoài niệm. tr33)

Mà, oái oăm thay, dù có dâng tặng cả vũ trụ này, bê cả trái đất này đem quỳ dưới chân nàng thơ để làm sính lễ cầu hôn, thì nỗi buồn vạn kiếp vẫn bủa vây chàng thi sĩ dại khờ như hàng tá chàng thi sĩ tương tư mộng mị, (trong đó có tôi) khi nàng hững hờ, khi giai nhân quay gót, để rồi thơ hờn thơ trách, thơ điêu linh tủi phận cho mình, thương quá:

Đêm nay
nửa vui - em hóa thần tình yêu
thả tim dệt mộng
nửa buồn - anh hóa đá thời gian
Đời ngậm ngùi
đắng cay anh gánh.

Và, cuối cùng. EM chỉ còn là nỗi nhớ. Nhớ người yêu như thi sĩ PĐM thì có ai nhớ hơn nữa không? Còn tôi, tôi bó tay chịu thua đây:

Cứ 1/1000 giây lại nhớ em
Cồn cào cơn khát cứ đầy thêm
Bốn mùa nhớ nhớ chồng lên nhớ
Mất ngủ vẫn cười mơ thấy em.

Có thể nói, tình yêu trong NTMT không là chuyện tình đem kể, không là run rẩy nụ hôn đầu, không hẹn hò nơi quán vắng, không hoa tím đợi chờ. Hình tượng EM trữ tình trong thơ PĐM chỉ là cảm xúc hư ảnh, phổ quát, hình như là một quá trình đúc kết những cảm giác yêu thương xuyên suốt cuộc đời nhà thơ.

Thế đấy, thần tình yêu quái ác luôn hành xác các thi sĩ đáng thương, thế mà, họ vẫn là những con người luôn đau đau cho thân phận tha nhân đâu đó trong vòng quay nhân thế:

> *Thần thơ đi bán số đời*
> *Xuân già tủi tủi phận người chát chua.* (Có em, tr 36)

Mà "sân khấu đời" chân giả giả chân:

> *Bỗng*
> *Đất trời biến thể*
> *Sân khấu đời ngột ngạt*
> *Nhung nhúc*
> *Kép người nhảy múa*
> *Thật giả khôn lường.*

Thế nên, nhà thơ có đôi khi lắc đầu tuyệt vọng, ngao ngán, cũng như bao người mắc cạn, bế tắc giữa vũng lầy thời đại chúng ta, hình như mất phương hướng khi bị cuốn vào vòng xoáy của cơn bão hiện sinh:

> *Tôi còn*
> *Chẳng nhận ra tôi*
> *Da sầu nhem nhém mồ hôi trét sình*
> *Nhiều khi tôi muốn tàng hình*
> *Trốn vào khuôn nhớ một mình ngủ say...*

Tôi tin rằng nhà thơ sẽ không trốn vào đâu cả. Anh vẫn từng ngày sống vui, sống khỏe, nhìn ảnh chân dung anh, tôi cứ mơ ước được sung sức khỏe mạnh như anh lắm. Tôi biết chắc PĐM vẫn còn đầy đủ năng lượng để cho ra đời những tác phẩm tuyệt vời hơn nữa, cống hiến cho thơ ca, cho bạn bè và cho chính niềm vui niềm yêu thơ của chính tác giả. Chúc mừng NTMT. Đứa con tinh thần tuyệt vời của nhà thơ hiền hòa tôi yêu mến, dù chuyện gặp nhau hàn huyên mới chỉ là lởi hẹn hò một sớm cà phê. Chúc anh vui.

Trân trọng giới thiệu tác phẩm NGÓN TAY MẶT TRỜI với bạn bè gần xa.

Nguyên Bình

NGUYỄN THÀNH

CÁI MIỆNG

Ngày nay khoa học tiến bộ vượt bực, kỹ thuật số đóng vai trò quan trọng trong đời sống con người, trong đó đáng kể nhất là hệ thống Internet mà người ta thường ví von "Thế giới trong tầm tay" với 1 cái Laptop be bé xách đi mọi nơi hoặc cái Computer cứ ngồi một chỗ mà biết cả thế giới, nó giúp cho con người về mọi mặt trong đó đáng kể nhất là nó thay thế cái miệng của mình nói chuyện, tán gẫu, hỏi thăm, tán tỉnh và thậm chí chửi nhau vung vít… mà cái miệng chẳng hề làm vạ cái thân, như trong cái "Xóm Nhà Lá" bao nhiêu là chuyện Hỉ, Nộ, Ái, Ố cứ vô tư mà tuôn trào, nếu có phải mà chửi nhau thì cũng hề hề… vô tư.

Nhưng ra khỏi cái thế giới ấy rồi thì mọi chuyện lại khác hãy cẩn thận với cái miệng.

Cái miệng có 2 chức năng: ĂN & NÓI

Cái miệng để ăn, ăn uống cũng phải điều độ, không ăn hỗn tạp, đừng ăn no quá, đừng để đói, khát quá…, nhiều người biết ăn cái nọ, uống cái kia sinh bệnh mà người ta cứ ăn, bởi vậy có câu "Bệnh từ miệng vào, họa từ miệng ra" mà cái kiểu ngốn lung tung, ăn uống cho đã cái miệng thành ra "Thần khẩu hại xác phàm".

Xưa ông bà ta dạy "Hãy uốn lưỡi bảy lần trước khi nói", thường khi người ta nói một câu gì thì khó mà thay đổi lời nói đó… bởi vậy có thêm câu "Nhất ngôn vi định, tứ mã nan truy" lời nói ra phải chắc chắn dù có 4 ngựa kéo cũng không được, lời nói phát xuất từ cái tâm, cái tâm điều khiển cái suy nghĩ và từ suy nghĩ phát ra lời nói, nên khi một lời nói ra rồi thì khó mà sửa đổi, anh nói rồi anh phải chịu trách nhiệm lời nói ra, dù anh có sửa lại, có lập luận bào chữa thì lời nói trước đó đã nhập tâm người nghe rồi.

Lời nói phát xuất từ cái tâm, con người có tâm địa hiểm ác, vị kỷ nhỏ nhen… mà biết che giấu thì chẳng ai biết đâu mà lường "Bề ngoài thơn thớt nói cười mà trong nham hiểm giết người không dao" hay như thời nay người ta thường nói "Nam mô là bồ dao găm" hay "Nói ngọt lọt tới xương", nhiều người nhẹ dạ, cả tin có tâm địa chân chất hoặc vì tham lam, ngu muội mà gặp loại này thi tai họa khôn lường, thất điên bát đảo, tán gia bại sản, gia đình tan nát… nhẹ thì cũng khốn đốn, tai tiếng…. Hoặc có những kẻ dùng lời nói để chia rẽ, mượn dao giết người, xúi giục người ta chửi bới, chém giết nhau là cái loại "Đâm bị thóc chọc bị gậy" hay là "Xúi nguyên dục bị" "Nói xỏ nói xiên" "Ăn đằng sóng nói đằng gió" vì ganh ghét, vì không bằng người ta hay là loại sống bằng chiến tranh "Duật bạng tương tranh, ngư nhân đắc lợi" xúi người ta đấu đá nhau, hại nhau ở giữa mình hưởng lợi, còn có cái loại đê hèn, tham lam, bán lương tâm sẵn sàng dối trá, lừa đảo vì cái lợi cá nhân "Ngậm miệng ăn tiền" hay "Ngậm máu phun người" hoặc "Cái lưỡi không xương nhiều đường lắt léo" chỉ những kẻ có cái miệng giảo hoạt, gian manh, cũng có loại thèo lẻo "ngồi lê đôi mách" chuyên đi nói xấu chuyện người khác, chuyện đôi khi chẳng có gì qua lại nhiều người thành chuyện động trời, nhiều khi nhân vật chính trong câu chuyện lãnh đủ như trên mây rớt xuống, bởi vậy có câu "Ma trong nhà chưa tỏ ma ngoài ngõ đã hay", trái lại cũng có kẻ bụng dạ thì tốt, nhưng nói toàn lời cay độc, dữ dằn … "Khẩu xà tâm Phật", người không hiểu thì đem lòng đố kỵ, xa lánh.

Bản chất của con người là luôn thích nghe những lời mật ngọt, bởi vậy người nào ăn nói nhẹ nhàng, dịu dàng mà lại có duyên thì dễ thuyết phục người khác. Chẳng có gì qua được tiếng nói "Nhất thanh nhì sắc" mà người biết điều đó là người khôn, biết biến lời nói của mình thành một thứ vũ khí lợi hại "Chim khôn hót tiếng rảnh rang, người khôn nói tiếng dịu dàng dễ nghe", khi cất cái giọng "Thỏ thẻ oanh vàng" ngọt mật đến độ "Kiến trong lỗ cũng phải bò ra". Từ cái bản chất thích ngọt ngào ấy, trong cái xã hội ganh đua con người thích được xoa dịu và nâng cái sĩ lên "Lời chào cao hơn mâm cỗ" hay "Chẳng cần cho thịt cho xôi, cũng được lời nói cho tôi vừa lòng", bởi vậy khi biết lợi hại của cái miệng tức là lời nói, người khôn luôn dùng những câu nói khéo léo xoa dịu đánh đúng tâm lý của người đối diện, chuyện lớn thành nhỏ, chuyện khó thành dễ, chuyện nhỏ xí xóa luôn "Lời nói không mất tiền mua, lựa lời mà nói cho vừa lòng nhau" đem lại hòa bình, dung hòa tình cảm, chứ đừng như người "Vô duyên chưa nói đã cười" có khi chẳng giải quyết được gì mà lại đổ dầu vào lửa.

Bàn về giá trị của cuộc sống người ngay thẳng, đạo đức luôn có cuộc sống nề nếp, khuôn thước được mọi người kính nể và lời nói của họ luôn thuyết phục được người nghe "Nói phải củ cải cũng nghe", chữ tín cũng được họ trân trọng "Nói lời phải giữ lấy lời, đừng như con bướm đậu rồi lại bay" và luôn chứng tỏ trong công việc "Nói chín thì phải làm mười, nói mười làm chín kẻ cười người chê". Nói mười làm chín đã bị phê phán rồi, vậy mà có nhiều người "Nói một tấc lên đến trời" ba hoa chích chòe, nếu bàn về công việc chẳng bao giờ người ta nghĩ là nghiêm túc, chẳng qua là đùa vui chẳng ai tin tưởng "Nổ như pháo" hoặc "Nổ như lựu đạn" đặt lòng tin vào những người này thì hỏng bét hoặc như kẻ nói năng hàm hồ thô lỗ, hành động khuất tất chẳng cần suy nghĩ đến lúc vào cuộc rồi thì "Há miệng mắc quai". Đối với người là kẻ trên, là quan, là cha mẹ hay là người chủ của gia đình cũng cần phải xử sự đúng mực đừng để mang tiếng là "Cha mẹ nói oan, quan nói hiếp, chồng có nghiệp nói thừa", "Miệng nhà quan có gang có thép, đồ nhà khó vừa nhọ vừa thâm" hay những kẻ ăn nói vung vít coi như ta là cái rốn của vũ trụ "Muốn nói ngoa làm cha mà nói" hoặc mượn oai của kẻ khác "Miệng quan trôn trẻ".

Nói chung cái miệng gây ra phiền phức, cái miệng cũng tạo ra điều tốt và chính cái miệng cũng làm cho cuộc sống vui tươi hơn với bao nhiêu điều tốt đẹp và nụ cười sảng khoái "Một nụ cười bằng mười thang thuốc bổ" và mong rằng cư dân facebook sẽ có hàng ngàn, hàng triệu nụ cười như vậy.

Nguyễn Thành

HOÀNG LINH

DẬY THÌ LẠI Ở HUẾ

Ba người đàn ông và một người đàn bà ngồi chung một bàn cà phê trong một quán lộ thiên mới mở trên đường TQT. Câu chuyện giữa họ xoay quanh đề tài về Huế, với đủ thứ kỷ niệm xưa nay. Lý do là vì người đàn bà - bông hoa duy nhất tại bàn - là một O con nhà danh giá tại Huế xưa. Tuy không còn trẻ nữa, O ni vẫn còn giữ được nhiều nét điệu đàng duyên dáng của một thời xuân sắc nao lòng đến độ.

Trong ba người đàn ông thì gã trẻ nhất cũng gần 70 và có thể xem là "đào hoa tri kỷ "với người đàn bà chung bàn. Chính gã đưa nàng đến đây, từ sau cuộc trùng phùng sau gần 40 năm bặt vô âm tín, "hồn ai nấy giữ"!

So với hai người kia thì gã kiệm lời hơn, dù bình thường gã cũng đấu hót ra trò. Chẳng phải gã thiếu kỷ niệm với Huế, với con người và cảnh sắc cố đô. Mà, chính vì có đầy ắp kỷ niệm nên gã trở nên trầm ngâm. Ngay chính nhân vật "hồng phấn tri âm" ngồi cạnh bên cũng là một nét chấm phá đầy ấn tượng trong bức tranh toàn cảnh một thời ở Huế của gã...

- Dậy thì lại ở Huế!

Gã buột miệng lẩm bẩm.

- Chi rứa anh?

Nàng ghé tai gã hỏi. Chất giọng ngọt ngào cùng mùi hương tóc phảng phất nước hoa Soir de Paris quyến rũ một cách quý phái và quen thuộc. Gã thì thầm, giọng trở nên lãng mạn đến lạ vì cảm xúc trào dâng. Như quên mất sự có mặt của hai người bạn nam ngồi đối diện.

- Anh đang muốn dậy thì lại ở Huế. Với em!

Gã không phải người Huế. Sinh ở Hà Nội và lớn lên ở Sài Gòn xưa. Thân sinh gã là một nhà văn, nhà báo nổi tiếng. Gã mê võ thuật nhưng đồng thời lại" nặng nợ" với văn chương và theo nghề cha như một thứ định nghiệp gia đình. Khi tờ báo cha gã làm chủ bút cần một phóng viên thường trú ở đất Thần Kinh, thì gã xin đi và được ông cụ chấp thuận.

Một đàn anh ở tòa soạn vỗ vai gã dặn dò kèm theo nụ cười ý nhị:

- Coi chừng chết đuối ngoài nớ, đấy nhé!

- Sao vậy anh? Sợ bão lụt miền Trung ư? Em bởi khá lắm đấy!

Gã thiệt tình nói. Đàn anh bèn nheo mắt giải thích:

- Không phải thế. Anh cảnh báo chú về ánh mắt giai nhân, làn thu ba nghiêng nước nghiêng thành của mấy O ngoài nớ. Ánh mắt ấy dư sức nhận chìm chú mày xuống tận đáy dòng Hương, hiểu chưa? Khà khà...!

Một đàn anh khác đang sửa bài cũng ngừng bút, nói xen vào:

- Hắn nói đúng đấy. Mười lăm năm trước tớ cũng bị...vọp bẻ ở con sông An Cựu đấy. Nên bây giờ, các cậu thấy đó, cả ba đứa nhóc nhà tớ đều nói giọng Huế như mẹ nó!

Cả mấy người trong tòa soạn cùng phì cười. Gã nói như phân bua:

- Nhưng em đã hăm mấy rồi, đã trải nghiệm chuyện "nhi nữ tình trường, anh hùng khí đoản" mấy phen đến tơi tả đời trai. Các vị đại huynh cứ làm như tiểu đệ là trai dậy thì không bằng! Hì!

- Thì hãy đợi xem. Bảo đảm ra ngoài nớ chú mày sẽ dậy thì lại rất nhanh!

Mấy tiếng "dậy thì lại" ấy cứ lảng vảng trong trí gã - cho đến khi gặp nàng!

Chỉ khoảng một tháng sau khi đến Huế, gã tình cờ được mời tham dự một party, đúng hơn là một dạ tiệc khiêu vũ tại biệt thự của một vip nổi tiếng đất cố đô. Và tiếng sét ái tình xảy ra với gã. Tối hôm đó, ngồi lặng lẽ say sưa ngắm nàng nhảy, gã thầm so sánh nàng với nữ danh ca tài sắc vẹn toàn người Pháp Sylvie Vartan. Trong bộ váy nhung màu tím than sang trọng làm nổi bật làn da trắng muốt, nàng cùng người bạn trai gần như trở thành tâm điểm trong buổi dạ vũ.

Phút giây định mệnh đã điểm. Nàng, sau một bản tango có vẻ thấm mệt bèn đi tới ngồi cạnh gã nghỉ chân. Sau vài câu xã giao làm quen, người đẹp đất kinh thành tỏ ra thú vị với chàng phóng viên trẻ có duyên ăn nói. Nàng cho biết vừa từ Pháp về, vì nhớ nhà và nhớ... người yêu. Chính là người bạn trai nhảy cặp với nàng. Gã thầm cảm thấy hụt hẫng song cố tỏ ra thản nhiên. Nàng thuộc tuýp phụ nữ "đợt sóng mới", khác hẳn với nếp cũ quê nhà.

Nhạc chuyển sang điệu boston, gã ngỏ ý mời nàng ra piste.

- Ồ, Nhung cũng thích bản Lime Light này.

Và nheo mắt thì thầm:

- Anh khéo chọn điệu nhảy,

Mùi nước hoa Soir de Paris, làn da mịn màng, nụ cười đẹp... khiến gã xúc động xuất khẩu thành thơ... con cóc.

- Đêm em cười cợt trăng thanh. Tôi ngồi mơ dáng khuynh thành trên cao. Sông đời cuộn chảy xiết xao. Sông Hương hờ hững chiêm bao nửa vời...

- Anh lãng mạn lắm. Nhà báo mà lãng mạn dễ xa rời thực tế xã hội. Nhung nghĩ anh hợp với nghề văn hơn đấy!

Nhung mỉm cười ngụ ý.

*

Từ sau buổi gặp gỡ, hai người trở thành bạn bè. Bạn theo đúng nghĩa của từ này. Người yêu nàng cũng biết nhưng không phản đối bởi anh ta là người khoáng đạt, tự tin. Tình cảm nàng dành cho gã dừng ở mức cố định không hơn không kém. Song riêng gã lại khác. Đúng như tiên đoán của mấy đàn anh ở tòa soạn, gã yêu đơn phương, tâm trí tràn ngập hình ảnh nàng. Hệt như cậu trai dậy thì lần đầu đắm say một cô gái đẹp.

Gần hai năm, mãi cho đến khi gã phải chuyển về Cần Thơ. Hai người chỉ còn thỉnh thoảng liên lạc qua những cuộc điện thoại đường dài (nhà nàng có điện thoại tư gia). Hoặc một vài cánh thiệp Tết, thiệp Giáng Sinh.

Rồi từ sau lần Nhung cho biết sắp rời Huế vào Đà Nẵng dạy học, sẽ cho biết địa chỉ sau, gã hoàn toàn bặt vô âm tín nàng.

Buồn ghê gớm. Một buổi chiều ngồi độc ẩm trong cái quán cóc ở bến Ninh Kiều, nhớ về nàng gã

ngậm ngùi với những câu thơ mình làm:

"Rồi hạ đỏ qua đi, tàn hoa phượng. Chớm thu về màu lá cũng phôi phai. Anh gió bụi cuốn đời vào lốc xoáy. Biền biệt phương xa hồn mơ tím u hoài. Trái đất tròn xoay chậm những vòng quay. Em hờ hững quên người đang khắc khoải..."

Đêm đó gã say khướt khi trở về nhà trọ gần khu bến xe mới...

Tất cả tưởng đã chìm sâu vào quên lãng. Gần 40 năm đã trôi qua với bao vật đổi sao dời. Gã cũng đã trải qua một cuộc hôn nhân thất bại rồi đường ai nấy đi. Bỗng một buổi trưa gã nhận được tin nhắn từ số máy lạ, hỏi đích danh bút hiệu gã rằng "Anh có khỏe không? Vẫn sáng tác đều chứ anh?". Ngạc nhiên, gã gọi lại:

- Xin lỗi. Ai nhắn cho tôi đấy ạ?

- Em đây. Nhung đây.

Gã hơi khựng lại:

- Mà Nhung nào ạ?

- Đố anh đó. Đoán thử xem?

Gã hơi cau mày, cố lục lọi ký ức về những người quen biết tên Nhung. Có một người nhưng là... đàn ông. Hic!

- Chịu thôi.

Đầu máy bên kia có tiếng cười khúc khích, kèm giọng nữ Huế ngọt ngào ấm áp:

- Nhung gặp anh năm 70, 71 ở Huế đó.

Ôi! Dĩ vãng ập về, gã lặng đi một lúc rồi run giọng:

- Em... đấy ư?!

Cuộc tái ngộ sau gần 40 năm như tiểu thuyết diễm tình. Thật không ngờ. Giờ đây có lẽ gã sẽ dậy thì lại lần nữa ở tuổi U70. Lần này thì không phải ở Huế mà ở Sài Gòn.

Hoàng Linh (Đỗ Hồng Linh)

PHƯƠNG TÔN

ĐÊM HÒA BÌNH KỲ DIỆU GIỮA CHIẾN TRANH

Phương Tôn viết lại - Chuyện Có Thật Vào Đêm Giáng Sinh Năm 1944

Lời người viết: Câu chuyện có thật được dịch và viết lại theo lời kể của Fritz Vincken, người gốc thành phố Aachen-Đức lúc đó 12 tuổi, đã trải qua một đêm Giáng sinh rất đặc biệt trong một lán gỗ tại khu rừng Ardennes ở Bỉ. Có lẽ đây là một đêm Giáng Sinh không thể nào quên được trong cuộc đời của gia đình Vincken. Câu chuyện của Fritz Vincken nổi tiếng một phần cũng do được Tổng thống Hoa Kỳ lúc bấy giờ là Ronald Reagen, đã đọc khi ông đến thăm binh sĩ ở Bitburg vào những năm 1980. Câu chuyện Giáng sinh "kỳ diệu" do Fritz Vincken kể lại sau đó được phổ thành phim vào năm 2002 tại Canada với tựa đề "Silent Night" (Đêm Yên Bình).

Đây là một câu chuyện hoàn toàn có thật, mang đầy tính nhân văn. Câu chuyện thật thích hợp khi được đọc và kể cho cháu nhỏ về tình người, giá trị cuộc sống dù đứng ở chiến tuyến nào.

*

Vào mùa đông năm 1944, một trận chiến khốc liệt đã diễn ra trong các khu rừng của tỉnh Ardennes thuộc Vương quốc Bỉ. Lính Đức và Mỹ quần nhau kịch liệt ở mặt trận miền Tây. Khi thành phố Aachen bị quân đồng minh dội bom, gia đình Fritz Vincken trở thành vô gia cư do ngôi nhà chỉ còn là một đống gạch vụn. Cha của Fritz là một thợ cả làm bánh mì ở vùng biên giới Ardennes, vô tình tìm thấy một lán gỗ trống trong rừng nên bèn đưa gia đình đến đây trú ngụ nhằm tránh bom đạn trong vòng ba đến bốn tuần lễ với hy vọng chiến tranh sẽ kết thúc sớm. Trong khi bản thân ông ta phải đi tham gia vào lực lượng phòng không tại thành phố biên giới Monschau cách đó sáu cây số.

Tuy nhiên, hy vọng này tan thành mây khói khi Hitler mở cuộc tấn công Ardennes vào ngày 16 tháng 12 năm 1944. Trong lúc đó, gia đình Fritz Vincken vẫn sống trong lán lều, ngập đầy tiếng súng giao tranh, giữa khu rừng bạt ngàn tuyết trắng bao phủ. Cũng may, gia đình vẫn còn đầy đủ thực phẩm và một cái lò sưởi đốt bằng củi ấm cúng.

Buổi chiều đêm Thánh 24.12.1944, tiếng đại bác như sấm sét vang vọng từ mặt trận gần đó và máy bay chiến đấu của quân Đồng minh bay vần vũ trên bầu trời tìm mục tiêu để dội bom. Mãi đến khi trời tối, mặt trận mới trở nên yên tĩnh và điều kỳ diệu của một đêm Thánh đã xảy ra với Fritz, một cậu bé 12 tuổi, khi tiếng gõ cửa căn lán vang lên.

Bà mẹ nhanh chóng thổi tắt nến rồi đi ra mở cửa. Bên ngoài, một khung cảnh ma quái của những tán cây phủ đầy tuyết, cùng thêm hình dáng hai người đàn ông đội mũ sắt như những bóng ma hiện hình. Một người trong họ nói với bà bằng thứ ngôn ngữ mà Fritz không hiểu được, anh ta lấy tay chỉ đến một đồng đội thứ ba đang nằm yên trên tuyết. Mẹ Fritz hiểu ngay, họ là người Mỹ. Là kẻ thù!

Bà mẹ đứng lặng người, đặt tay lên vai Fritz. Những người đàn ông trang bị vũ khí có thể buộc hai mẹ con phải để cho họ vào nhà, nhưng họ vẫn đứng bất động và chỉ dùng đôi mắt để hỏi ý kiến. Người đàn ông bị thương trông dường như chết nhiều hơn là còn sống.

- "Vào đi", bà mẹ mở lời.

Hai người lính Mỹ khiêng đồng đội của họ vào nhà và đặt anh ta trên giường của Fritz.

Không ai trong số họ nói được tiếng Đức. Bà mẹ thử nói tiếng Pháp, và một trong hai người đàn ông hiểu được ngôn ngữ đó. Trước khi chăm sóc cho người lính bị thương, bà mẹ nói với Fritz:

- "Những ngón tay của hai người này lạnh cứng hết rồi. Con hãy cởi áo khoác và ủng cho họ, rồi ra ngoài mang vào cho mẹ một xô tuyết".

Tiếp ngay sau đó, Fritz dùng tuyết xoa đôi bàn chân đông lạnh tím ngắt của họ.

Người đàn ông có thân hình trông chắc nịch là Jim. Bạn của

anh, người cao và mảnh khảnh, tên là Robin. Harry, người lính bị thương lúc này đã ngủ trên giường của Fritz, khuôn mặt anh ta trắng bệt như tuyết bên ngoài. Họ đã lạc mất đơn vị, phải lang thang trong rừng trong ba ngày qua. Họ phải vừa tìm kiếm quân người Mỹ, vừa phải đề phòng quân Đức. Họ không cạo râu, không có áo khoác ấm dày, trông vẫn như những cậu bé lớn con. Và đó cũng là cách bà mẹ đối xử với họ.

- "Đi ra đem "Hermann" vào, cùng với khoai tây nữa", bà mẹ nói với Fritzt.

Đó là một thay đổi lớn trong chương trình mừng Giáng sinh của gia đình. "Hermann" là một con gà trống mập mạp (được đặt theo tên của Hermann Göring) mà lâu nay được vỗ béo trong nhiều tuần qua với hy vọng cha của Fritz sẽ về nhà đúng vào dịp Giáng sinh. Chỉ đến khi cách trước vài giờ, khi những người lính Mỹ vào nhà, mẹ con Ftitz mới biết tin ông cha không được phép về hưởng lễ Giáng Sinh, nhưng bà mẹ gia hạn cho "Hermann" sống sót thêm vài ngày nữa với hy vọng chồng bà sẽ được phép về cùng vợ con đón mừng năm mới. Bây giờ bà thay đổi ý định. "Hermann" có nhiệm vụ khẩn phải hoàn thành.

Trong khi Fritz và Jim giúp việc bếp núc, Robin chăm sóc cho Harry, anh ấy đã bị bắn vào đùi và mất máu gần như có thể không thoát khỏi cái chết. Bà mẹ xé tấm vải ra giường thành dải để băng vết thương cho Harry.

Chẳng mấy chốc mùi gà quay hấp dẫn thoảng quanh căn phòng thì bỗng lại có một tiếng gõ cửa. Fritz mở cửa không chút do dự, vì cậu bé mong gặp thêm nhiều người Mỹ đi lạc. Bên ngoài có bốn người đàn ông mặc quân phục mà Fritz nhận ra rõ sau năm năm chiến tranh: Lính Đức - Người phe mình!

Sợ đến tê liệt người. Mặc dù còn nhỏ nhưng Fritz biết rõ luật lệ: Ai nuôi quân giặc là phạm tội phản quốc. Tất cả gia đình đều có thể bị bắn! Bà mẹ cũng sợ. Với khuôn mặt trắng bệch, nhưng bà bước ra và nói một cách bình tĩnh:

- "Chúc Giáng sinh vui vẻ!". Những người lính cũng chúc lại và nói:

- "Chúng tôi đã lạc mất đơn vị và muốn đợi cho đến rạng sáng," người chỉ huy, một hạ sĩ quan cho biết.

- "Chúng tôi có thể ở lại đây không?"

- "Tất nhiên," bà mẹ trả lời với vẻ bình tĩnh trong tuyệt vọng, rồi nói tiếp:

- "Các ông cũng có thể có một bữa ăn ngon, ấm áp và ăn với những gì còn đó".

Những người lính mỉm cười, hân hoan đánh ngửi mùi thơm phả vào mũi họ qua cánh cửa bếp khép hờ.

- "Nhưng", bà mẹ tiếp tục nói với một cách mạnh mẽ, "chúng tôi có ba người khách ở đây mà các ông có thể không coi họ là bạn." Giọng bà đột nhiên nghiêm trọng như Fritz chưa từng nghe thấy bao giờ.

- "Hôm nay là đêm Giáng sinh và ở đây không có nổ súng."

- "Ai ở trong đó?", viên hạ sĩ quan hỏi gay gắt, "Người Mỹ à?".

Bà mẹ nhìn từng người trong khuôn mặt đang đông cứng.

- "Nghe này," bà chậm rãi nói:

- "Các cậu có thể là con trai của tôi, và những người trong đó cũng vậy. Một trong số họ bị thương, đang vật lộn với cái chết. Còn hai người đồng đội của cậu ta cũng lạc lõng và đói khát như các cậu trong đêm nay". Bà xoay sang, cao giọng nói với viên chỉ huy:

- "Trong đêm Giáng sinh này, chúng ta không nghĩ đến việc giết nhau!"

Viên hạ sĩ quan nhìn bà chằm chằm trong hai hoặc ba giây, khi đó lại là khoảng thời gian im lặng dài vô tận. Rồi bà chấm dứt tình trạng mập mờ này bằng cách vỗ tay rồi nói to:

- "Nói đủ rồi! - Đặt vũ khí xuống trên đống gỗ đó - rồi nhanh lên, nếu không mấy đứa kia sẽ ăn hết bây giờ."

Bốn người lính, như thể sững sờ, đặt vũ khí của họ trên đống củi trong hành lang, gồm hai khẩu súng lục, ba khẩu súng trường, một khẩu súng máy hạng nhẹ và hai Bazookas chống thiết giáp. Trong khi đó, bà vội vàng nói với Jim bằng tiếng Pháp. Anh ấy nói gì đó bằng tiếng Anh với người đồng đội, và thật ngạc nhiên khi hai người Mỹ cũng trao vũ khí cho bà.

Thế rồi, người Đức và người Mỹ đứng sát cánh cùng nhau trong căn phòng nhỏ, có bà mẹ đang đóng vai chánh. Mỉm cười, bà tìm chỗ ngồi cho mọi người. Nhưng cả căn lán chỉ có ba cái ghế, nhưng giường của bà mẹ thì lớn. Ở đó, bà đặt hai trong số những người đến sau, bên cạnh Jim và Robin.

Sau đó, mặc cho không khí căng thẳng, bà quay trở lại nấu ăn. Nhưng bây giờ con gà "Hermann" lại không lớn thêm mà bữa tiệc lại có thêm bốn người ăn.

- "Nhanh lên!", bà mẹ thì thầm với Fritz, "lấy thêm khoai tây và một ít bột yến mạch. Họ đang đói, và khi bụng đói kêu lên thì họ sẽ cáu."

Khi Fritz đang lục soát tủ kho đựng thực phẩm thì nghe tiếng Harry rên rỉ. Một anh người Đức đeo kính đang cúi xuống băng vết thương cho anh người Mỹ.

- "Cậu là bác sĩ?", bà mẹ hỏi.

- "Không," anh ta trả lời, "nhưng cách đây vài tháng tôi đang học y khoa." Sau đó anh ta giải thích với hai người Mỹ bằng thứ tiếng Anh khá trôi chảy rằng, vết thương của Harry không bị nhiễm trùng nhờ cái lạnh cóng bên ngoài.

- "Anh ấy vừa mất rất nhiều máu," anh ta nói với bà mẹ. "Nhưng anh ấy chỉ cần nghỉ ngơi và ăn uống thật nhiều mà thôi."

Áp lực căng thẳng bắt đầu giảm bớt khi tất cả ngồi chung cạnh nhau, những người lính đều trông có vẻ rất trẻ. Heinz và Willi, cả hai đều đến từ Cologne, mới mười sáu tuổi. Viên hạ sĩ quan lớn tuổi nhất trong nhóm là 23 tuổi. Anh lôi ra một chai rượu vang đỏ từ túi bánh mì của mình, và Heinz tìm thấy một ổ bánh mì đen liền đưa cho bà mẹ cắt thành từng lát. Tất cả được dọn lên trên bàn ăn tối. Nhưng bà mẹ lại để riêng ra một ít rượu, bảo là:

- "Dành cho đứa bị thương."

Rồi bà mẹ bắt đầu cất lời báo ân trước bữa ăn. Bà rơm rớm nước mắt khi nói những câu quen thuộc: "Lạy Chúa Giêsu, xin hãy đến, làm khách của chúng con..." Và quanh bàn, đôi mắt của những người lính mệt mỏi vì chiến trận cũng ươn ướt. Họ cũng chỉ là những cậu bé, một số đến từ Mỹ, một số khác đến từ Đức, tất cả đều xa nhà.

Khoảng nửa đêm, bà mẹ đưa tất cả mọi người ra khỏi nhà, yêu cầu tất cả hướng về ngôi sao Bethlehem. Ngoại trừ Harry, người đang ngủ yên, tất cả đều đứng cạnh bà. Đối với tất cả mọi người lúc này chỉ còn sự im lặng và cảnh tượng của Sirius, ngôi sao sáng nhất trên bầu trời, chiến tranh lúc này dường như rất xa vời và gần như bị lãng quên.

Cuộc đình chiến riêng kéo dài tiếp tục đến sáng hôm sau. Harry càu nhàu gì đó trong giấc ngủ, rồi thức dậy vào lúc rạng sáng, được bà mẹ đút cho ít muỗng súp. Vào lúc bình minh, anh ấy rõ ràng đã mạnh hơn. Bà mẹ pha chế cho anh ấy một thức uống bổ dưỡng từ quả trứng duy nhất còn lại trong nhà, cộng thêm phần còn lại của rượu vang đỏ hồi hôm và một ít đường. Phần những người trong nhà được điểm tâm bằng bột yến mạch. Sau đó, một chiếc cáng dành cho Harry được làm từ hai chiếc gậy và chiếc khăn trải bàn tốt nhất trong nhà.

Trên tấm bản đồ của Jim, viên hạ sĩ quan chỉ cho người Mỹ đường đi trở lại đoàn quân của họ. Ở giai đoạn này lính Đức xem ra được thông tin đầy đủ một cách đáng ngạc nhiên. Anh ấy chỉ tay trên một dòng suối rồi nói:

- "Anh đi lối đó! - Tới đầu nguồn anh sẽ gặp đội quân số 1, họ đang tập hợp quân ở đó." Anh lính y tá dịch mọi thứ sang tiếng Anh.

- "Tại sao không đi đến Monschau?" Jim hỏi.

- "Lạy Chúa. Không!" viên hạ sĩ quan hét lên. "Chúng tôi đã chiếm lại Monschau rồi."

Đến khi đó, bà mẹ trả lại vũ khí cho mọi người rồi nói:

- "Hãy cẩn thận, các cậu nha! - Tôi ước rằng một ngày nào đó các cậu được trở về quê hương. Chúa bảo vệ tất cả các cậu!"

Người Đức và người Mỹ bắt tay chào rồi mỗi bên đi về mỗi hướng ngược nhau.

Khi hai mẹ con trở vào nhà, bà mẹ lấy cuốn Kinh thánh cũ của gia đình ra. Cuốn sách mở đầu với câu chuyện Giáng sinh, kể về sự ra đời trong máng cỏ và ba nhà thông thái từ xa đến để dâng quà. Ngón tay bà lướt trên dòng chữ: "... và họ đã trở về đất nước của mình bằng mỗi một con đường khác nhau."

Phương Tôn (Viết lại)
Mùa Giáng Sinh 2020

Phụ chú:

Năm 1959, Fritz Vincken rời Đức di cư sang Mỹ sinh sống.

Năm 1964, ông viết về những kỷ niệm không thể nào quên của mình trong đêm Giáng sinh 1944 "thần thánh".

Năm 1966, bà mẹ tuyệt vời, người đã tạo nên một cuộc đình chiến kỳ diệu qua đời.

Năm 1971, Fritz Vincken mở một tiệm bánh mì đặc sản của Đức ở Honolulu, Hawaii, tiệm hiện do các con ông điều hành.

Mong muốn của Fritz Vincken, một lần gặp gỡ lại những người lính Mỹ và lính Đức trong đêm Giáng Sinh 1944 tại căn lán gỗ nhà ông đã không thành hiện thực. Ông trông tìm ba người lính Đức trong vô vọng, có lẽ họ đã ngã xuống trong những tháng cuối cùng của cuộc chiến.

Nhưng thật tình cờ, Vincken đã tìm được Robin, một trong ba người lính Mỹ.

Năm 1996, ông đến thăm Robin trong một viện dưỡng lão ở Frederick, Mỹ. Robin vẫn còn giữ chiếc la bàn quân đội Đức mà một trong những người lính Đức đã đưa cho ông khi chia tay bên con suối.

Nhiều tháng sau, Fritz Vincken tìm ra Jim, lúc đó 76 tuổi, ở Ohio- Mỹ.

Harry, người lính bị bị thương sau đó đã mất vào năm 1972.

Robin bây giờ cũng đã qua đời.

Fritz Vincken qua đời vào ngày 8 tháng 12 năm 2001 tại Oregon / Mỹ.

Nguồn bài viết lại:

https://www.aachener-nachrichten.de/lokales/eifel/heiligabend-1944-eine-nacht-des-friedens-mitten-im-krieg-aid-35235197

TRƯƠNG VĂN DÂN

THAM MUỐN VÀ NHU CẦU

(Trích tiểu thuyết Trò Chuyện Với Thiên thần. 6-2020.
Nhà xuất bản Tổng Hợp, Tp HCM.)

… Cứ mỗi lần nghe ai đó nói về lòng tham mẹ thường nhớ đến kinh nghiệm để đời của một cô bạn ngày còn nhỏ tuổi. Câu chuyện đó gây ấn tượng cho mẹ đến ngày nay.

Khi đến chơi nhà một bạn con nhà giàu, cô bạn thấy thích một chiếc hộp mạ bạc nên lén bỏ vào túi. Nhưng khi về đến nhà thì hối hận vì đã làm một điều không phải.

Thời ấy xã hội xem cái tốt và cái xấu là hai điều tách biệt, như hai màu đen trắng. Ăn cắp và nói dối thường được xem hai điều tồi tệ nhất mà trường học và phụ huynh luôn nhắc nhở.

Cô bạn thú thật với cha. Ông cụ lớn tiếng mắng con và bảo cô ta đem trả lại ngay lập tức. Cô hổ thẹn không muốn đi, nhưng cuối cùng cũng phải vâng lời. Sau khi trả chiếc hộp cô thấy lòng nhẹ nhõm và trên đường về, cô bỗng cười thật to vì mình đã muốn sở hữu một thứ mà thực ra chẳng cần gì đến nó.

Từ ngày ấy cô hiểu thế nào là sự khác biệt giữa nhu cầu và ước ao, giữa lòng tham và sự cần thiết.

Câu chuyện kể lại bây giờ thì có vẻ buồn cười nhưng nó đã giúp cô bạn của mẹ kinh nghiệm được điều tốt và điều xấu. Nó giúp cô hiểu ra là thế giới của đám đông chỉ có tham lam chứ không vì nhu cầu.

Năm tháng qua đi, cô bạn giờ trở thành một nhà văn nổi tiếng. Cô viết những câu chuyện rất hay về tình người. Những trang viết của cô, thí dụ như "Đứa nô lệ chỉ có một ông chủ, đứa tham lam thì những ai làm lợi cho nó đều là chủ" giúp người đọc nghĩ nhiều về những nhu cầu thật sự trong cuộc sống.

Có người nhìn một chiếc xe ô tô sang trọng liền muốn sở hữu, không có được thì đau khổ. Điều đó nói lên rằng tâm hồn của người này chỉ lớn bằng chiếc ô tô mà thôi. Chỉ một chiếc xe thôi mà dễ dàng khiến tâm dao động. Nhưng nếu nghĩ kỹ thì một chiếc đồng hồ 3000 USD cũng chỉ giờ giống như chiếc có giá 30 USD. Nỗi cô đơn trong biệt thự 500 m2 có vườn cây bao bọc cũng giống hệt nỗi cô đơn trong căn nhà 50 m2. Nếu đi máy bay với vé hạng nhất thì cũng đến nơi y hệt khi đi vé hạng phổ thông.

Những trang sách của cô bạn giúp mẹ hiểu là nên học cách sống với ít nhu cầu.

Tham, biết bao nhiêu thì đủ? 100 triệu hay 100 tỷ? Có hàng nghìn hecta ruộng đất mình cũng chỉ ăn được chút ít rau quả và một hai chén cơm mỗi ngày. Có vài ba căn biệt thự thực tế là mẹ chỉ cần vài mét vuông, một chỗ ngủ, một chỗ làm việc, nghỉ ngơi, và một số tiền để ăn, mặc… thế là mẹ đã sống ổn. Mẹ chỉ mong là mình luôn có một tâm hồn vui vẻ, hạnh phúc bên những người mẹ thương yêu và quý trọng.

Mẹ hiểu là một ngày sống mà không có phút giây nào vui vẻ là một ngày mất đi. Một ngày có một giây phút vui vẻ là một ngày được lợi. Và không có lợi nào bằng lòng thư thái, tâm hồn lạc quan, không bị áp lực nặng nề của đời sống.

Phần lớn con người, ai cũng muốn mình được nhiều thứ và ít khi vừa lòng với những gì mình có. Đến tuổi này, nhìn cuộc đời khốn khốn khổ của những người xung quanh, mẹ nhận ra mình đã có đủ, không nhiều, không ít, mỗi thứ có một chút. Trẻ được đi học, lớn lên có gia đình, được ba con yêu thương và chăm sóc, có căn nhà nhỏ, cuộc sống bình yên… Nhìn quanh cũng có chút ít chữ nghĩa để viết lách, giải bày nội tâm và những chiêm nghiệm về cõi đời. Bạn bè có kẻ đã ra đi, còn mình thì sức khỏe vẫn khả quan, không mắc bệnh mãn tính thế là quá may rồi.

Chắc con còn nhớ, trong những lần trò chuyện mẹ luôn mong con trở thành một trí thức, nhưng luôn nhắc nhở và cảnh báo về lòng tham. Vì khi con người có trí mà làm điều ác thì sự tàn ác ấy sẽ nhân lên gấp trăm lần. Làm ác mà được biện minh là đang làm điều đúng và yên ổn với lương tâm thì vô cùng khủng khiếp.

Mẹ tin ở công lý và luật nhân quả: Con người chỉ nên hưởng những gì đúng với sức lao động của mình. Nếu mình cố gắng vơ vét và gây hại cho người khác, hậu quả chắc chắn sẽ đến vào lúc này hoặc lúc khác.

Nhưng chính lòng tham đang xâu xé thế giới và biến cuộc sống ngày thêm phức tạp. Cuộc sống của chúng ta đang bước vào dòng xoáy xung đột lớn nhất của dục vọng và công lý. Nhìn vào thực tại mẹ cảm thấy bi quan vì loài người hoàn toàn bị chi phối bởi những quốc gia hay tập đoàn kinh tế cắn xé nhau, sát phạt, trừ khử lẫn nhau, dẫn đến tai họa khôn lường cho những người vô tội, chân yếu tay mềm.

Con yêu của mẹ, con có biết thế nào là giàu không? Nếu một người có thể nhận ra mình không thiếu thứ gì, thì họ mới là người giàu.

Nhưng cái tài của quảng cáo và tiếp thị hiện nay là mê hoặc một cách khoa học và tinh vi, đưa con người tiêu thụ vào cơn mê cuồng mua sắm, tưởng càng có nhiều thứ thì mới vào được chốn đào nguyên!

Con sẽ có đủ bản lãnh để thoát khỏi ma lực ấy không?

Trương Văn Dân

Tiểu thuyết - Tác giả Trương Văn Dân
Nhà Xuất Bản Tổng Hợp- tp HCM. 6-2020

ELENA PUCILLO TRUONG

KHO TÀNG CỦA SỰ IM LẶNG

(Nguyên tác: La ricchezza del silenzio)
Bản dịch của Trương Văn Dân

Nam Mô Đại Bi Quan Thế Âm Bồ Tát... Nam Mô Đại Bi...

Tiếng niệm Phật vang vang trong đầu bà, trong lúc bàn tay khẳng khiu chậm chạp lau những phiến lá chuối, nhẹ nhàng xếp từng chiếc chồng lên nhau, như thể đang lần tràng hạt...

Nam Mô A Di Đà Phật... Nam Mô A Di...

Bây giờ thì năm tháng đã nặng trĩu trên vai bà, lưng oằn xuống và có lẽ chỉ có cái nhìn tinh anh và sống động từ thời son trẻ là còn nguyên vẹn...

Tiếng niệm Phật cứ nối tiếp đều đều như những chiếc lá lần lượt được xếp chồng len nhau và hồi ức của bà cũng có lúc xen vào giữa những chuỗi âm thanh ngọt ngào như tiếng hát...

Tay bà cầm miếng vải trắng lau qua lau lại nhưng thi thoảng trên vành môi cũng hé ra một nụ cười khi nghe tiếng cười trong trẻo của một tiểu ni... Ồ, vui làm sao khi nhìn những đứa bé lớn lên dần, mạnh mẽ và vui tươi như những đoá hoa nở rộ lúc vào xuân và làm cho không khí trong ngôi cổ tự thêm sinh động.

Ừ, bao nhiêu mùa xuân trong đời mà bà đã trải qua... nhưng tuổi thơ của bà đến giờ đã quá xa nên trí nhớ chỉ hiện lên như một lớp mây mờ. Nó chẳng khác gì một đám sương mù nên bà chẳng nhìn thấy hình bóng những người thân... Bà không còn nhớ giọng nói ấm áp của người cha hay những lần được mẹ vuốt ve âu yếm... Người ta tìm thấy bà dưới chân bức tượng đức Quan Âm, đặt trước sân chùa.

Một đứa bé mới lên bảy mà đã bị người ta bỏ rơi như một miếng giẻ rách! Cả thể xác và tâm hồn nó đều vấy máu. Có lẽ kẻ đã đày đọa và hành hạ bé vào phút cuối đã bất nhẫn, một chút lòng thương hại đã lóe lên... nên đã buông tha, bỏ bé trước cổng chùa...

Sự quên lãng chính là một thứ quà tặng quý báu, vì sau nhiều ngày hôn mê, khi tỉnh dậy bé không còn nhớ gì về những việc đã qua... Thế rồi cuộc đời nó như được tái sinh, khởi đầu bằng sự đón nhận bình yên và thanh thản cùng với một khuôn mặt dịu hiền của một vị sư bà, và lớn lên trong lời kinh, tiếng kệ, gõ nhịp đều đều theo chuông mõ. Kể từ lúc ấy cuộc đời nó được che chở trong những bức tường của ngôi cổ tự và được dạy dỗ rất nhiều điều. Dĩ nhiên mỗi sự vật đều có thời gian của nó và tuy lúc mới vào bé có hơi cứng đầu và chỉ học vì tò mò nhưng dần dà bé vui vẻ chấp nhận, biết tuân theo kỷ luật và nội quy của chùa, và về sau học hành nghiêm túc nên còn ngộ ra bao điều thâm diệu.

Học xong, thực hành... rồi cũng đến lúc phải dạy lại. Bà âu yếm nhớ đến những bàn tay bé nhỏ níu chiếc áo nâu sòng của mình, những mái đầu tí hon trọc lóc, chỉ chừa một lọn tóc trên trán mà trong những lúc tụng kinh, cứ đưa qua đưa lại, lắc lư theo nhịp mõ.

Bây giờ thì vài người trong bọn họ, sau nhiều năm, đã trưởng thành và sống bên cạnh bà. Những lọn tóc đã được cạo láng của ni cô, những đôi mắt to và sáng nhìn theo những động tác thuần thục và tự tin, lập đi lập lại vào thời gian trước Tết, cái phút giây mà bà yêu thích nhất.

Bao nhiêu việc cần chuẩn bị. Hằng năm, dân trong làng thường đặt chùa làm bánh chưng và bánh tét và tất cả các sư cô trong chùa đều hoan hỉ tham gia: Những người lớn tuổi lau lá chuối mà trước đó các ni cô trẻ đã rửa sạch, các ni cô khác phủ lên lá một lớp gạo nếp đã được nấu sơ với lá dứa để tạo hương vị đặc biệt và có được một màu xanh bắt mắt. Trên lớp nếp, một nhóm sư cô khác sẽ bỏ thêm những khối trụ bằng đậu xanh đã chà vỏ và nấu chín để làm nhưn, có rắc thêm một ít bột tiêu cho mùi vị thêm đậm đà. Đó là một dây chuyền ăn khớp và nhịp nhàng, khi những hình trụ bằng lá chuối có bỏ đậu xanh và thêm nếp đã cuốn lại liền được chuyển đến một nhóm sư cô có nhiệm vụ bó chặt và cột lại bằng những sợi lạt.

Mọi động tác đều liền tay và liên tục, giống hệt một đàn kiến chăm chỉ, ai nấy đều có một nhiệm vụ rõ ràng... thỉnh thoảng bà ngước mắt để quan sát họ. Bà thích nhất là lúc mọi người làm bánh chưng, thích nhìn những gói lá được cẩn thận xếp lại thành hình một chiếc hộp, giống như đang đóng lại chiếc hộp nữ trang sang trọng có nhân bánh là đậu xanh.

Vui vẻ và cẩn trọng, tất cả các thứ bánh được sắp xếp trong một chiếc nồi cao, to rồi đậy nắp. Thi thoảng, ánh mắt của bà ngừng lại trên vị sư cô này hay vị sư cô kia rồi dừng rất lâu đến người ngồi gần bếp, có nhiệm vụ giữ lửa, cho thêm củi vào dưới đáy nồi.

Ánh mắt bà cũng nhìn theo các tiểu ni loay hoay như một đàn bướm, chạy lăng xăng từ nhóm sư cô này qua nhóm sư cô kia, tùy theo giai đoạn công việc, đem lá chuối cho các người dồn nếp hay mang đậu xanh đã trộn và cuốn thành hình trụ... một vài tiểu ni còn đem những nhiếc bánh chưng hay bánh tét đã buộc lạt, xếp gọn ghẽ vào khay để chờ được đặt vào nồi để nấu.

Đó là một niềm vui rất dễ lan truyền giữa những người trẻ tuổi.

Tuy lúc này bà đã già nhưng bà không thể không nhớ là nhiều năm trước đây mình cũng đã từng có một niềm đau vì không được làm mẹ. Thế nhưng về sau thì bà cũng hiểu ra là bà còn có một niềm vui to lớn hơn nhiều: làm mẹ của hằng trăm đứa con. Bà đã nuôi dạy chúng, đã từng cạo trọc những mái đầu tí hon, chỉ chừa một nhúm tóc nhỏ, và dạy chúng vắt lên vành tai ; bà đã giảng giải cho chúng về sự huyền nhiệm của lẽ tử sinh, của cả niềm đau và hạnh phúc. Nhưng không phải đứa bé nào về sau cũng ở lại chùa. Vài đứa, sau khi được học hành, lớn lên đã chọn một con đường khác. Tuy thế, họ vẫn thường quay lại chùa để thăm bà và để được bà an ủi về những khó khăn từ cuộc sống.

Cũng có những đứa trẻ mà về sau bà không có tin gì về họ, nhưng bà không lấy thế làm buồn. Duy chỉ có một người thường làm bà bận tâm và lo lắng, như thể mẹ và con, đó là Quảng Tiên, kể từ lúc cô bất ngờ bỏ đi vài năm trước.

Nam mô đại bi Quan Thế Âm bồ tát... Nam mô đại bi... tiếng niệm Phật của bà có lúc bị xen ngang bởi những hoài niệm. Cùng với thời gian bà đã nhận biết tầm quan trọng của suy tưởng và của sự im lặng. Dĩ nhiên không dễ gì giáo huấn một đứa bé hiếu động và rắn mặt như bà, nhưng bà may mắn có được một vị sư bà trí tuệ và đã kiên nhẫn theo dõi và hướng dẫn bà kiềm chế cảm xúc và bình tâm hơn theo quy luật của sự im lặng.

Sự im lặng! Im lặng mở ra cánh cửa của vùng trí tuệ tiềm ẩn, không phán xét và cũng không phân biệt, chỉ đơn giản giúp ta "nghe" được chính ta, ngoại cảnh và kẻ khác. Đó chính là sự khám phá được kho tàng giống như lời Phật dạy: "Ai từ bỏ được thế giới thì sẽ nghe được âm thanh của Niết Bàn"

Các thiền sư đã chọn con đường tâm linh và sự bình an của họ chính là sự thanh thản trong tâm hồn sau khi đã chế ngự và dập tắt được những ngọn lửa dục vọng. "Nghe được âm thanh của niết bàn" chính là khi đạt được trạng thái hài hòa trong vũ trụ quan Phật giáo. "Hãy quên bản thân và nghĩ đến tha nhân", quên sự mưu cầu hạnh phúc cá nhân để chia sẻ và hòa đồng với người khác.

Bằng cách ấy bà đã ý thức được mục đích của mình và hiểu được lẽ sống chính là giúp đỡ và che chở cho những đứa con không phải con mình. Nhưng điều quan trọng là sẻ chia cái kho tàng ấy và, với bà, sự im lặng đã trở thành một điều thường nhật trong đời sống hằng ngày.

Bà còn hiểu rằng nhiều người đã đau khổ và không sống bình an bởi vì họ chẳng được ai lắng nghe. Trong một thế giới mà ai nấy cũng la hét để biện minh hay che đậy những lỗi lầm của mình... hoặc ích kỷ đến nỗi chỉ muốn nghe giọng nói của mình thôi, thì đâu còn thời gian để lắng nghe và thấu hiểu.

Có lẽ vì thế mà thỉnh thoảng có nhiều vị khách hay người dân ở các làng lân cận tưởng đến để ngoạn cảnh, thăm chùa, nhưng thực ra điều họ đang tìm là có thể gặp một ai đó để trò chuyện hay tâm sự mà không sợ bị phê phán. Bà luôn ở bên cạnh, im lặng, để lắng nghe họ thổ lộ, tuôn trào, than khóc... và rồi sau khi bình tĩnh và nghĩ lại, chính họ đã tìm ra lời giải của vấn đề, một cách tự nhiên mà không cần bà phải nói điều gì. Chỉ cần sự ngọt ngào hay một cái nhìn chia sẻ, hơi ấm của một vòng tay là có thể an ủi và làm cho họ hiểu là phương án nào sẽ phù hợp nhất.

Nam Mô Bổn Sư Thích Ca Mâu Ni Phật... tiếng niệm Phật vẫn tiếp tục trong lúc bàn tay khẳng khiu của bà vẫn lau những phiến lá chuối. Một năm mới lại sắp bắt đầu, mà có lẽ bà sẽ không còn có thể trụ đến cuối năm. Các mầm bệnh ung thư từ tháng nay đang di chuyển trong tạng phủ của bà. Bà quá mệt mỏi và trong lòng lúc này chỉ có một ý nghĩ là Quảng Tiên đang ở nơi nào.

"Sư Bà, Sư Bà"... bà có khách! Một tiểu ni vừa từ cổng chạy vào vừa gọi to để báo tin. Đến nơi cô giúp bà đứng dậy rồi dìu bà ra cổng. Một ni cô khác sẽ thế chỗ bà để lau lá chuối.

Bà vừa đi khập khiễng vừa dọ dẫm bám vào bức tường trong hành lang được chiếu sáng lờ mờ từ những bóng đèn dầu và cuối cùng đứng trước khung cửa mở ra vườn. Bà thấp thoáng thấy hai bờ vai mảnh khảnh. Không, không thể nào lầm được! Có lẽ chẳng cần nhìn bà cũng biết đó là người mà lòng bà đang mong đợi.

"Mẹ ơi, mẹ ơi..!". Đúng là giọng nói của cô ấy! Quảng Tiên! Đứa con lưu lạc đã trở về. Khi nghiêng người, bà còn nhìn thấy một đứa bé mà cô gái đang bồng trên tay. Một niềm vui bừng cháy dâng lên và bà lao tới, ôm lấy cô và siết mạnh.

Ôi, đã bao lâu bà chờ đợi phút giây này và lòng bà đang trào dâng một niềm hạnh phúc cho người con gái. Lòng bà bình yên và nhìn thấy tất cả niềm hạnh phúc và yêu thương của nàng sáng rực trong đôi mắt. Chẳng cần nói lời nào nữa, dù có là cái Tết cuối của cuộc đời, nhưng với bà đó là cái Tết hạnh phúc nhất.

Sài Gòn, tháng 12-2013
Elena Pucillo Truong

SE SẺ NÂU

MUA - BÁN MẸ CHỈ GIÁ 5 CENT

Thủ tục đã hoàn tất và mọi thoả thuận đã xong. Luật sư đưa cho cô gái tập hồ sơ và nói:

- Hồ sơ pháp lý này đã xác định kể từ bây giờ giữa cô và bà ấy không có bất kỳ mối quan hệ gì nữa. Cô cũng sẽ không phải chịu bất kỳ một yêu cầu gì chăm lo cho bà ấy.

- Tôi có thể chuyển tiền cho bà ấy với tư cách hỗ trợ từ thiện chứ? Cô gái trẻ hỏi.

- Tất nhiên là được, nhưng tôi xin báo cho cô rõ: bà ấy đã nói trước là bà ấy sẽ không nhận bất cứ khoảng nào từ tiền mặt đến vật phẩm phía cô. Và nếu cô vẫn cứ gửi với tính cách từ thiện thì chúng tôi sẽ chuyển vào quỹ từ thiện xã hội.

- Thưa luật sư tôi hiểu rồi. Cảm ơn ông và xin chào ông.

Cô gái rời khỏi văn phòng luật sư với vẻ thoải mái và cảm thấy hài lòng như đã trút bỏ được nỗi bực bội.

Tại một trung tâm thương mại ở thị trấn thuộc Boston, Bà lặng lẽ ngồi thu mình trong dòng người náo nhiệt của ngày chủ nhật. Trước mặt bà là một tấm bản ghi nguệch ngoạc dòng chữ "need to sell a mother".

Cậu thanh niên đang bước vội theo dòng người, bất chợt giật lùi lại. Cậu chú ý quan sát rồi ngồi xuống bên cạnh bà.

- I don't understand, ma'am?

Bà lúng túng bập bẹ: Sorry, I can't speak English. I'm Vietnamese.

- Oh. Bà cần gì?

- Cậu biết tiếng Việt, tạ ơn trời đất. Tôi... tôi không làm mất thời gian cậu nhiều đâu. Tôi muốn bán tấm lòng người mẹ, chỉ với giá 5 cent.

- Oh my god, what's wrong. I still do not understand? Bà nói rõ hơn xem?

- Tôi muốn có một đứa con. Hay đúng hơn tôi muốn là người mẹ. Cậu đừng hiểu lầm, không cần phải lo gì cho tôi và tôi cũng không cần tiền. Lớn lên nhiều người không cần mẹ, nhưng tôi cứ rao bán thử xem có ai muốn mua.

Cậu thanh niên gật gù:

- À, tôi hiểu rồi. Bà ạ, tôi không phải người Mỹ hẳn, tôi có dòng máu Việt của người mẹ. Tôi đến Mỹ theo diện con lai mấy mươi năm trước.

Bà tròn mắt nhìn cậu thanh niên. Im lặng một chút cậu thanh niên đề nghị:

- Thử nhé, bà đồng ý làm mẹ tôi chứ?

- Cậu chịu mua tôi? Thế mẹ cậu đâu?

- Từ bé tôi ở Orphanage camp. Tôi cũng không biết mẹ cha mình là ai. Khi sang Mỹ tôi được người cựu binh Việt Nam nhận nuôi, ông đã chết hơn 2 năm rồi. Sức khoẻ ông yếu vì di chứng thời bị tù do ông là sỹ quan Cộng hoà. Tôi nghiệp bố nuôi của tôi, ông đi tù gần mười năm, khi về mới biết cô vợ trẻ có chồng khác. Ông buồn, thất chí, sang Mỹ theo diện HO. Chính ông đã dạy tôi học tiếng Việt đó.

Cậu thanh niên im lặng một lúc rồi tiếp:

- Bố rất thương tôi. Ông dạy tôi nhiều về phong tục Việt Nam, ông nói dù sao tôi cũng là một phần máu thịt của người Việt. Ông đã nhiều năm tìm kiếm ba mẹ của tôi, nhưng tôi không có chút thông tin nào ngoài cái tên Orphanage nên không thể nào tìm kiếm được. Cũng có thể họ đã chết từ chiến tranh Việt Nam. Sau này có nhiều tổ chức đề nghị đăng ký ADN để tìm người thân, nhưng tôi không đăng ký. Tôi nghĩ có thể vì một lý do quan trọng mẹ không nuôi tôi được, nên thôi, tôi cũng không nên tìm. Nào, trở lại chuyện tôi đề nghị đi.

- Vậy thì thử. Nếu đến lúc nào cậu không chịu được bà mẹ này thì cậu nói và tôi sẽ ra đi.

- Trước đây bà ở đâu.

- Tôi ở Chicago.

Cậu thanh niên cầm tay bà đứng dậy.

- Nào đi thôi, về nhà con, thưa mẹ. Con tên là Jack.

Thế là bà đi cùng Jack về nhà. Cậu không hỏi gì bà về cuộc sống và lý do vì sao bà đến đây. Vừa đi cậu vừa nói với bà những sở thích, công việc và cuộc sống của mình. Câu duy nhất cậu hỏi bà là:

- Mẹ thích con phải như thế nào. Hay mẹ yêu cầu con điều gì?

- Chỉ cần có gì đó không thích hoặc không hài lòng con cứ thẳng thắn nói để mẹ biết là được.

- Con hiểu rồi. Đã đến nhà rồi đấy. Nào chúng ta bắt đầu cuộc sống mới từ ngày chủ nhật hôm nay nhé.

Jack sống một mình. Căn nhà đơn giản và ngăn nắp. Mỗi sáng cậu lái xe đi làm đến tối mới về, ngoại trừ chủ nhật và ngày lễ. Cậu sắp xếp căn phòng cho bà rồi nói:

- Mẹ sẽ nghỉ trong căn phòng này. Nếu mẹ còn cần gì thì nói con sẽ mua thêm.

Bà nhìn khắp lượt căn phòng:

- Quá đầy đủ và tiện nghi rồi. Không cần gì nữa đâu con trai. Lúc nãy con đã mua gì nào, ta làm bữa ăn chiều thôi.

Cuộc sống mới đã thay đổi với cả hai người. Jack cảm thấy mình hạnh phúc và ấm áp vì mỗi ngày đi làm về có người mong chờ và đợi cơm. Còn với bà, thế là đủ, không cảm thấy tủi thân và buồn bã như trước kia. Ngày ngày trôi qua, Jack cũng tinh tế tìm hiểu lý do vì sao bà phải "bán mẹ giá 5 cent". Anh thương bà thật sự với tình cảm của một đứa con yêu mẹ và bà cũng yêu thương anh như đã từng yêu thương đứa con mình đẻ ra.

Một hôm sau bữa cơm tối, Jack cầm tay bà nói như người có lỗi:

- Mẹ ơi, nếu nhà mình có thêm một người nữa. Mẹ có đồng ý không?

- Con cứ làm những gì con muốn, đây là nhà của con mà.

- Đó là một cô gái, nhưng con sợ mẹ không vui. Sang đầu năm chúng con sẽ cưới nhau.

- Jack ạ. Con là một đứa con ngoan và hiếu thảo, mẹ tin rằng cô gái mà con yêu thương cũng ngoan như con.

Jack đưa cho mẹ xem bức ảnh anh và cô gái chụp chung. Bà nhìn bức ảnh, một thoáng bối rối và thảng thốt.

- Cô ấy tên Dahlia!

- Trái đất tròn - Bà thở dài - sao nó cũng chuyển đến đây nhỉ?

- Mẹ biết cô gái này?

- Đứa con gái không cần mẹ đó. Nhưng giờ mẹ phải làm sao hả Jack?

Jack thảng thốt một lúc, rồi nói:

- Con nghĩ cứ đưa cô ấy về đây, nhưng đừng cho cô ấy biết mẹ. Khi nào có cô ấy ở nhà thì mẹ chịu khó che mặt lại. Mẹ cho cô ấy một thời gian nghe mẹ.

- Thôi được, mẹ sẽ cố gắng. Nhưng đừng bao giờ nói cho nó biết mẹ nhé con trai.

- Vâng, tất nhiên rồi.

Thế là Dahlia - cô gái trẻ - về sống với Jack và chính mẹ ruột của mình mà không hề biết. Ngày đầu tiên cô cảm thấy vô tư và thoải mái. Một ngày, hai ngày, rồi tối ngày thứ ba, trước khi ngủ Dahlia nói với Jack (vĩ nhiên là nói với nhau bằng tiếng Anh):

- Mẹ anh cũng chậm chạp và nhà quê giống như bà mẹ của em.

- Em vẫn còn mẹ sao chưa bao giờ anh nghe em nhắc đến mẹ?

- Mẹ em không thích hợp với cuộc sống Mỹ nên về Việt Nam

lâu rồi. À mặt mẹ anh sao mà lúc nào bà cũng phải che mặt?

- Mẹ anh bị tai nạn, mặt bà bị biến dạng, nên bà không dám để người ta thấy.

- Thế anh nhìn có sợ không?

- Mẹ mình xấu xí thế nào cũng đáng yêu hết. Dahlia, anh có một yêu cầu nhé: dù mẹ anh có xấu xí, chậm chạp hay nhà quê, nhưng em không được hỗn hay cư xử không lễ phép với mẹ anh.

- Anh đúng là đứa con hiếu thảo - Dahlia dài giọng khó chịu - Thôi đi ngủ, mai còn đi làm.

Ngày chủ nhật tháng Tám, Jack đề nghị cả gia đình nên đi dã ngoại ở đâu đó. Anh hỏi ý kiến mẹ rồi đến Dahlia. Bà nói với bà nơi nào mùa thu cũng đẹp, bà để cho Dahlia quyết định. Cô buộc miệng:

- Càng ngày con càng thấy mẹ rất giống mẹ con. Từ cách làm việc cho đến cách nói chuyện. Thế ngày xưa ở Việt Nam mẹ sống ở đâu?

- Quê của mẹ nghèo nàn, quê mùa lắm.

- Thôi nào, Dahlia. Em đừng hỏi vớ vẩn. Em muốn đi đâu chơi đây và còn lo chuẩn bị xuất phát nhanh thôi.

- Mình đi vùng núi Rocky đi nhé.

- Con cũng thích đi núi à?

- Thích chứ. Khi còn ở Mỹ mẹ con cũng thích đi núi.

Jack thúc giục:

- Oke, mọi người chuẩn bị nhanh nào.

Không đầy 15 phút mọi người đã chuẩn bị đầy đủ và lên đường.

Dahlia ngồi cạnh Jack, bà ngồi hàng ghế sau, mặt vẫn không quên che kín. Phía trước bọn trẻ nói chuyện với nhau bằng tiếng Anh, bà im lặng ngắm những hàng cây bên đường.

Jack nhìn qua kính chiếu hậu hỏi bà:

- Mẹ không vui hay sao ạ?

- Ta vui lắm chứ con trai.

- Cảnh núi Rocky rất đẹp mẹ ạ. Con nghĩ mẹ sẽ thích.

Xe vòng quanh nhiều cung đường rồi cũng đến nơi. Quả thật, mùa thu ở đây rất đẹp và lãng mạn. Dahlia đề nghị:

- Jack ơi anh lấy chân ghế và máy ảnh ra mình chọn cảnh chụp ảnh cho album cưới nha.

- Ý kiến hay đấy. Anh làm nhanh thôi.

Bà cũng giúp hai đứa trẻ chọn cảnh, chỉnh dáng để chụp những bức ảnh tuyệt đẹp chuẩn bị cho album lễ cưới. Trong bà một cảm giác vừa vui vừa buồn. Jack đã sắp xếp bà cùng chụp vài bức ảnh đủ ba người nhưng không thấy rõ gương mặt che khăn của bà. Dahlia rụt rè đề nghị:

- Mẹ này, trước khi bị tai nạn mẹ có đẹp không, mẹ có tấm hình nào thời đó không, cho con xem với. Hay mẹ cứ mở khăn che mặt ra cho con nhìn một lần đi.

- Không, không thể nào đâu con. Đáng sợ lắm - Bà hốt hoảng.

- Đừng Dahlia. Em đừng làm phiền mẹ, mẹ không thích thế đâu.

- Thì thôi, có gì mà anh cáu lên. Dahlia phản ứng lại.

Không gian chùn xuống. Bà nói như mình có lỗi:

- Mẹ xin lỗi, hai đứa sao vậy. Đừng cãi nhau mà. Hôm nay mình đi chơi rất vui mà.

Jack cũng chủ động phá tan không khí nặng nề. Mọi người cùng nướng BBQ, ăn uống vui vẻ. Hai bạn trẻ tiếp tục bàn về việc chuẩn bị cho album ảnh cưới.

Với bà đây là một ngày đi chơi nhiều cảm xúc.

Thế rồi cũng đến ngày diễn ra lễ cưới của đôi trẻ. Đêm trước ngày cưới một tuần, Jack hỏi Dahlia:

- Em không mời mẹ em sang dự lễ cưới của chúng ta sao?

- Bà không sang đâu mà - Dahlia vẫn nói thản nhiên như mẹ mình đang ở Việt Nam và không hề có chuyện đoạn tuyệt mẹ con. Jack cũng im lặng không hỏi gì hơn. Bà cũng không hiểu gì về mẩu đối thoại giữa hai người. Bà chỉ thoáng chạnh lòng khi không hề nghe

Dahlia nhắc gì đến mẹ mình trong ngày lễ trọng đại của cô.

Wedding được tổ chức tại nhà thờ, đơn giản nhưng trang trọng và thật ấm áp. Dahlia mặc chiếc soiree màu trắng thật đáng yêu. Jack không có một nét nào của nguồn gốc châu Á với đôi mắt xanh và màu da trắng, có lẽ cậu giống cha đẻ.

Nhưng có lẽ trong đám cưới này bà là người hạnh phúc nhất, vì bà được chọn là người cầm tay dẫn cô dâu trao cho chú rể. Bà diện bộ áo lễ hội và đeo chiếc khăn choàng qua mặt thật sang trọng.

Cho dù người ta nghĩ bà là mẹ của chú rể hay cô dâu thì bà cũng đã có mặt trong ngày cưới của con và được cầm tay con gái nghiêm trang tại lễ đường. Đó là điều chưa bao giờ bà dám mơ ước hay nghĩ đến. Sau ngày cưới đôi uyên ương sẽ có một tuần trăng mật. Buổi chiều Dahlia cần đi mua sắm vài thứ cần thiết cho chuyến đi. Đó cũng là thời gian hiếm hoi bà tận dụng để nói riêng với Jack.

- Jack ạ! Đã đến lúc mẹ phải đi, vì mẹ không muốn Dahlie phải khó xử khi nó biết sự thật.

- No, impossible. Mẹ không còn thương chúng con sao?

- Con trai ạ. Ta đã chuẩn bị hết rồi. Hãy để cho Dahlia có thời gian. Mẹ sẽ đến một nơi có những đứa trẻ cần có mẹ, khi nào Dahlia thật sự cần, mẹ sẽ quay về.

Jack ôm chầm bà, lần đầu tiên cậu ta rưng rưng.

- Mẹ ơi, con yêu mẹ lắm. Từ khi gặp mẹ con đã biết được niềm hạnh phúc khi con có mẹ. Mẹ đừng bỏ con.

- Mẹ không hề bỏ tụi con. Mẹ sẽ liên lạc với con. Khi nào cần tự nhiên mẹ sẽ về. Đây là bức thư mẹ gửi cho Dahlia, khi nào chúng con có baby hãy trao cho cô ấy. Con phải hứa với ta là con không tiết lộ về mẹ con mình cho Dahlia biết.

- Vâng con hứa.

- Từ giờ đến khi chúng con đi honeymoon, phải thật bình tĩnh như không có gì thay đổi. Khi các con đi rồi ta sẽ đi. Con đừng buồn nữa, Dahlia sắp về rồi đấy.

Jack cầm tay bà bịn rịn, cậu rất buồn, nhưng cậu biết là bà đã quyết định đúng đắn.

... Tuần trăng mật kết thúc, trên đường về Jack đã nói với Dahlia mẹ cậu phải về quê hương thăm người thân, thời gian sau bà sẽ quay về.

Trở lại cuộc sống thường ngày, ngôi nhà nhỏ chừng như trống vắng và thiếu một điều gì. Jack cảm thấy nhớ mẹ, lần đầu tiên anh cảm nhận được không có mẹ buồn đến thế nào.

Bước sang tháng thứ ba, Dahlia vẫn chưa nghe Jack nhắc đến chuyện mẹ anh trở về.

- Khi nào mẹ anh về, hay anh đón mẹ đi.

- Em có muốn đón mẹ về không, em có nhớ mẹ không? - Jack hỏi thật lòng.

- Em cũng không biết nữa, nhưng không có mẹ cũng buồn.

Jack ngồi trầm tư thật lâu mới hỏi:

- Em thấy mẹ anh như thế nào?

- Sao anh hỏi thế. Em có gì sai với mẹ à?

- Không. Chỉ có điều anh muốn chuyển cho em món quà mẹ tặng em. Mẹ dặn đến khi mình có baby mới đưa em.

- Sao mẹ không gửi từ bây giờ mà đợi đến lúc ấy?

- Anh cũng không biết. Em muốn xem từ bây giờ không?

- Anh đưa cho em nhé.

Jack vào lấy phong thư trao cho Dahlia:

- Anh không biết bên trong là những gì. Mẹ bảo chỉ gửi cho mỗi mình em, anh không được xem.

Dahlia tò mò mở vội phong thư. Trong phong thư rơi ra một bức ảnh cô chụp chung với mẹ cô. Bên trong có một bức thư viết tay.

"Dear Dahlia!

Con sẽ không bao giờ biết mặt mẹ chồng của con đâu, vì ngay cả Jack cũng không biết mặt mẹ đẻ của mình. Mẹ chỉ là mẹ nuôi của Jack.

Cho dù mẹ là ai và như thế nào, ta cũng cảm ơn trời phật đã sắp xếp cho ta gặp con và được dắt tay con trong ngày hôn lễ của con. Jack là một thanh niên tốt và rất ngoan, con hãy trân trọng cuộc sống hiện có của mình và hãy là một người mẹ tốt.

Ta cảm ơn hai con dù thời gian chúng ta ở bên nhau quá ngắn. Chỉ tiếc là ta không thể tiếp tục ở với các con. Ta không muốn con phải khó xử với Jack vì mối quan hệ giữa chúng ta.

Cuộc sống của con tốt đẹp nên ta rất yên tâm và mãn nguyện. Ta đến nơi có những đứa trẻ cần có mẹ. Đến khi nào các con cần ta sẽ trở về bên các con.

Ta chúc các con nhiều hạnh phúc!"

Dahlia thẫn thờ đánh rơi bức thư. Cô hỏi Jack mà mắt vẫn nhìn xa xăm:

- Anh gặp mẹ trong trường họp nào?

Jack đáp như không biết gì:

- Mẹ nói với em anh chỉ là con nuôi thôi phải không? Ừ đó là mối duyên, anh không có mẹ, và anh cần mẹ. Từ khi đón mẹ về chung sống anh mới biết có mẹ hạnh phúc như thế nào.

- Em sống chung mà không hề phát hiện ra hai người chỉ là mẹ con nuôi. Anh là người con hiếu thảo và mẹ là người mẹ tốt.

Dahlia im lặng thật lâu, cô thu dọn ảnh và bức thư đem vào phòng. Trở ra Dahlia hỏi:

- Bây giờ mẹ ở đâu. Mình đi đón mẹ về đi anh.

- Anh không được biết mẹ ở đâu, nhưng anh tôn trọng quyết định của mẹ. Vì mẹ nói mẹ đến nơi có những đứa trẻ không có mẹ. Anh nghĩ mẹ quyết định đúng. Khi nào cần thì mẹ sẽ về, anh tin là như thế.

Những giọt nước mắt âm thầm rơi trên gương mặt Dahlia. Cô gọi từ trong sâu thẳm: Mẹ ơi!

Se Sẽ Nâu

NGUYỄN THIÊN NGA
ĐI BÊN ANH MÙA XUÂN

Ngàn tia nắng ấm thắp lên mùa xuân cho em, cho người.

Từng đàn chim đến hót vang tiếng ca tưng bừng trên lá.

Đi bên anh mùa xuân, đêm long lanh giọt sương ướt môi em xuân nồng...

Ta thì thầm vậy thôi.

Trong sâu thắm hồn mình, ta muốn anh nghe thấy tiếng mùa xuân về nhẹ nhàng bên song cửa, ta muốn anh nhìn thấy những tia nắng xuân đang nhảy nhót trên từng đóa mai vàng rực rỡ. Mùa xuân cho ta tuổi mới. Dẫu đang ở bên kia triền dốc Đợi của cuộc đời, bỗng nhiên ta thấy hồn mình trẻ lại. Có lẽ hơi hướng mùa xuân. Có lẽ dư âm một tình cảm không biết gọi tên là gì...

Ừ, có lẽ...

Ngồi bên hiên vắng lắng nghe mùa xuân đang về khắp trời.

Phải cô quạnh như lúc này, phải ngổn ngang tâm trạng như thế này, ta mới lắng nghe được hết thanh âm của mùa xuân theo nhiều cung bậc khác nhau.

Một chút trầm buồn loang theo khói sương lãng đãng ngoài kia. Đó là nỗi nhớ về Ba - Người ra đi khi ta còn ngọng nghịu, khuôn mặt mờ ảo xa xăm. Đó là nỗi nhớ về Mẹ - Người cho ta hình hài và bao nhiêu bài học về nhân cách sống. Và nỗi nhớ rất mơ hồ về anh, mơ hồ nhưng đủ để tim ta hụt đi một nhịp. Một nhịp đập hụt của trái tim là nhịp xuân tăng lên theo cấp số nhân, rồi bất chợt tròn một nụ cười duyên theo lúm đồng tiền trên má.

Một chút âm thanh rộn rã của Tết ngày xưa ấm áp. Mẹ vừa ngồi rim mứt vừa đọc thơ Nguyễn Bính. Anh chị vừa gói bánh vừa nghe cô em út nghêu ngao hát:

Em ước mơ mơ gì tuổi mười bốn tuổi mười lăm?
Em ước mơ em đẹp như trăng rằm tươi tắn...

Rồi lâu lâu dừng lại chọc quê: "Coi kìa, Út Ngỗng Trời lại mơ mộng mẹ ơi!"

Ứ ừ...

Chọc nhiều tí nữa thôi là ta sẽ khóc nhè. Chiêu đó làm anh chị sợ nhất thôi. Còn anh, ta biết anh sẽ không sợ ta khóc. Bởi vì, bây giờ ta chỉ khóc khi nào thật vui, thật hạnh phúc; mà anh thì mong ta luôn vui và hạnh phúc. Nếu được sánh vai bên anh mùa xuân - mùa xuân mộng ảo của đời người thì đúng ta đã và đang vô cùng hạnh phúc.

Ngân trong sương tan tiếng chuông chùa Linh Sơn, chuông nhà thờ Chánh Tòa chầm chậm, chầm chậm. Đủ lắng vào tâm khảm của ta đến bây giờ, sau bao nhiêu thăng trầm của cuộc đời, để đêm nay ta bật lên tiếng buồn khắc khoải; để ta bỗng nhớ đến anh nơi phương trời lạ rồi ta chợt cần lắm một bàn tay nắm, đưa ta đi lễ đầu năm nguyện cầu sức khỏe và sự bình yên. Bao lâu rồi giáo đường vắng dáng ta quỳ hiền hòa bên chân Chúa (?!)

Đi bên anh mùa xuân, đêm lung linh tình yêu
Thắp thêm ước mơ cho tình yêu tuyệt vời.
Mùa xuân đang đến bên những lời yêu thương, hồng tươi lá hoa,
đón nắng mai chan hòa.

Đi bên anh mùa xuân.

Vâng, ta sẽ đi bên anh mùa xuân - mùa xuân trong tâm thức, mùa xuân không có thực trong đời. Anh xa ngái, ta với theo hoài vọng. Nhưng nhờ có anh, ta đánh thức được con tim đã ngủ quên của chính mình và nghe nó reo vang vào sáng xuân dịu dàng màu nắng mới.

Đi bên anh mùa xuân.
Bằng những bước chân đầu tiên sau ngày ngủ muộn.
Bằng giấc mơ hồng ngày mới.
Bằng nụ xuân xanh ngày xưa bỗng chín tình cờ.

Nguyễn Thiên Nga
(Đức Trọng - Lâm Đồng)

TRẦN XUÂN MỸ
ĐÊM CUỐI

Đêm nay đêm cuối chỉ còn ngày mai, có thể sáng... có thể trưa hay chiều mẹ Hùng sẽ mãi mãi ra đi.

Bỗng nhiên thấy mẹ mình khỏe lại, Hùng mừng rơn theo tay chỉ của mẹ vội lấy cây ba toong đưa bà nắm rồi dìu mẹ từng bước đi về phía cửa, tay bà run run đẩy cánh cửa lọ mọ bước ra sân đến ngồi trên chiếc xích đu bà thở hổn hển dõi mắt nhìn lên trời.

Nhìn gương mặt đầy thất vọng vì đêm nay bầu trời tối đen không có lấy một ngôi sao để mẹ có thể tận cảnh nhìn thấy vì sao của riêng mình rơi xuống đất.

Đêm tĩnh lặng hoang hoải những xót xa, đêm có bình yên cách mấy cũng không xoa dịu nỗi khổ kiếp người. Thoang thoảng đâu đó mùi hương va ni của hoa lan như sẻ chia chút ấm áp, xíu ngọt ngào dành tặng hai mẹ con Hùng.

Bà mẹ nheo mắt nhìn ra xa, ánh sáng đèn đường soi dài theo con hẻm không người qua lại, đâu đó tiếng dế nỉ non chợt Hùng nhớ đến truyện "Dế mèn phiêu lưu ký" không biết nhà văn Tô Hoài đã thức bao đêm để viết vì theo cá nhân Hùng... văn, thơ chỉ có thể có cảm hứng khi chung quanh lắng đọng.

Cứ thế hai mẹ con ngồi bên nhau Hùng đỡ mẹ tựa hẳn vào lòng mình, nhìn bà yên như pho tượng Hùng nghe cay trên sóng mũi, Hùng biết rõ tánh mẹ dù buồn đau cỡ nào, mặc sóng gió nổi trong lòng cứ cuồn cuộn hết đợt này sang đợt khác, những tâm niệm dở dang, những việc chưa hoàn thành, bà vẫn cố kềm cơn đau vừa chớm để nghĩ xem mai về bên ấy sẽ gặp lại những ai... Và bên ấy thiên đàng hay địa phủ!

Kể từ ngày biết về căn bệnh của mình, nếm trải những cơn đau hành hạ cho đến lúc tình cờ nghe con trai kể với mẹ vợ về lời bác sĩ thông báo do khối u đã di căn hủy hoại nhiều vùng trong khoang bụng xem như vô phương chữa trị, tốt nhất gia đình nên đưa bà về nhà tịnh dưỡng, chăm sóc, muốn ăn gì cứ cho đừng kiêng khem may mắn bà có thể trụ được thêm ba tháng.

Nghe tới đó... bà chìm vào hôn mê, chừng tỉnh lại hé mắt nhìn quanh vẫn bức tường màu trắng vẫn dây nhợ chung quanh cùng tiếng tít tít của máy trợ lực nhịp đều phía trên đầu giường.

Cuối tuần sau khi bác sĩ thăm khám, chích thuốc bà được về nhà.

Thời gian đó bà hoàn toàn suy sụp, từng cơn đau... từng cơn đau khiến bà rũ xuống như mèo mắc mưa, xác thân teo lại chỉ còn da bọc xương, môi khô khốc chưa kể bà nằm miết lưng lở loét mọi cử động đều ứa nước mắt, cô con gái xin phép nghỉ việc để ở nhà lo cho mẹ.

Không muốn các con cực nhọc chăm lo nên bà gượng dậy làm vui, cố nén cơn đau, cố nuốt lưng chén cháo dù vị giác nhạt nhẽo hoặc đôi khi đắng ngắt, cố nở nụ cười để mọi người yên tâm nhưng sâu thẳm luôn cầu xin ơn trên cho mình sớm giải thoát, sớm về cõi vô thường hầu nhẹ gánh cho các con.

Vậy mà đêm nay bà hoàn toàn tỉnh táo giống ngọn đèn lóe lên trước lúc lụi tàn, chắc bà đang hồi dương để kịp lời trăng trối trước khi hắt hơi thở cuối cùng.

Ngồi chán bà gắng gượng chỉ tay đòi quay vào nhà môi mím chặt kìm tiếng rên, đêm nay ý bà muốn ngồi bên bàn thờ chồng đặng nhắc nhở ông nhớ về, để dìu bà đi nốt đoạn cuối cuộc đời.

Đêm cuối bước chân nhẹ như mây không đỡ nổi hình hài, bà thấy mình chênh chao bên bờ vực, bà líu lưỡi: Ô... ơiii... rồi xuôi tay.

Hùng hốt hoảng gọi: Mẹ... Mẹ ơi! Vợ Hùng chạy vội từ phòng ngủ ra cùng lay gọi nhưng tất cả mọi tiếng kêu đều rơi vào thinh không. Mẹ đã vĩnh viễn đi rồi.

Trần Xuân Mỹ

LÊ TRIỀU HỒNG LĨNH
CUỐI NĂM

Và những tờ lịch cuối cùng đã rơi xuống
lại hết một năm
thời gian cứ trôi qua
ta không hối tiếc điều gì
cứ thế mà đi
cứ thế mà sống
con đường ta đi
có lúc chầm chậm đi qua,
những ổ voi, ổ gà
những cơn mưa sũng nước
lò mò những vũng lầy, bãi rác
hay trôi trong bóng tối muộn phiền
ta ngắm bóng mình trong ánh sáng buồn tênh
hay mở mắt nhìn hoàng hôn nắng quái
bên bờ vực của thời gian ta còn lại
những ký ức mờ phai
tưởng đợi chờ sẽ đến cái đẹp của tương lai
ừ thôi cứ vung vẫy những sắc màu mơ tưởng
ta vẫn đi trên cánh đồng khô cạn
mong mùa lúa chín vàng ươm
những tờ lịch cuối cùng
báo hiệu mùa xuân
ta lại bước đi trong tận cùng năm tháng
một chiếc lá rơi
một chồi non vừa thức
ta lại mong mùa mới
nẩy mầm xanh.

NGUYỄN HÙNG PHONG

GIÓ CHƯỚNG VỀ...

Gió Chướng về sông bềnh bồng sóng vỗ
Thấp thoáng xuồng chài theo nước lô nhô
Nắng rọi triền sông Bần nghiêng bóng đổ
Lục Bình dạt trôi lẽ bạn ngược xuôi!

Gió Chướng về vườn rì rào khắp lối
So Đũa sân nhà nở rộ trắng bông
Cây bưởi cây dừa trái treo gió lộng
Đeo đẳng cái nghèo... Manh áo, chén cơm!

Gió Chướng về đồng lao xao nắng sớm
Lúa trổ đòng đòng, lúa nặng tình quê
Tìm bắt cá, cua bây giờ không dễ
Hạn, mặn tràn về đất nẻ cằn khô!

Gió Chướng lại về vắng mưa qua phố
Trời sắp sang mùa hạt nắng lung linh
Hằn nét ưu tư bộn bề toan tính
Nước mặn hoành hành dịch bệnh chưa lui!

Gió Chướng lại về mắt mẹ không vui
Chắp tay nguyện cầu an yên cuộc sống
Áo mới Tết về tuổi thơ mong ngóng
Cây trái trĩu cành lúa trổ oằn bông!

NGUYÊN CẨN
NIỀM VUI NGẮN - GIẤC MƠ DÀI

Chúc mừng thành phố dường như qua rồi cơn dịch
chúc mừng Chúa lại về trong máng cỏ sáng nay
nghe thánh ca vọng giữa quán cafe này
hiểu Noel đang thật gần trước ngõ
có chút lạnh mùa đông trong hơi gió
những ánh mắt hiền, thân thiện lại nhìn nhau
Sài Gòn bình thường nén chặt lo âu
để xuống phố rong chơi chờ tháng Chạp
lại tụm năm tụm ba nói chuyện đời bá láp
vậy mà vui quên mệt nhọc kiếp người
sáng nay thấy anh em thân mật tiếng cười
hiểu chúng ta sắp đi qua những ngày lận đận
thế giới khóc cho năm cùng tháng tận
số người chết vì Covid mỗi ngày chẳng muốn nghe thêm
vaccine nào thông báo bản tin đêm
nhân loại ngóng phép mầu trên trần thế

câu kinh nguyện không trở thành văn tế
lời ru nào mẹ hát lại con nghe
chúc mừng nhau mai sớm ngược xuôi về
sân bay chật những thân tình hội ngộ
dù khẩu trang chỉ chừa hai mắt ngó
đủ vui rồi sau ngày tháng lockdown
một năm rồi bao mất mát hư hao
dài đăng đẳng nghe như là thế kỷ
chuyện sắp tới bây giờ như mộng mị
cứ mơ thôi ai đánh thuế tâm hồn
đừng nhắc tên ai mất ai còn
hãy uống đi ly cà phê kẻo nguội
nhấp chút bình yên có gì tiếc nuối
ta sống trọn một ngày rất đỗi hồn nhiên
và nghe tâm vô đạo bỗng dưng "thiền"!

DẠ YÊN

XUÂN TÌNH

Đầu Xuân
rớt chút mây chiều
Lay lay gió ngã
Nghiêng xiêu lối mòn
Tình yêu thêm chút môi son
Tình ơi vời vợi...
Đầu non trăng dài

Cỏ cây hoa lá
Mê say
Nụ Hồng ngan ngát
Xuân lay lắt tình
Ái ân đan giấc mơ xinh
Khát khao bao bận
Bậu, mình yêu nhau

Em về
Thêm chút sắc màu
Chờ hoa xuân mới
Lao xao mộng tình
Chờ ai... lưu luyến... vô tình
Mây trời hờ hững... đêm tình
Phôi pha...

Cõi riêng...
ta gởi trăng tà
Nhặt thưa một giấc mơ hoa
Xuân ngời
Thế gian mở cửa... khóc cười
Thèm về dỗ giấc... bên đời
Mơ xuân...

Rưng nghiêng
Cho nhớ bâng khuâng
Chênh vênh bảy sắc cầu vồng
Ước mơ
Chỉ là một bận duyên thơ
Mùa Xuân khởi nụ
Tinh chờ đêm Xuân.

HUỆ TRINH
TRĂNG KHUYẾT BÊN THỀM

Chiều nay vắng bóng con đò
Trăng nghiêng chênh chếch câu hò chơi vơi
Lệ buồn như tiếng mưa rơi
Người xa có nhớ một nơi đợi chờ

Trăng buồn khuyết nửa vầng thơ
Thuyền trông bến vắng bên bờ chênh vênh
Mơn man con sóng triều lên
Ru câu hờn giận bồng bềnh mây trôi

Lời ca cứ mãi xa xôi
Nửa như là dỗi nửa rơi mắt sầu
Trên cành con nhện giăng câu
Nhẩn nha từng sợi bên cầu đợi ai

Sao Hôm tìm mãi Sao Mai
Bao năm bấy tháng vẫn hoài đuổi nhau
Trăng kia dẫu có phai màu
Khuyết, tròn luân chuyển ngàn sau có còn

Thuyền đơn đợi bóng trăng non
Bến chờ người đến héo mòn bao đêm
Trăng soi mờ tỏ bên thềm
Nghiêng bờ liễu rũ dịu mềm lòng ai

27/8/2020

LÊ HIỀN

MẸ VÀ QUÊ HƯƠNG

Mẹ ẩn vào mây bay về núi
Con buồn đứng ngóng cuối trời xa
Chợt thấy quê nhà xanh ngọn khói
Nôn nao lá rụng lúc giao mùa

Cho con quay lại thời thơ nhỏ
Vốc giọt phù sa, uống nước sông
Lòng ươm mật ngọt mùi hoa cỏ
Mẹ đã về chưa, lúa đỏ đồng?

Mong Tết mẹ về, mua áo mới
Hồn nhiên khoe bạn, áo tung bay
Giọng mẹ ngọt nồng thơm vị đất
Ru hời êm giấc ngủ con say

Hồn mẹ ẩn vào trong vạt nắng
Ấm lòng con trẻ buổi chiều đông
Ký ức chồm lên, lòng trống vắng
Tết về, con nhớ mẹ rưng rưng.

NGUYỄN THỊ KIM HƯƠNG
CHIỀU XUÂN

Một hôm thấy nắng vàng quen quá
Mới hay xuân đến đã rất gần
Cỏ biếc trong vườn thêm xanh lá
Mai vàng trước ngõ cánh nhẹ bung.

Mây trắng bồng bềnh nương theo gió
Chim én chao nghiêng cánh ngập ngừng
Cuối nẻo bóng chiều vương ráng đỏ
Trông vời xóm cũ mắt rưng rưng.

Tôi nhớ quê tôi, nhớ quá chừng!
Bao lần đón Tết, thiếu người dưng
Từ độ em làm dâu xứ lạ
Tôi bỏ quê nhà, sống biệt tăm.

Lại nữa, xuân nay đến thật gần
Đất trời giao hưởng, nắng bâng khuâng
Tôi gởi hương tình theo gió bấc
Chẳng biết em còn nhớ tôi không?

25/11/2020

NGUYỄN TUYẾT

NGẮM XUÂN

Ta thích ngắm những mùa xuân ấm áp
Dìu dịu hương
Của
Hoa cúc ban mai
Én đem về đầy ắp túi tin vui
Bay nhè nhẹ
Mà nghiêng trời rực lửa.

Ta thích ngắm đôi môi nàng thiếu nữ
Khi mùa xuân ban tuổi mới hồn nhiên
Xuân trong veo
Khi đôi mắt em cười
Khe khẽ chớp
Cả ngàn sao lấp lánh

Xuân là tiếng
 phù sa gọi sóng
Nuôi mầm xanh
Ban phát chén cơm ngon
Ta ngắm xuân qua mỗi độ trăng non
Khi tiếng gió
Khi mưa nhè nhẹ phất

Ta thích ngắm
Chùm xuân mặn mà nhất
Không điểm trang mà tất cả xinh tươi
Cười với nhau
Thời khắc đất giao trời
Là chén rượu.
Nâng nâng mời ta uống.

07/11/2020/9h

TRẦN THỊ KIM DUNG
LỜI NGUYỆN CẦU CHÂN THẬT

Đài báo hôm nay được bình yên
Lòng ta như trút gánh ưu phiền
Hy vọng đánh lùi con Cô-vít
Cho khắp địa cầu bớt đảo điên

Tội tình ai tạo, ai gây nghiệp?
Mà cả thế gian phải gánh gồng
Chúa hằng cứu thế sao đành bỏ?
Phật từ Tây Trúc có nghe không?

Mấy chục vạn người trên thế giới
Chịu cảnh tang thương khóc biệt ly
Ai người quỉ dữ, sai tim lạnh?
Lệ đổ thành sông biết nói gì!

Thôi chỉ gục đầu mà khấn nguyện
Thành khẩn ăn năn những lỗi lầm
Xin chúa xót thương đừng chấp tội
Đổ tràn ơn phúc xuống dương trần

Phật vốn từ bi xin tha thứ
Chúng sinh thảm khổ rất nhiều nơi
Phật hãy gia ơn mà cứu độ
Đem ánh hào quang rọi khắp trời.

TT - THANH TRƯỚC

TA XƯA

Ta về rớt lại ta xưa
Vàng theo chiếc lá cuối mùa thu rơi
Hoàng hôn lạc lõng chân trời
Gió ru cánh gió... tiếng đời vọng đưa

Ta về tìm lại ta xưa
Nhặt khung kỷ niệm đong vừa hồn đơn
Nhặt bao yêu dấu dỗi hờn
Hong khô nỗi nhớ... dỗ cơn đau thừa

Ta về trả lại ta xưa
Rêu phong một thuở... sầu chưa ngậm sầu
Xuân xanh nhẹ gót qua cầu
Ái ân tựa chiếc bóng câu... lọc lừa

Ta về bỏ lại ta xưa
Thềm hoang tuyết phủ... đêm thưa mộng gầy
Bếp tình lửa tắt... tro bay
Men đời chuốc cạn... đắng cay... vô thường!

TRẦN HẠ VI
YÊU HÀM THỤ

ngồi xuống đi anh
chúng ta học yêu hàm thụ
cùng nhắm mắt lại và cùng thở ra
hãy nghĩ về người ở xa
hạnh phúc nhuộm hồng hơi thở

sóng điện từ vượt cách trở
len lỏi tình ái li ti
trái tim dòng giống thiên di
yêu mến gom nhặt từ không khí

xô dạt năng lượng kỳ vĩ
sông núi lấp dời
cảm hóa tâm hồn

tin em đi
không cần ghen hờn giận dỗi nhớ mong
anh ở trong em
em ở trong anh
chỉ cần mở lòng là nhìn thấy

"ngọc bất trác bất thành khí"*
nhân bất ái bất tri lý

13.3.2019

*: Tam tự kinh

QUỐC THÁI
TÔI LẮNG NGHE

Tôi lắng nghe từ đất
Những chồi non nhú mầm
Xôn xao làn gió hát
Và mơn man nắng hồng

Tôi lắng nghe tiếng thở
Của nhịp đời sinh sôi
Hòa tiếng cười rạng rỡ
Của bao người thân tôi

Tôi lắng nghe thương nhớ
Chất đầy năm tháng trôi
Tôi dặn lòng quên bỏ
Những hờn giận xa xôi

Hôm nay tôi ngồi đó
Ngày mai tôi nơi đâu?
Hôm nay tôi cười nói
Ngày mai tôi ra sao?

Và tôi nghe thanh thản
Tôi cười với chính tôi
Và tôi chào một sáng
Chào... niềm vui lên ngôi!

CHAU NGUYEN

NHIÊN TƯỢNG

hãy lắng nghe trời đất buổi sơ sinh
hãy lắng nghe hoa lá dậy ru tình
ta nhẹ bước theo trăng vào bóng núi
ta bắt được hồn ta còn lầm lũi

đợi ngày sau soi bóng lại bên hồ
đợi ngàn xưa tan hết sóng vàng xô
trong ánh nước có ta và em hát
tha thiết quá tháng năm nào phai nhạt

tình thiên nhiên ngây ngất buổi sơ đầu
còn bên nhau trời đất mãi dài lâu
dù một buổi ngàn sao này sẽ tắt
dòm sau trước thế gian vừa tẻ ngắt

đâu một ngày tóc trắng lạnh mùa tang
ta trở về bên lều cỏ thênh thang
ba ngàn cõi thoáng mờ con bướm nhỏ
hồn em nữa hiện dần theo mây gió

tìm bên nhau khói núi lẫn sương rừng
nghìn xưa sau trời đất hẹn vang lừng…

BÙI THU PHONG
TỰ TÌNH CUỐI NĂM

TỰ mình ngồi ngắm dung nhan
TÌNH yêu nhẹ đến như làn khói hương
KHI xưa chung một mái trường
THÁNG ngày mộng ảo tựa sương nhạt nhoà

MƯỜI năm cứ ngỡ hôm qua
HAI ta vun xới nụ hoa cuộc đời
LẠI cùng tay nắm rong chơi
TRỞ thành quyến thuộc tuyệt vời bên nhau

VỀ theo tiếng gọi trầu cau
TRONG tim tỏa sáng muôn màu sắc hoa
YÊU rồi lầm lỗi cho qua
THƯƠNG nhau chín bỏ mười hoà vì ai

NHUNG huyền đắm giữa mắt nai
NHỚ về thuở ấy hình hài chốn xưa
ĐONG tràn thả gió nhẹ đưa
ĐẦY vơi kỷ niệm lúc vừa gặp nhau.

7-12-2020

NGUYỄN TRUNG NGUYÊN

NÂNG LY CHÚC MÌNH

Nâng ly mình tự chúc mình
Thênh thang giữa cõi phù sinh nửa đời
Nửa câu thơ, nửa giọng cười
Nửa cung hòa điệu, nửa lời nhớ thương
Nửa chén rượu, nửa đêm trường
Nửa câu ca cũ, nửa vương cung đàn
Nửa đời ta trót đa mang
Con tằm rút ruột lỡ làng công danh
Nửa ngó lên mộng không thành
Nửa ngó xuống cứ vòng quanh phận người
...
Chúc mình, mình tự mình say
Hết năm thêm một tuổi này đó em.

NGUYỄN THÁI BÌNH
ĐI NÚI TÀ CÚ

Tháng giêng lên núi đi tìm Phật
Ngó xuống dưới đời thấy quanh co
Nhưng nghĩ quanh co đời mới thật
Bần thần mang nặng mối so đo.

Gió núi chao đao thuyền Bát Nhã
Rừng khuya văng vẳng Chú Đại Bi
Chập chờn, mê tỉnh muôn chư Phật
Thôi thì…Thôi cứ mộng vô vi

Tháng giêng lên núi tìm cây thuốc
Chữa chứng sầu bi, khiếp nhược đời
Thâm u cạn lệ dòng khô nước
Ta vẫn là ta… kẻ thất thời

Xêng xang xuống núi lòng rất lạ
Mặc dù tay nải vẫn trống không
Không tìm thấy thuốc, không thấy Phật
Một vạt rừng xuân… Chợt ấm lòng.

LƯU LÃNG KHÁCH

SƠN NỮ LANGBIANG

Hãy nổi lửa cho Langbiang rực rỡ
Cho rừng kia nằm dệt mộng đêm vàng
Em tình tứ trong xiêm y sặc sỡ
Mình dìu nhau về lại thuở hồng hoang

Rượu thịt em dâng mời chàng lữ khách
Sá gì không say bên sơn nữ căng tràn
Khi hoa cỏ thắm tươi màu ân ái
Khi đại ngàn xanh nảy lộc truy hoan

Cho Langbiang huyền thoại hừng hực lửa
Mở lòng ra mà ngây ngất đê mê
Khi ánh mắt lung linh màu ân ái
Khi bờ môi mụ mị lối đi về

Từ vũ điệu thăng hoa tình vụt cháy
Hương rượu cần thơm rát bỏng môi ai
Bản hợp tấu bềnh bồng theo vũ khúc
Giữa đại ngàn sao bỗng hóa thiên thai

Các em xinh cuốn hút mê hồn quá
Máu đa tình muốn cưới cả trần gian
Ngùn ngụt lửa niềm hân hoan bất tận
Dưới trời xuân tìm ra dấu địa đàng

Có phải em là đỉnh trời hoang dại
Vén truyền thuyết Langbiang em bước vào đời
Để đêm xuân con nai rừng ngơ ngác
Ngọn lửa nào cháy rực mãi em ơi!

HOÀI HUYỀN THANH

THƠ XUÂN

Xuân Viễn Xứ

Chẳng phải lau trắng mùa xưa sao nhớ quá!
Nhớ quá bãi bồi ngan ngát hương cải hoa vàng
Cải hoa vàng làm vương miện cài tóc em láng giềng thuở ấy
Thuở ấy chung tay cùng vui tuốt lá mai đón xuân sang

Xuân sang trôi đi thăm thẳm trên dòng sông xứ lạ
Xứ lạ thênh thang sao bận chật lòng người lữ thứ
Viễn khách xa quê ảo ảnh mấp mé mông lung bờ thơ ấu
Ấu thơ miên man trời xanh mây trắng nắng hanh vàng

Nắng hanh vàng bờ xa níu lòng ta sao rét buốt
Buốt rét xứ người bao mùa xuân viễn xứ nhớ quê xa!

Chào Xuân

Cành xanh mơn mởn lá
Đàn chim ríu rít chào
Én về từ muôn ngả
Cho mùa xuân xôn xao

Triền cỏ non biêng biếc
Rộn ràng bên nắng mai
Đào Lan Hồng Mai Cúc
Cợt đùa bên hiên ngoài

Mây vờn trên vòm cao
Chuông chùa vang tiếng đổ
Gió thênh thang lưng trời
Cùng nàng xuân hạnh ngộ

Trăng lên rừng xuống bể
Gom từng chút nắng vàng
Tặng bao miền bão tố
Ấm lòng đón xuân sang.

PHE X-BACH

GIỮA MÙA COVID-19 -
CẦN HƠI ẤM NGƯỜI

sáng nay
trời lành lạnh
mặt trời đẹp, chói chang, và chán
lá đã chuyển màu vàng úa
thu tàn, đông đang đến
phe phẩy
bản chất của những thay đổi và sắc thái của cuộc đời
tự nhiên
tôi cần hơi ấm
từ đôi bàn tay em, thân thể của em
hay chỉ là hơi ấm con người
bàn tay tí hon
hơi ấm đông đầy
niềm hạnh phúc, miền hạnh phúc
bờ hạnh phúc
những âm thanh quen thuộc
đâu rồi
còn đó những lặng yên
lo lắng và thương yêu cho nhau
ôi những niềm đau
có những hạt mầm hạnh phúc
sáng nay, nắng ban mai làm ấm căn nhà
quanh ta và trong ta
Yêu nhau ai thấy từ bi miên trường!

Dịch:

BETWEEN THIS COVID-19 SEASON -
NEEDED A HUMAN TOUCH

this morning
it was cold
the sun is beautiful, bright, and dull
the leaves have turned yellow
autumn has passed and winter is coming
the essence of changes and nuances of life
naturally
i need a human touch, a buddle of warmth
or just a simple warmth from you, just your physical body contact
or just any human body warmth
i can certainly settle for much less.
just for your tiny hands, my love
warmth is all that i need
it is a source of happiness, a season of happiness
a shore of happiness
oh, where are all the familiar sounds
there is still such noble silence
still, there is worrisome and love for each other
oh behind the pain
there are seeds of happiness,
this morning, the early sun warms our house
around us and within us
Loving each other,
who can see the endless compassion!

CA DAO

KHÚC XUÂN MỀM

Mùa xuân gieo về sắc thắm
Đường tơ đơm nụ cúc vàng
Miên man hương cau thơm đậm
Hiên nhà đẫm bóng thời gian

Ngày êm thơm thơm ngọn gió
Nàng xuân nhẹ bước thoảng hương
Phiến ngà duyên đan gót nhỏ
Nghe đời xuân vọng mùa thương

Song thưa mai, hồng rực bóng
Bờ xuân đồng vọng gọi mùa
Ngàn mây trôi xa phận mỏng
Phím đàn gieo nhớ cung xưa

Khúc xuân ngọt mềm ngan ngát
Riêng ta lạc giữa xuân nồng
Ngoảnh nhìn ngày dài đơn bóng
Giật mình... Gối mộng hư không!

CD (Nha Trang)

SHERYLL RAQUIPISO

SOMETIMES

Sometimes love
learns not to ask -
the answer may be not
it wants to hear.

Sometimes love
learns not to hope
for hope closes its eyes.
to what is real.

Sometimes love
learns not to wait -
the pain cuts deeper
at the hour draws near.

Sometimes love
learns to let go -
and in parting, tries not
to shed a tear.

Dịch:

THANH TRẮC NGUYỄN VĂN

ĐÔI KHI

Đôi khi tình yêu ấy
Biết không hỏi được gì
Câu trả lời lạc lõng
Nó chẳng buồn nghe chi.

Đôi khi tình yêu ấy
Biết không hy vọng gì
Hy vọng bịt mắt nó
Trước sự thật khinh khi.

Đôi khi tình yêu ấy
Biết không mong đợi gì
Nỗi đau cắt sâu nữa
Khi phút đến sầu bi.

Đôi khi tình yêu ấy
Biết tự bỏ ra đi
Cố không rơi nước mắt
Dù lệ đẫm chia ly.

TRẦN NGUYÊN

DÒNG SÔNG MẤY NHÁNH HỢP TAN

Bàn tay chạm khẽ đài hoa
Thấy xuân về giữa đông tà sơ khai
Hương thời gian có thoảng bay
Đậm đà chen lẫn phôi phai cuối trời

Hồn ai lạc giữa trùng khơi
Vớt câu Thơ dạt bên đời chênh vênh
Bốn mùa sông nước lênh đênh
Từ trăm năm bỗng buồn tênh một chiều

Người về trong nắng cô liêu
Dáng xưa giờ đã ít nhiều đổi thay
Lá rừng phong sớm Thu phai
Tiếng chim mùa cũ phôi thai có còn?

Vầng trăng đêm khuyết hao mòn
Soi đời ngọn cỏ lạnh trong sương ngàn
Dòng sông mấy nhánh hợp tan
Con đò trôi phía đồi hoang gió gầm

Người xưa ngậm ngải tìm trầm
Ta nay ngậm ngải âm thầm... tìm ta!

TỬ GIANG

TỰ KHÚC
CHIỀU CUỐI NĂM

Giọt nắng lạnh lùng rơi
Chiều cuối năm tịch tận
Chạm sâu mùa thương hận
Ngập ngụa trong biển lòng...

Như ngọn gió tàn phong
Thổi qua miền cát bỏng
Dập tắt chùm khát vọng
Tát cạn nhánh sông đời...

Như nhát chém ngang trời
Hằn vết thương mưng mủ
Cơn đau dường thác lũ
Nhức nhối giữa giòng trôi...

Câu "Đáo để khúc nôi"
Va vào mùa thân phận
Dòng hải lưu sang chấn
Bủa ngọn sóng triều cường...

Đoạn tuyệt nhánh sông thương
Chênh vênh miền bão xối
Ta như hòn đá cuội
Lăn lóc giữa bãi đời...

Giông gió dập mưa vùi
Đời như giun giẩy dụa
Oằn lưng nơi khúc giữa
Bị dẫm đạp hai đầu...

Soi chiều nhổ tóc sâu
Thương lòng sợi tóc bạc
Nghe bên song lá hát
Bi khúc đời man nhiên...!?...

NGỌC THỦY

TRĂNG KHUYẾT

Trăng bây giờ đã khuyết
Mím môi cười oan khiên
Một nửa trôi biền biệt
Nửa hờ hững chao nghiêng.

Em giờ thôi mắt biếc
Má hồng xưa phôi pha
Anh giờ thôi luyến tiếc
Lặng yên phía trời xa.

Tháng ngày xanh lá thắm
Ước mơ cùng trăm năm
Bão giông đời vỡ nát
Tình rơi xuống mù tăm…

TRẦN CẨM HẰNG
XƯƠNG RỒNG ĐỘ LƯỢNG

Vươn từ đất, chống trời lửa đỏ
Gom nắng trời, trải đất ngã xanh
Dựng bia sống, cát đùa chân gió
Chẳng khói hương, ơn tạ gốc cành.

Chắt mực sương ghi lời gai góc
XƯƠNG của RỒNG chẳng thiết... thịt da
Gạn đá trăng vẽ vân ngà ngọc
Đài gai độ lượng nở... đài hoa.

Trả nguồn đời tàng xanh cánh lá
Muôn thu qua, chưa rụng một lần
Áo gai nuôi ngọt đường nhân quả
Chín vạn mùa vẫn vẹn thanh tân!

Bến mây náo nức mùa luân vũ
XƯƠNG giăng khung, RỒNG thắp đèn lồng
Mưa xa xô dạt cơn bão lũ
Hẹn mùa vui rạng rỡ XƯƠNG RỒNG!

26.11.2020

BEN OH

XUÂN BUỒN THƯƠNG MẸ NHỚ CHA

Xuân đến trong lòng héo mưa rơi
Năm qua dịch lũ xuyên suốt trời
Xuân này về mọi nhà lỡ hẹn
Con biết chừ mình mẹ yêu ơi!

Mẹ ơi! Thương mẹ con hứa về
Mưa mai hôm sớm dài lê thê
Xuân này con sợ không hoa nở
Người có vui đâu cũng bởi vì..

Mẹ ơi! Bây chừ mẹ ở đâu?
Con chưa về mẹ vẫn lo âu
Mẹ ơi! Mẹ thương con trễ hẹn
Đừng buồn mong mẹ sống dài lâu

Muôn hoa màu sắc những nỗi buồn
Lòng con nỗi nhớ vẫn sầu tuôn
Xuân về vội thắm người gần lại
Mẹ chỉ một đời vắng thiếu con

Xuân càng thêm tuổi mẹ hao gầy
Nỗi nhớ già đi héo hắt ngày
Xuân này vắng cha con còn mẹ
Nỗi lòng xuân đến gói vào đây

Năm ni thiên hạ chẳng vui vầy
Tình con bên mẹ nào ai hay
Hương trầm khói tỏa xin dâng lạy..
Xuân về con yêu mẹ đong đầy.

Houston, 19/11/2020

TRẦN THẮNG LỢI

TỰ SỰ

Láng giềng...
Rồi bậu về bên ấy
Một góc trời mưa
Một góc chiều
Bâng khuâng màu khói
Nghiêng vành nón
Một người cất giấu một niềm yêu...

Ai biết trong vườn
Ban mai ấy
Cỏ lần theo những dấu hài xưa
Tương tư
Quên cả thời gian chảy
Mặc gió mang về bụi nắng, mưa...

Ai biết
Trên đồng, ban mai ấy
Có kẻ chăn trâu nhớ thuở nào
Bồi hồi vịn lại bông rau cóc(*)
Tần mằn,
Bất chợt tiếc mùa sau...

Chỉ biết người ta đã có đôi
Mộng xưa còn đẹp mãi trong đời
Thương yêu nồng, mặn
Quê, mùa cưới
Ai giữ giùm tôi một chút hương?...

(*) Rau cóc, một loại rau dại trên đồng ruộng (hái đọt non dùng để nấu canh
cá, ăn rất ngon). Hoa rau cóc giống như hoa tai cho dâu ngày xưa, khi cô dâu
về nhà chồng...

HỒ THỊ THANH THU
CHÚT NỒNG NÀN QUÊ BIỂN

Gió nằng nặng bòng hơi nước
Triều dâng cao sóng sánh sàn nhà
Trái mắm kết đàn, cùng trái đước
Theo dòng trôi, về bám bờ bãi phù sa.

Duyên dáng mùa bông tra
rộ nở những chiếc chuông xinh xinh vàng, đỏ
Ba khía ngập hang, leo lên ôm gốc cây, cọc nhà sàn... ngồi hóng gió
Nhìn trai gái trong làng chuẩn bị mùa yêu.

Lá rừng nhuốm thêm đỏ ráng chiều
Hương biển nồng hơn đêm trở gió
Mùa Đông bắt đầu từ đó
(Ngọn bấc hiền hòa cho vòng tay chặt, nụ hôn sâu)!

Mùa Đông ở đây là mùa khơi màu
Cho tình yêu trỗi dậy!
Đêm Đất Mũi ngọt ngào trong ta mãi
Những nồng nàn, còn lại với ngàn Xuân!

LÊ TUYẾT LAN
CHẦM ĐÊM

Hãy yên trong vòng tay để tôi dùng hơi ấm của thịt da ủ vào
lòng gạch
Cho đến cạn cùng, ngỏ tối cũng thèm được nâng niu
Nếu không làm được cánh diều vay mượn áng chiều dựng xa
xăm
Cứ cho tôi xin ngỏ lòng
Dắt tạm bợ đi xa

Ngày mai buổi mùa đông nào đó ngước ẩm ướt rót mời
Phố chọn hiến mình cho sương
Còn tôi cưỡi sầu qua ngọn đèo khéo sinh nở bể dâu
Lỡ đánh rơi chiếc giày mà cả đời trong khuyết tật

Chẳng có giao ước nào sao vội xỏ vào vết sẹo đã lâu năm
Cũng giật mình trở giấc
Có thiên thu đâu mà buốt giá gặm lấy mùa rơi
Chọn từ thuở chơi vơi
Chung thân với ngàn khơi trộn đời

Từ ngày biết tiếng nấc cải trời
Là đã gởi
Lẽ lời chầm đêm.

NGUYỆT QUẾ
MỘT THOÁNG VĂN CHƯƠNG

Sinh ra trên đất Sài Gòn
Rong chơi lãng mạn vẫn còn đam mê
Bắt tay cung cách đề huề
Phi lo-artist tìm về với nhau
Diễn hay, gàn dở tính sau
Điểm tô chót lưỡi những màu văn chương
Phong trần lãng tử phơi sương
Ly kỳ đôi chút sầu thương luyến đời
Rập khuôn, phá cách xin mời
Loé lên ngọn lửa tuyệt vời Philo
Trỗi lên âm điệu saxo
Mời nhau khiêu vũ... Philo luận bàn.

LÂM KHƯƠNG TIẾN
CHÚC XUÂN

Mùa Xuân đến
mùa hoa rực rỡ
Chúc mọi người
tươi thắm như hoa
Chúc bình an
đến với mọi nhà
Chúc sức khỏe
niềm vui, hạnh phúc
Chúc may mắn
và luôn sung túc
Cả bầu trời
rộn tiếng chim ca
Bao niềm vui
gom hết vào nhà...
Thật ấm áp,..
mừng xuân vừa đến...

GIỚI THIỆU SÁCH MỚI
NGUYỄN AN BÌNH

Bắt đầu từ ấn phẩm Ra Khơi 5 có thêm trang mục GIỚI THIỆU SÁCH MỚI do nhà thơ Nguyễn An Bình phụ trách, thân hữu có tác phẩm mới xin gởi về địa chỉ: số 10 đường 85 phường Tân Quy Quận 7 Tp Hồ Chí Minh.

1- Khẩu Trang & Người Nổi Tiếng

Tác giả: Họa sĩ Lê Sa Long
Thể loại: Hội họa
Sách dày 96 trang
Bìa: Lê Sa Long
NXB Tổng Hợp Tp Hồ Chí Minh - 10/2020
Giá bìa: 280.000 đồng

2- Con Số Chẵn Lẻ

Tác giả: Nhật Hồng
Thể loại: Thơ
Sách dày 164 trang
Bìa: sambct
NXB Văn Hóa - Văn Nghệ 05/2020
Giá bìa: 99.000 đồng

3- Một Đêm Ngủ Ở Quê Nhà

Tác giả: Tiểu Nguyệt
Thể loại: Truyện ngắn
Sách dày 130 trang
Bìa: tranh Đinh Trường Chinh
NXBHội Nhà Văn8/2020
Giá bìa: 120.000 đồng

4- Mẹ Nguồn Yêu Thương Vô Bờ

Tác giả: Đặng Phúc Minh
Thể loại: Tản văn, truyện ngắn
Sách dày256 trang
Bìa: Sambct
NXBHội Nhà Văn 7/2020
Giá bìa: 99.000 đồng

5- Phố Gần... Phố Xa

Tác giả: Quang Đặng
Thể loại: Tản văn
Sách dày 252 trang
Bìa: Tranh Hs Lê Anh Huy
NXB Hội Nhà Văn 7/2020
Giá bìa: 150.000 đồng

6- Nam Phương - Hoàng Hậu Cuối Cùng

Tác giả: Lý Nhân Phan Thứ Lang
Thể loại: Nghiên cứu lịch sử
Sách dày 200 trang
Bìa: Phúc Niên
NXB Thế Giới 8 /2020
Giá bìa: 100.000 đồng

7- Giấc Mơ Trên Đồi Trinh Nữ

Tác giả: Nguyễn Thị Liên Tâm
Thể loại: Truyện ngắn
Sách dày 156 trang
Bìa: Trung Dũng
NXB Văn Hóa - Văn Nghệ 6/2020
Giá bìa: 99.000 đồng

8- Đừng Ví Em Là Tia Nắng

Tác giả: Hoàng Thị Bích Hà
Thể loại: Thơ
Sách dày 152 trang
Bìa: Quý Nam
NXB Thuận Hóa 5/2019
Giá bìa: 100.000 đồng

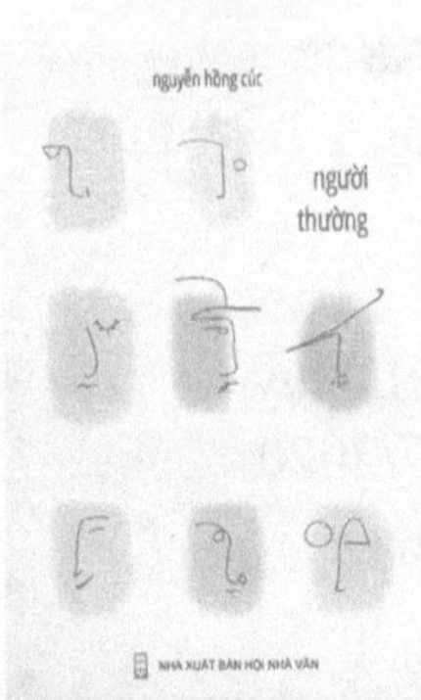

9- Người Thường

Tác giả: Nguyễn Hồng Cúc
Thể loại: Tạp bút
Sách dày 188 trang
Bìa: Tranh Hồ Công Nguyên Bình
NXB Hội Nhà Văn 9/2020
Giá bìa: 95.000 đồng

10- Tiếng Đàn Đá Trên Đỉnh Sơn Trà

Tác giả: Nguyễn An Bình
Thể loại: Truyện ngắn
Sách dày 272 trang
Bìa: Tranh Hs Trương Đình Uyên
NXB Thanh Niên 8/2020
Giá bìa: 130.000 đồng

11-Đêm Trăng Đọc Thơ Đường

Tác giả: Nguyễn An Bình
Thể loại: thơ dịch
Sách dày 216 trang
Bìa: Tranh trên internet
NXB Hội Nhà Văn 8/2020
Giá bìa: 120.000 đồng

12- Gã Thi Sĩ Hoang

Tác giả: Nguyễn Thánh Ngã
Thể loại: Thơ
Sách dày 96trang
Bìa: Quang Đức
NXB Hội Nhà Văn 11/2017
Giá bìa: 99.000 đồng

13- Tiếng Vọng

Tác giả: Hồ Nghĩa Phương
Thể loại: Bút ký
Sách dày 124 trang
Bìa, trình bày: Kim Anh
NXB Hội Nhà Văn 7/2020
Giá bìa: 100.000 đồng

14- 108 Nhà Thơ Nhà Văn Việt Giữa Thế Kỷ 20 (Quyển thượng)

Tác giả: Ngô Nguyên Nghiễm
Thể loại: Nghiên cứu văn học
Sách dày 904 trang, bìa cứng
Bìa: Hs Lê Như Nguyện
NXB Hội Nhà Văn 8/2020
Giá bìa: Sách không bán

15- Gió Trở Mùa

Tác giả: Nguyễn Thị Hồng Đào
Thể loại: Thơ
Sách dày 106 trang
Bìa: Hoàng Minh Tuấn
NXB Văn Học 5/2020
Giá bìa: 100.000 đồng

16-Sóng

Tác giả: Như Hoài
Thể loại:Thơ
Sách dày 110 trang
Bìa: Hs Lê Duy Khanh
NXB Hội Nhà Văn 4/2020
Giá bìa: 99.000 đồng

17- Tác Giả Tác Phẩm Nguyên Minh

Tác giả: 52 Tác Giả
Thể loại: Nghiên cứu văn học
Sách dày752 trang
Bìa:Trình bày Nguyễn Sông Ba
NXBHội Nhà Văn 5/2020
Giá bìa: 250.000 đồng

18- Gửi Chút Hương Bay

Tác giả: Tiểu Nguyệt
Thể loại: Tạp bút
Sách dày 144 trang
Bìa: tranh Đinh Trường Chinh
NXB Hội Nhà Văn 6/2020
Giá bìa: 120.000 đồng

18- Vọng

Tác giả: Nguyễn Thành
Thể loại: Thơ
Sách dày 152 trang
Bìa: Uyên Nguyên Trần Triết
NXB Hội Nhà Văn 11/2020
Giá bìa: 100.000 đồng

Liên lạc Nhà xuất bản
Nhân Ảnh
han.le3359@gmail.com
(408) 722-5626